വിജ്ഞാനവർഷം

പുസ്തകം 107

മംഗൾയാനും ചൊവ്വയും
പിന്നെ സൗരയൂഥവും

Mangalyanum Chovvayum
Pinne Sourayoodhavum

C Ramachandran

CHINTHA PUBLISHERS
Thiruvananthapuram

First Edition
March 2014

Sixth Edition
December 2018

Seventh Edition
May 2019

Second Impression
April 2021

Published & Typesetting
Chintha Publishers, Thiruvananthapuram

Printed at
repro india ltd, mumbai

Cover Design
Ambeesh

ISBN - 978-93-85045-14-1

CR - VV. 107 / 2124 / 5475

Email: chinthapublishers@gmail.com
Website: www.chinthapublishers.com

Distribution
DESHABHIMANI BOOKHOUSE
H O Thiruvananthapuram 695035

Branch
Head Office Kunnukuzhi • Statue Thiruvananthapuram •
KSRTC Bus Station Thiruvananthapuram
KSRTC Bus Station Alappuzha • KSRTC Bus Station Ernakulam •
Machingal Lane Thrissur • IG Road Kozhikode •
Mavoor Road Kozhikode • NGO Union Building Kannur •
Central Bus Terminal Complex Thavakkara Kannur

മംഗൾയാനും ചൊവ്വയും
പിന്നെ സൗരയൂഥവും

സി രാമചന്ദ്രൻ

ചിന്ത പബ്ലിഷേഴ്സ്
തിരുവനന്തപുരം-695 035

സി രാമചന്ദ്രൻ

വടക്കൻ പറവൂർ താലൂക്കിൽ ചിറ്റാറ്റുകര പഞ്ചായത്തിലെ പട്ടണംകരയിൽ 1944 ൽ ജനിച്ചു. മുഹമ്മദൻ പ്രൈമറി സ്കൂൾ, പറവൂർ ഗവൺമെന്റ് ഹൈസ്കൂൾ, തലശേരി ബ്രണ്ണൻകോളേജ്, ചങ്ങനാശ്ശേരി ഹിന്ദുകോളേജ്, പൂനാ എം ഇ എസ് കോളേജ് എന്നിവിടങ്ങളിൽ വിദ്യാഭ്യാസം.

രാജസ്ഥാനിലെ മെറ്റൽ ഉദ്യോഗ് ലിമിറ്റഡ്, ഹിന്ദുസ്ഥാൻ സിങ്ക് ലിമിറ്റഡ് എന്നീ സ്ഥാപനങ്ങളിൽ ഹ്രസ്വമായ സേവനങ്ങളനുഷ്ഠിച്ചശേഷം 1969 ൽ തിരുവനന്തപുരത്ത് സ്പേസ് സെന്ററിൽ ചേർന്നു. 35 വർഷത്തെ സേവനത്തിനുശേഷം 2004 ൽ വിരമിച്ചു.

എ കെ ജി ISRO സ്റ്റാഫ് അസോസിയേഷന്റെ പ്രസിഡന്റായിരിക്കുമ്പോൾ, അതിന്റെ സെക്രട്ടറിയായി പ്രവർത്തിച്ചിട്ടുണ്ട്. എ കെ ജിയുടെ മരണശേഷം രണ്ടുവർഷം പ്രസിഡന്റായി. സ്പേസ്സെന്റർ ആർട്സ്ക്ലബ്ബിന്റെ (S P A R C) സെക്രട്ടറിയായും പ്രസിഡന്റായും വളരെക്കാലം പ്രവർത്തിച്ചു. വിരമിക്കുംവരെ സ്പേസ്സെന്റർ കോ–ഓപ്പറേറ്റീവ് സൊസൈറ്റിയുടെ പ്രസിഡന്റ്.

ചെറിയൊരു കാലയളവിൽ ചിന്തയുടെ എഡിറ്റോറിയലിലും സേവനമനുഷ്ഠിച്ചു. ഐക്യരാഷ്ട്ര സംഘടന 2004 –05 കാലം ലോകശാസ്ത്രവർഷമായി ആചരിക്കുമ്പോൾ സയൻസ് ആന്റ് ടെക്നോളജി വകുപ്പിനു കീഴിൽ അതിന്റെ കേരളത്തിലെ ഏകോപനം നിർവഹിച്ചു.

ഇൻഫർമേഷൻ കേരളാ മിഷന്റെ (IKM) എറണാകുളം ജില്ലാ കോ–ഓഡിനേറ്ററായി അഞ്ചു വർഷം പ്രവർത്തിച്ചു.

*ദേശാഭിമാനി*യുടെ ശാസ്ത്രലേഖകനാണ്. *ശാസ്ത്രകേരള*ത്തിന്റെ പത്രാധിപസമിതി അംഗമായിരുന്നു. ഇപ്പോൾ കേരള ശാസ്ത്രസാഹിത്യപരിഷത്തിന്റെ എറണാകുളം മേഖലാകമ്മിറ്റി അംഗം. *ശാസ്ത്രഗതി*യുടെ എക്സിക്യൂട്ടീവ് എഡിറ്ററായി പ്രവർത്തിക്കുന്നു.

ഭാര്യ	:	ശ്യാമള
മക്കൾ	:	സംഗീത സതീഷ്, കവിത ശ്രീനാഥ്
വിലാസം	:	28/829 A, തെക്കേ ചെറുപറമ്പത്ത് കടവന്ത്ര, കൊച്ചി–682020
ഫോൺ	:	0484 – 2320684 9995820684

ഉള്ളടക്കം

പ്രസാധകക്കുറിപ്പ്

ആകാശ ഗോളങ്ങൾ എന്നും മനുഷ്യനെ മോഹിപ്പിച്ചു; അമ്പരപ്പിച്ചു. അജ്ഞാത മേഖലകളെക്കുറിച്ച് മനുഷ്യന്റെ അന്വേഷണം പണ്ടെന്നപോലെ ഇപ്പോഴും തുടരുന്നു. ശാസ്ത്രാവബോധത്തിന്റെ പ്രാഥമിക ദശയിൽനിന്നും സാങ്കേതികവിദ്യയുടെ അനന്ത സാധ്യതയിലേക്ക് വികസിച്ച ഈ കാലഘട്ടത്തിൽ സൗരയൂഥ രഹസ്യങ്ങൾ തേടി ആകാശയാനങ്ങൾ സഞ്ചരിക്കുകയാണ്. വാർത്താവിനിമയോപാധികളായി മാറിയ ഉപഗ്രഹങ്ങൾ മനുഷ്യന്റെ ദൈനംദിന ജീവിതത്തെത്തന്നെ മാറ്റിമറിച്ചു. സാമ്രാജ്യത്വകോയ്മകളെ ഞെട്ടിച്ചുകൊണ്ടാണ് ഇന്ത്യയുടെ ബഹിരാകാശ ഗവേഷണം മുന്നോട്ടു നീങ്ങിയത്. ചന്ദ്രയാൻ ദൗത്യത്തിന്റെ വിജയം ഇന്ത്യക്കു പകർന്ന കരുത്ത് ചെറുതല്ല. ക്രയോജനിക് സാങ്കേതികവിദ്യ സ്വായത്തമാക്കിയ ഏതാനും ചില വികസിത രാജ്യങ്ങൾക്കൊപ്പം ഇന്ത്യയും കുതിച്ചെത്തി. ഇന്ത്യയുടെ മംഗൾയാൻ പദ്ധതി പുരോഗമിക്കുകയാണ്. 'മംഗൾയാൻ' ഇന്ത്യയിലാകെ കൗതുകമുണർത്തിയിരിക്കുകയാണ്. ബഹിരാകാശ ഗവേഷണത്തെപ്പറ്റി പൊതുവിലും മംഗൾയാൻ എന്ന ഉപഗ്രഹത്തിന്റെ സവിശേഷതകളെപ്പറ്റി പ്രത്യേകിച്ചും അറിയുവാൻ ആഗ്രഹിക്കുന്നവർക്ക് സഹായകമായ രീതിയിലാണ് ഈ പുസ്തകത്തിന്റെ ഉള്ളടക്കം ക്രമീകരിച്ചിരിക്കുന്നത്. കേവല ശാസ്ത്രചരിത്രമല്ല, കുതിച്ചു പോകുന്ന മനുഷ്യചേതനയുടെയും ജനജീവിതത്തിന്റെയും ഭൂമികയിലാണ് ഈ കൃതി നിലകൊള്ളുന്നത്. ബഹിരാകാശ ഗവേഷണമേഖലയിലെ ആദ്യ പഥികരെയും അവരുടെ സാഹസികമായ ജീവിതത്തെയും കേരളത്തിന്റെ ജീവിതപരിസരത്തിൽ ഐ എസ് ആർ ഒ എന്ന സ്ഥാപനം വഹിച്ച പങ്കിനെയും ഈ പുസ്തകം അടയാളപ്പെടുത്തുന്നു. ഐ എസ് ആർ ഒ, സി രാമചന്ദ്രന്റെ പ്രവർത്തന മേഖലയായിരുന്നതിനാലാവാം അനുഭവത്തിന്റെ സ്പർശം ഈ പുസ്തകത്തിൽ നമുക്കനുഭവപ്പെടുന്നത്. ചന്ദ്രയാനും മംഗൾയാനും തുറന്നിടുന്ന വിജയത്തിന്റെയും കൗതുകത്തിന്റെയും ആകാശ സമുദ്രത്തിലേക്ക് നിങ്ങൾക്കും പ്രവേശിക്കാം. ചുരുങ്ങിയ കാലയളവിൽ അഞ്ചാം പതിപ്പിലേക്കു കടന്ന ഈ പുസ്തകം കൂടുതൽ വായനക്കാരിലേക്ക് എത്തുന്നതിൽ ഞങ്ങൾക്ക് സന്തോഷമുണ്ട്.

ചിന്ത പബ്ലിഷേഴ്സ്

മുഖവുര

ആയിരത്തി തൊള്ളായിരത്തി അൻപത്തിയേഴിൽ സോവിയറ്റ് യൂണിയൻ ആദ്യത്തെ ഉപഗ്രഹമായ സ്പുട്നിക് വിക്ഷേപിച്ചതോടെ ബഹിരാകാശ ഗവേഷണ വൃത്താന്തങ്ങൾ വർത്തമാനപത്രങ്ങളിലെ ഒരു പ്രധാന വിഷയമായി മാറി. ഇന്ന് അതിന് അന്നത്തേക്കാൾ പ്രാധാന്യ മേറിയിട്ടുമുണ്ട്. അന്ന് അതിനോട് യുദ്ധരംഗത്തേക്കുള്ള പുതിയൊരു ആയുധം എന്ന ഭയമായിരുന്നുവെങ്കിൽ ഇന്ന് അത് ഒട്ടും ഒഴിച്ചുകൂടാനാ വാത്ത വാർത്താവിനിമയ വിവരവിനിമയോപാധി എന്ന നിലയിലേക്ക് മനോഭാവം മാറിയിട്ടുണ്ട്.

മനുഷ്യന്റെ നിത്യജീവിതത്തിലെ സുഖസൗകര്യങ്ങൾക്കു ബഹി രാകാശ ഗവേഷണം പൊലിമ നൽകി എന്നതിനപ്പുറം അത് മനുഷ്യ സമൂഹത്തിന്റെ പ്രപഞ്ചവീക്ഷണങ്ങളെ അടിമുടി മാറ്റിമറിച്ചു. രാഹുകേ തുക്കളിലും ഗുളികന്റെ ഗതി വിഗതികളിലും വിശ്വസിക്കുന്നവരെ ഇന്നും കണ്ടേക്കാമെങ്കിലും അവർ ബൗദ്ധിക ചിന്താധാരകളുടെ പുറംപോക്കു കളിലേക്ക് അതിവേഗം പാർശ്വവൽക്കരിക്കപ്പെട്ടുകൊണ്ടിരിക്കുകയാണ്.

ജ്യോതിഷ പദ്ധതി കെട്ടിപ്പൊക്കിയിട്ടുള്ള പഴയ നവഗ്രഹപദ്ധതി അമ്പേ പൊളിഞ്ഞു പാളീസായി. ഇന്നത് യാഥാസ്ഥിതികരുടെ തലച്ചോ റുകളിൽ പരോപജീവിയായി നിലനിൽക്കുന്നുണ്ട് എന്നതും ലജ്ജാകര മായ ഒരു യാഥാർഥ്യമാണ്. ജന്തുക്കളുടെ ശാരീരികമായ പരിണാമം പോലെതന്നെ മനുഷ്യന്റെ ചിന്താപരിണാമവും ഒരു സുപ്രഭാതത്തിൽ സംഭവിക്കുന്നതല്ല. അതും സാവകാശമായ ഒരു പരിണാമപ്രക്രിയയി ലൂടെ മാത്രമുണ്ടാകുന്നതാണ്.

ദൂരദർശിനികളിലൂടെ നിരീക്ഷിച്ചും ഉപഗ്രഹങ്ങളിലൂടെ വിവരശേ ഖരണം നടത്തിയും ചൊവ്വയെ സംബന്ധിച്ച ഒട്ടേറെ ദുരൂഹതകൾ ഇതി നകം ഇല്ലാതായിട്ടുണ്ട്. എങ്കിലും അന്വേഷണങ്ങൾ, അത് എന്തിനെക്കു റിച്ചാണെങ്കിലും അവസാനിക്കുന്നില്ലല്ലോ. നമ്മോട് കൂടുതൽ അടുപ്പമുള്ള ചൊവ്വയെക്കുറിച്ചാവുമ്പോൾ അത് ഒട്ടും അസ്ഥാനത്തുമല്ല.

ആധുനിക ലോകക്രമത്തിന്റെ ഭാഗം എന്ന നിലയിൽ അതിവേഗം പുരോഗമിക്കുന്ന ഭാരതത്തിന് ബഹിരാകാശ ഗവേഷണരംഗത്തുനിന്നും ഒഴിഞ്ഞുനിൽക്കാനാവുകയില്ല. സാമ്പത്തിക പരിമിതികൾക്കും പരാധീ നതകൾക്കുമിടയിൽ ആണെങ്കിൽക്കൂടി അത് അതിന്റെ സാങ്കേതിക

മികവ് ഇതിനകം തെളിയിച്ചിട്ടുണ്ട്. ചന്ദ്രയാൻ പദ്ധതിയുടെ വിജയം ജനതയുടെ ആത്മവിശ്വാസവും അഭിമാനവും ഉയരുവാനിടയാക്കി. മംഗൾയാനും അതിന്റെ ദൗത്യം വിജയത്തിലെത്തിക്കുന്നതിലൂടെ അത് വീണ്ടും ഉറപ്പിക്കും. ക്രയോജനിക് സാങ്കേതികവിദ്യയുടെ പരീക്ഷണ വിജയവും ഇതിനിടെ ഇസ്രോയുടെ യശസ്സ് ഉയർത്തുവാൻ കാരണമായി.

മംഗൾയാൻ എന്ന ഉപഗ്രഹത്തിന്റെ സവിശേഷതകളെക്കുറിച്ചും ചൊവ്വയെക്കുറിച്ചുമുള്ള വിവരങ്ങളോടും വിശേഷങ്ങളോടുമൊപ്പം സൗരയൂഥത്തെക്കുറിച്ച് പൊതുവേയുള്ള വിവരങ്ങളും ഈ പുസ്തകത്തിൽ നൽകിയിട്ടുണ്ട്. വസ്തുതകളെ അതിന്റെ പരിപ്രേക്ഷ്യത്തിൽത്തന്നെ നോക്കിക്കാണുവാൻ പ്രാപ്തമാക്കുക എന്ന ഒരു ഉദ്ദേശലക്ഷ്യം അതിനാൽ ഇതിലുണ്ട്. വിശ്വാസസംബന്ധിയായ ചില കാര്യങ്ങളും ഒഴിച്ചുകൂടാനാവാത്തത് എന്ന നിലയിൽ ഇതിലുൾപ്പെടുത്തിയിട്ടുണ്ട്. മുൻപു പ്രസിദ്ധീകരിച്ച ചില ലേഖനങ്ങൾ ഈ പുസ്തകത്തിൽ ഔചിത്യപൂർവം ഉൾക്കൊള്ളിച്ചിട്ടുണ്ട്. ഇതെഴുതുന്നതിനാധാരമായ വസ്തുതകൾ ഇസ്രോയുടെയും നാസയുടെയും ജ്യോതിശാസ്ത്ര വിജ്ഞാനകോശത്തിന്റെയും രേഖകളിൽനിന്നും *ഹിന്ദു, ഫ്രണ്ട്‌ലൈൻ* പ്രസിദ്ധീകരണങ്ങളിലെ ലേഖനങ്ങളിൽനിന്നും സമാഹരിച്ചതാണ്. ശ്രീ. പി വി മനോരഞ്ജൻ റാവു, ശ്രീ. പി രാധാകൃഷ്ണൻ എന്നിവർ ചേർന്നെഴുതിയ *ഐ എസ് ആർ ഒ റോക്കറ്റുകളുടെ ചരിത്രം* എന്ന വിശിഷ്ട ഗ്രന്ഥം ഇതിന്റെ രചനയെ സഹായിച്ചിട്ടുമുണ്ട്. അവരോടെല്ലാമുള്ള കടപ്പാട് ഇവിടെ വിനയപൂർവം പ്രകാശിപ്പിക്കുന്നു. ശ്രീ. പാപ്പൂട്ടി സാറിന്റെ *ജ്യോതിഷവും ജ്യോതിശാസ്ത്രവും* എന്ന ഉജ്ജ്വലമായ ഗ്രന്ഥവും ഇതിന്റെ രചനയെ സഹായിച്ചിട്ടുണ്ട്.

ഈ പുസ്തകത്തിന്റെ ഒന്നാം പതിപ്പു വായിച്ച് അതിലുള്ള പിശകുകൾ ചൂണ്ടിക്കാണിച്ച് തിരുത്തുവാൻ സഹായിച്ച ഡോ. പി എം സിദ്ധാർത്ഥനോടുള്ള കൃതജ്ഞത ഞാൻ ഇവിടെ പ്രകാശിപ്പിക്കുകയാണ്. IRTC യിലെ ചുമതലയിലും മറ്റു ശാസ്ത്രപ്രചരണസംരംഭങ്ങളിലും ഏർപ്പെട്ട് ഇപ്പോൾ സജീവമായി ശാസ്ത്രരംഗത്തുള്ള അദ്ദേഹം ISRO യുടെ അഹമ്മദാബാദിലെ SAC എന്ന സെന്ററിൽ നിന്നു വിരമിച്ച ശാസ്ത്രജ്ഞനാണ്.

രണ്ടാം പതിപ്പിന് അവതാരികയെഴുതിയ ഡോ. പി രാധാകൃഷ്ണനും സ്പേസ് സമൂഹത്തിലെ അംഗവും ISRO യുടെ LPSC സെന്ററിൽനിന്ന് ഡെപ്യൂട്ടി ഡയറക്ടറായി വിരമിച്ചദേഹവുമാണ്. അദ്ദേഹത്തോടും എന്റെ നന്ദി പ്രകാശിപ്പിക്കുവാൻ വാക്കുകളില്ല.

ചിന്തയിലെ ജോസഫിന്റെ സ്നേഹപൂർവമായ നിർബന്ധമില്ലായിരുന്നെങ്കിൽ ഇത് ഇത്രവേഗം എഴുതിത്തീരുമായിരുന്നില്ല. അദ്ദേഹത്തോടുള്ള കൃതജ്ഞത രേഖപ്പെടുത്തുന്നതോടൊപ്പം *ചിന്ത*യിലെ മറ്റു പ്രവർത്തകരോടുള്ള നിസ്സീമമായ നന്ദിയും പങ്കുവയ്ക്കുന്നു.

സി രാമചന്ദ്രൻ

അവതാരിക

പി രാധാകൃഷ്ണൻ

ഭൂമിയുടെ ഉപരിതലത്തിൽനിന്ന് 100 കിലോ മീറ്ററിനു പുറത്ത് പ്രപഞ്ചത്തിന്റെ അതിരുകൾ വരെ ചെന്നെത്തുന്ന വിസ്തൃതമായ പ്രദേശമാണ് ബഹിരാകാശം എന്നറിയപ്പെടുന്നത്. ഒരു കാലത്ത് നമ്മുടെ സൗരയൂഥം മാത്രമായിരുന്നു പ്രപഞ്ചമെന്ന പദത്താൽ അർത്ഥമാക്കിയിരുന്നത്. പരിഷ്കൃതമായ ടെലസ്കോപ്പുകളുടെ ആവിർഭാവത്തോടെ പ്രപഞ്ചത്തിന്റെ അതിർവരമ്പുകൾ നമ്മിൽനിന്നകന്നു കൊണ്ടേയിരുന്നു. കഴിഞ്ഞ 20 വർഷത്തിലേറെയായി നാം ബഹിരാകാശത്തു ഭ്രമണം ചെയ്തുകൊണ്ടിരിക്കുന്ന, 'ഹബ്ൾ സ്പേസ് ടെലസ്കോപ്പ്' തുടങ്ങിയ സംവിധാനങ്ങൾ വ്യാപകമായി ഉപയോഗിച്ചു വരുന്നതിന്റെ ഫലമായി പ്രപഞ്ചത്തിന്റെ, മിക്കവാറും പൂർണ്ണമെന്നു തന്നെ പറയാവുന്ന ഒരു ആറ്റ്ലസ് (Atlas) നമുക്ക് തയ്യാറാക്കാനായി. കോടാനുകോടി താരാഗണങ്ങൾ (Galaxy) ഉൾക്കൊള്ളുന്ന പ്രപഞ്ചത്തിലെ ഒന്നായ Our Galaxy, Milky Way, ആകാശഗംഗ, ക്ഷീരപഥം എന്നൊക്കെ നാം വിളിക്കുന്ന ഒരു താരാഗണത്തിന്റെ ഭാഗമാണ് സൗരയൂഥം. ഇതു സ്ഥിതിചെയ്യുന്നതോ ക്ഷീരപഥത്തിന്റെ പുറംവരമ്പിനോട് താരതമ്യേന അടുത്തായിട്ടും. പ്രാപഞ്ചികതലത്തിൽ നോക്കിയാൽ ഒരു ശരാശരിക്കാരനായ നക്ഷത്രമാണ് നമ്മുടെ സൂര്യൻ. എന്തോ ഭാഗ്യം പോലെ, സൂര്യനിൽനിന്ന് അനുകൂലമായ അകലത്തിലാണ് മൂന്നാമത്തെ ഗ്രഹമായ ഭൂമിയുടെ സ്ഥാനം. ഈ ഗൃഹത്തിന്റെ അധിപന്മാരായ മനുഷ്യൻ ക്ഷീരപഥത്തിന്റെ അപ്രധാനമായ ഒരു മൂലയിൽ ബന്ധനസ്ഥനായിരിക്കവേ തന്നെ പ്രപഞ്ചത്തെക്കുറിച്ചുള്ള അറിവ് ദിനംപ്രതിയെന്നോണം വർദ്ധിപ്പിച്ചുകൊണ്ടേയിരിക്കുന്നുവെന്നതാണ് മഹാത്ഭുതം.

1957 ഒക്ടോബർ 4-ന് (അന്നത്തെ) സോവിയറ്റ് യൂണിയൻ സ്പുട്നിക് – 1 എന്ന മനുഷ്യനിർമ്മിതമായ ഉപഗ്രഹം വിക്ഷേപിച്ചതോ

ടെയാണ് ബഹിരാകാശയുഗം ആരംഭിച്ചതെന്നു കരുതിയാൽ തെറ്റു പറയാനാവില്ല. സ്പുട്നിക് - 1 ന്റെ വിക്ഷേപണം സാധ്യമാക്കിയത് ഒരു റോക്കറ്റാണെന്ന് നമുക്കറിയാം. അങ്ങനെ റോക്കറ്റിന്റെ ചരിത്രം അന്വേഷിച്ചു പോകുമ്പോൾ വെടിമരുന്നിന്റെ കണ്ടുപിടുത്തത്തിലെത്തിച്ചേരും. ചൈനയിലാണ് വെടിമരുന്നിന്റെ ആവിർഭാവം എന്നത് പരക്കെ അംഗീകരിക്കപ്പെട്ടിരിക്കുന്ന ഒരു വസ്തുതയാണ്. വെടിമരുന്നുപയോഗിച്ചുള്ള റോക്കറ്റുകൾ അമ്പുകളിൽ ഘടിപ്പിച്ച് ചൈനക്കാർ അവരെ ആക്രമിച്ച മംഗോളിയന്മാരെ 13-ാം നൂറ്റാണ്ടിന്റെ തുടക്കത്തിൽ തുരത്തിയെന്നാണ് നാം മനസ്സിലാക്കുന്നത്. ഇത്തരം റോക്കറ്റുകളെ യുദ്ധാവശ്യങ്ങൾക്കായി ഉപയോഗിച്ച ചരിത്രം നാം പിന്നീടു കേൾക്കുന്നത് 18-ാം നൂറ്റാണ്ടിലെ ഭാരതത്തിൽനിന്നാണ്. മൈസൂർ രാജാക്കന്മാരായ ഹൈദരാലിയും മകൻ ടിപ്പു സുൽത്താനും ബ്രിട്ടീഷ് സൈന്യത്തിനെതിരായി റോക്കറ്റുകൾ ഉപയോഗിച്ചിരുന്നു. ടിപ്പുവിന്റെ തോല്വിക്കുശേഷം ഇത്തരം റോക്കറ്റുകൾ ബ്രിട്ടീഷ് സൈന്യത്തിലെ എഞ്ചിനീയർമാർ വിശദമായ പഠനത്തിന് വിധേയമാക്കുകയും പരിഷ്കരിക്കുകയും ചെയ്തു. പക്ഷേ ആധുനിക റോക്കറ്റിന്റെ മുൻഗാമികൾ ജന്മമെടുത്തത് രണ്ടാംലോക മഹായുദ്ധകാലത്ത് ഹിറ്റ്ലറുടെ ജർമ്മനിയിലായിരുന്നു. വളരെ ഫലപ്രദമായി ഹിറ്റ്ലർ ഇംഗ്ലണ്ടിനെതിരായി റോക്കറ്റുകൾ ഉപയോഗിക്കുകയും ചെയ്തു. പക്ഷേ 1945 ൽ ഹിറ്റ്ലർ യുദ്ധത്തിൽ പരാജയിച്ചതോടെ, ജർമ്മനിയിൽ ശേഷിച്ച റോക്കറ്റുകളെയും സാങ്കേതിക വിദഗ്ദ്ധരേയും അമേരിക്കയും സോവിയറ്റ് യൂണിനും പങ്കിട്ടെടുക്കുകയാണുണ്ടായത്. ഇന്നു നാം എവിടെയും കാണുന്ന പടുകൂറ്റൻ റോക്കറ്റുകളുടെ മുതുമുത്തപ്പൻ ഹിറ്റ്ലറുടെ ആജ്ഞാനുസരണം പ്രവർത്തിച്ചിരുന്ന ശാസ്ത്രജ്ഞർ വികസിപ്പിച്ചെടുത്ത V-2 എന്ന് പേരുള്ള റോക്കറ്റ് തന്നെയാണ്.

ആധുനിക റോക്കറ്റുകളുടെ ചരിത്രം ഇപ്രകാരം 1940-കളിലാണ് തുടങ്ങിയത്. യുദ്ധാവശ്യങ്ങൾക്കായുള്ള റോക്കറ്റുകളെ സാധാരണയായി മിസ്സൈലുകളെന്നാണ് വിളിക്കുക. ഇത്തരം ഒരു ICBM (Inter Continental Ballistic Missile) ഉപയോഗിച്ചാണ് 1957-ൽ സോവിയറ്റ് യൂണിയൻ പ്രഥമ ഉപഗ്രഹം വിക്ഷേപിക്കുന്നത്. എന്നാൽ മനുഷ്യന്റെ ബഹിരാകാശത്തെക്കുറിച്ചുള്ള ജിജ്ഞാസ വളരെ മുമ്പുതന്നെ തുടങ്ങിയിരുന്നു എന്നതിന്റെ തെളിവാണ് AD 168 ൽ ഗ്രീസിൽ പ്രസിദ്ധീകരിച്ച ഒരു ഗ്രന്ഥം. *True History* എന്ന പേരുള്ള ഈ ഗ്രന്ഥത്തിൽ അതിന്റെ കർത്താവായ ലൂഷിയൻ വിവരിക്കുന്നത് ഒരു ചുഴലിക്കാറ്റ് പൊക്കിയെടുത്ത് ചന്ദ്രനിൽ നിക്ഷേപിക്കുന്ന ഒരു കപ്പലിന്റെയും അതിലെ യാത്രക്കാരുടെയും കഥയാണ്. ഇതിനുശേഷം ഇത്തരം ബഹിരാകാശസംബന്ധിയായ കാല്പനിക ഗ്രന്ഥങ്ങൾ ഉണ്ടാകുന്നത് 19-ാം നൂറ്റാണ്ടിൽ മാത്രമാണ്.

ഈ ചരിത്രം സൂചിപ്പിക്കുന്നത് മനുഷ്യമനസ്സിൽ പ്രപഞ്ചത്തെക്കുറിച്ചുള്ള കൗതുകചിന്തകൾ പണ്ടുമുതൽ തന്നെ കുടിയേറിയിരുന്നുവെന്നാണ്. എന്നാൽ ഇത്തരം കാല്പനികമായ സ്വപ്നങ്ങൾ യാഥാർത്ഥ്യമാകണമെങ്കിൽ തക്കതായ സാങ്കേതികവിദ്യയുണ്ടാകണം. അത്തരം ഒരു

അനുകൂലസാങ്കേതിക സാഹചര്യമാണ് 20–ാം നൂറ്റാണ്ടിന്റെ മദ്ധ്യം മുതൽ നിലവിൽവന്നത്. അന്നു മുതൽ ബഹിരാകാശ പര്യവേക്ഷണത്തിന്റെ കാര്യത്തിൽ മനുഷ്യന് തിരിഞ്ഞുനോക്കേണ്ടി വന്നിട്ടില്ല. 1960 കൾ മുതൽ തന്നെ സോവിയറ്റ് യൂണിയൻ, അമേരിക്ക എന്നീ വികസിത രാജ്യങ്ങൾ ഗ്രഹാന്തര പര്യവേഷണം ഏറ്റെടുത്തിരുന്നു. തുടർന്ന് യൂറോപ്പ്, ജപ്പാൻ, ചൈന എന്നീ രാജ്യങ്ങളും അടുത്തകാലത്ത് ഇന്ത്യയും ഇത്തരം സംരംഭങ്ങളിൽ പങ്കെടുക്കാൻ തുടങ്ങി. 2013 നവംബർ 5 ന് യാത്ര തുടങ്ങി 2014 സെപ്തംബർ 24–ന് ഇന്ത്യയുടെ 'മംഗൾയാൻ' എന്ന പേടകം ചൊവ്വാഗ്രഹത്തിന്റെ ഭ്രമണപഥത്തിൽ പ്രവേശിച്ചതോടെ ഇന്ത്യ സ്വന്തം സാങ്കേതിക മികവ് തെളിയിക്കുകയാണ് ചെയ്തത്. ഇന്നേവരെ 50–ലേറെ ചൊവ്വാദൗത്യങ്ങളുണ്ടായിട്ടുണ്ട്. അതിൽ 35% മാത്രമേ വിജയം കണ്ടുള്ളൂ. ആദ്യത്തെ ശ്രമത്തിൽത്തന്നെ ചൊവ്വയുടെ ഭ്രമണപഥത്തിൽ പ്രവേശിക്കാൻ കഴിഞ്ഞു എന്ന നേട്ടം ഇന്ത്യക്ക് അവകാശപ്പെടാം. ജപ്പാനും ചൈനയും ഇനിയും ഇതു ചെയ്യാനിരിക്കുന്നേയുള്ളൂ. ഇതിന്റെ അർത്ഥം, അവർ സാങ്കേതിക കഴിവിൽ നമ്മെക്കാൾ പിന്നിലാണെന്നല്ല. അവർ ചെയ്തു കഴിഞ്ഞ പല കാര്യങ്ങളും ചെയ്യാൻ നമുക്ക് വർഷങ്ങൾ വേണ്ടിവരും. ബഹിരാകാശ സംരംഭങ്ങളിൽ പരാജയങ്ങളും നിരാശയും സാധാരണമാണ്. ബഹിരാകാശ സാങ്കേതികവിദ്യ അത്രയ്ക്ക് സങ്കീർണ്ണമാണെന്നോർക്കുക. ഒരു ചെറിയ പിഴവ് പോലും മാപ്പ് അർഹിക്കുന്നില്ല എന്നോർക്കുമ്പോൾ നമ്മുടെ മംഗൾയാൻ വിജയം എത്ര മഹത്തരമാണ് എന്ന് മനസ്സിലാകും.

ഈ പശ്ചാത്തലത്തിൽ വേണം എന്റെ സുഹൃത്തും മുൻകാല സഹപ്രവർത്തകനുമായ ശ്രീ. സി രാമചന്ദ്രൻ രചിച്ച *മംഗൾയാനും ചൊവ്വയും പിന്നെ സൗരയൂഥവും* എന്ന ഗ്രന്ഥത്തെ സമീപിക്കേണ്ടത്. 24 അദ്ധ്യായങ്ങളിലായി ചൊവ്വയെ സംബന്ധിക്കുന്ന വിവരങ്ങൾ വിദ്യാർത്ഥികൾക്കും സാമാന്യജനങ്ങൾക്കും മനസ്സിലാകുന്ന രീതിയിൽ സരളമായി ശ്രീ. രാമചന്ദ്രൻ പ്രതിപാദിച്ചിരിക്കുന്നു. അതിനോടൊപ്പം ഐ എസ് ആർ ഒ-യുടെ സ്ഥാപകനായ ഡോ. വിക്രം സാരാഭായിയുടെയും അദ്ദേഹത്തിന്റെ ആദ്യകാല സഹപ്രവർത്തകരുടെയും അവരുടെ ദുഷ്കരമായ പ്രാരംഭ പ്രവർത്തനങ്ങളെയും കുറിച്ചുള്ള വസ്തുനിഷ്ഠമായ വിവരണങ്ങൾ ഈ ഗ്രന്ഥത്തിലുണ്ട്. ചൊവ്വ ഗ്രഹമാണ് ഇതിലെ മുഖ്യപ്രമേയം. മനുഷ്യൻ തുടക്കം മുതൽ നടത്തിയിട്ടുള്ള വിവിധ പര്യവേക്ഷണങ്ങളെക്കുറിച്ചുള്ള അവശ്യം വേണ്ട വിശദാംശങ്ങൾ ഈ ഗ്രന്ഥത്തിൽ നിന്നും ലഭിക്കും.

ബഹിരാകാശശാസ്ത്ര സാങ്കേതിക വിദ്യയുടെ വിശദാംശങ്ങളെ സങ്കീർണ്ണതയുടെ മടുപ്പ് തോന്നാത്ത രീതിയിൽ ലളിതമായ ശൈലിയിൽ അവതരിപ്പിച്ചിട്ടുള്ള ഈ ഗ്രന്ഥം മലയാളത്തിലെ ശാസ്ത്രസാഹിത്യ ശേഖരത്തിലെ അമൂല്യമായ ഒരു മുതൽക്കൂട്ടായിരിക്കും എന്നതിനു സംശയം വേണ്ട. ശ്രീ. സി രാമചന്ദ്രന്റെ ഈ രചനയ്ക്ക് അവതാരിക എഴുതാൻ എനിക്ക് അവസരം തന്ന അദ്ദേഹത്തിന്റെ സന്മനസ്സിന് നന്ദി.

സെപ്റ്റംബർ 28, 2014

1

മംഗൾയാനിന് മംഗളം നേർന്നുകൊണ്ട്

നമ്മുടെ ഒരവയവം പ്രവർത്തനരഹിതമാകുമ്പോഴാണ് അതിന്റെ പ്രാധാന്യം നാം മനസിലാക്കുന്നത്. സാധാരണനിലയിൽ പ്രവർത്തിക്കുമ്പോൾ നമുക്കത് അനുഭവമാകുന്നില്ല. നാം അകലങ്ങളിലുള്ളവരുമായി ആശയവിനിമയം ചെയ്യുമ്പോഴാകട്ടെ, അകലങ്ങളിലെ കാഴ്ചകൾ സ്വീകരണമുറിയിലിരുന്നു കാണുമ്പോഴാകട്ടെ, കാലാവസ്ഥയുടെ വിവരങ്ങൾ മുൻകൂട്ടി അറിയുമ്പോഴാകട്ടെ, പ്രകൃതിദുരന്തത്തെക്കുറിച്ച് മുന്നറിയിപ്പു ലഭിക്കുമ്പോഴാകട്ടെ ഇതെല്ലാം ബഹിരാകാശ ഗവേഷണവുമായി ബന്ധപ്പെട്ട നേട്ടങ്ങളായി ഓർമിക്കാറേയില്ല. ഏതെങ്കിലുമൊരു ദൗത്യം പരാജയപ്പെടുമ്പോഴാണ് കോലാഹലങ്ങളുണ്ടാകുന്നത്. ഇന്ത്യയുടെ ചന്ദ്രയാൻ പദ്ധതിയുടെ വിജയം ഇന്ത്യൻ ജനതയുടെ ആത്മവീര്യവും ആത്മാഭിമാനവും അതിന്റെ പാരമ്യത്തിലെത്തിച്ച സംഭവമായിരുന്നു. കിഴക്കൻ തീരത്ത് അടുത്തയിടെ വീശിയടിച്ച ഫൈലിൻ കൊടുങ്കാറ്റിന്റെ ഗതി ഒരു ദൃക്സാക്ഷി വിവരണമെന്നോണം നൽകിക്കൊണ്ട് എല്ലാ പ്രതിരോധ പ്രവർത്തനങ്ങളും സമയബന്ധിതമായും കാര്യക്ഷമമായും നിർവഹിക്കുവാൻ സഹായിച്ചതും നമ്മുടെ അപായ മുന്നറിയിപ്പ് ഉപഗ്രഹങ്ങളുടെ കാര്യക്ഷമമായ പ്രവർത്തനഫലമായിട്ടാണ്.

ഇന്ത്യയുടെ ഏറ്റവും പുതിയ ബഹിരാകാശ പദ്ധതിയായ 'മംഗൾയാൻ' എന്ന ചൊവ്വാ ഭ്രമണോപഗ്രഹവും അതിന്റെ പ്രാഥമിക ദൗത്യനിർവഹണത്തോടെ രാജ്യത്തിന് അഭിമാനം നേടിത്തന്നിരിക്കുകയാണ്. ചന്ദ്രയാനിന്റെ വിക്ഷേപണം നാലുലക്ഷം കിലോമീറ്റർ അകലമുള്ള ഒരു ലക്ഷ്യത്തിലേക്കായിരുന്നുവെങ്കിൽ ഇപ്പോഴത്തേത് ഏകദേശം ഇരുപതു കോടി കിലോമീറ്റർ അകലേക്കാണ്. ലക്ഷ്യത്തിലെത്താൻ ഒരു വർഷത്തോടടുത്ത സമയമെടുക്കും. ചന്ദ്രയാൻ ചന്ദ്രന്റെ കാര്യത്തിലെന്ന

പോലെ മംഗൾയാൻ ചൊവ്വയുടെ അന്തരീക്ഷത്തെക്കുറിച്ചും സൗരയൂഥത്തിന്റെ ഉൽപ്പത്തിയെക്കുറിച്ചും പഠനത്തിനു സഹായകമായ വിവരങ്ങൾ നൽകുമെന്നു പ്രതീക്ഷിക്കുന്നു. ചൊവ്വയെക്കുറിച്ച് സമൂഹത്തിൽ പ്രചരിപ്പിക്കപ്പെടുന്ന മൂഢജഢിലമായ അന്ധവിശ്വാസങ്ങളിൽനിന്ന് കുറേപ്പേരെങ്കിലും മോചിതരായേക്കുമെന്നു പ്രതീക്ഷിക്കാവുന്നതുമാണ്. അതും അതിന്റെ ഒരു ഗുണഫലമായി ഭവിക്കും.

വികസിതരാജ്യങ്ങൾ മുൻപു നടത്തിയിട്ടുള്ള ചില ചൊവ്വാ ദൗത്യങ്ങളെക്കുറിച്ചുള്ള വിവരങ്ങൾ അറിയുന്നതു കൗതുകകരമായിരിക്കും. 1964 ൽ നാസ വിക്ഷേപിച്ച മാരിനർ–4, ഒരു വർഷത്തിനുശേഷം ചൊവ്വയുടെ സമീപത്തു കൂടെ കടന്നുപോകുകയും ചിത്രങ്ങളയയ്ക്കുകയും ചെയ്തു.

1971 ൽ സോവിയറ്റ് യൂണിയന്റെ മാഴ്സ്–3 എന്ന ബഹിരാകാശയാനം ചൊവ്വയെ വലംവയ്ക്കുകയും ചിത്രങ്ങളയയ്ക്കുകയും ചെയ്തു. മാത്രമല്ല, ചൊവ്വയിൽ ഇറങ്ങുകയുമുണ്ടായി.

1971 ൽ നാസയുടെ മാരിനർ–9 ചൊവ്വയെ വലംവയ്ക്കുകയും അന്നേരം അവിടെയുണ്ടായ ഒരു പൊടിക്കാറ്റിന്റെ ചിത്രങ്ങളും അഗ്നി

മംഗൾയാൻ വിക്ഷേപണത്തിന് തയാറായ നിലയിൽ

പർവതങ്ങളുടെ ചിത്രങ്ങളും ഭൂമിയിലേക്കയയ്ക്കുകയും ചെയ്തു. എന്നോ ഉണ്ടായിരുന്ന ഒരു ജലപ്രവാഹത്തിന്റെ ബാക്കിപത്രമെന്നോണം സ്ഥിതി ചെയ്യുന്ന ഒരു ചാലിന്റെ ചിത്രവും അതയയ്ക്കുകയുണ്ടായി.

1975 ൽ നാസ വൈക്കിങ് 1, 2 എന്ന രണ്ടു യാനങ്ങൾ ചൊവ്വയിലേക്ക

യച്ചു. രണ്ടും 1976 ൽ ചൊവ്വയുടെ പ്രതലത്തിലിറങ്ങി പര്യവേക്ഷണം നടത്തി. ജീവന്റെ സാന്നിധ്യത്തെക്കുറിച്ചുള്ള അന്വേഷണവും ഇതിൽപെട്ടിരുന്നു.

1996 ൽ നാസ മാഴ്സ് ഗ്ലോബൽ സർവെയർ എന്ന ഉപഗ്രഹം ചൊവ്വയിലേക്കയച്ചു. അത് ഏതാണ്ട് ഒൻപതു വർഷത്തിൽപ്പരം സജീവമായി ഭ്രമണപഥത്തിൽ നിലനിന്നു. അതേവർഷം തന്നെ (1996) 'മാഴ്സ് പാത്ത് ഫൈൻഡർ', 'സോജോർണർ' എന്നീ രണ്ടു യാനങ്ങൾ ചൊവ്വയുടെ ഉപരിതലത്തിലിറങ്ങുകയും വിലപ്പെട്ട വിവരങ്ങൾ നൽകുകയും ചെയ്തു.

2001 ൽ നാസ വിക്ഷേപിച്ച 'മാഴ്സ് ഒഡ്സിസി ഓർബിറ്റർ' ഇന്നും സജീവമായി ചൊവ്വയെ വലംവച്ചുകൊണ്ടിരിക്കുന്നു.

2003 ൽ ഈസ (യൂറോപ്യൻ സ്പേസ് ഏജൻസി) വിക്ഷേപിച്ച 'മാഴ്സ് എക്സ്പ്രസ്' ഇന്നും ഭ്രമണപഥത്തിലുണ്ട്. എന്നാൽ, അതിൽ നിന്ന് ചൊവ്വയുടെ ഉപരിതലത്തിലേക്കയച്ച 'ബീഗിൾ–2' എന്ന ഉപകരണം വീണുതകർന്നു.

2005 ൽ നാസ വിക്ഷേപിച്ച 'മാഴ്സ് റിക്കൊണൈസൻസ് ഓർബിറ്റർ' ഇന്നും സജീവമാണ്.

2008 ൽ നാസ വിക്ഷേപിച്ച 'മാഴ്സ് ഫിനിക്സ്' ചൊവ്വയുടെ ധ്രുവപ്രദേശത്തെക്കുറിച്ചു പഠിക്കാനുള്ളതായിരുന്നു.

2011 ൽ നാസ ചൊവ്വയിലേക്കയച്ച 'ക്യൂരിയോസിറ്റി'യും 'മാഴ്സ് സയൻസ് ലബോറട്ടറി'യും സ്തുത്യർഹമായ പ്രവർത്തനങ്ങളാണു നടത്തി വരുന്നത്.

പരാജയങ്ങളുടെ ചിത്രങ്ങൾ

1988 ൽ സോവിയറ്റ് യൂണിയൻ അയച്ച ഫോബോസ്–1, ഫോബോസ്–2 എന്നീ യാനങ്ങൾ അതിന്റെ യാത്രയ്ക്കിടയിൽ പ്രവർത്തനക്ഷമമല്ലാതായി.

1992 ൽ നാസയുടെ 'മാഴ്സ് ഓർബിറ്റർ' യാത്രക്കിടയിൽ പരാജയപ്പെട്ടു.

1996 ൽ റഷ്യ വിക്ഷേപിച്ച ചൊവ്വായാനം ഭൂമിയുടെ ഗുരുത്വാകർഷണത്തിൽനിന്നു കടന്നകന്നു പോകുന്നതിൽ പരാജപ്പെട്ടു.

1998 ൽ അയച്ച ജപ്പാന്റെ 'നോസോമി' പരാജയപ്പെട്ടു.

1999 ൽ അമേരിക്കയുടെ രണ്ടു ദൗത്യങ്ങൾ പരാജയപ്പെട്ടു. 'മാർസ് ക്ലൈമറ്റ് ഓർബിറ്റർ,' 'മാഴ്സ് പോളാർ ലാൻഡർ' എന്നീ പദ്ധതികൾ ചൊവ്വയിൽ ഇടിച്ചു വീണുതകർന്നു.

2003 ൽ യൂറോപ്യൻ സ്പേസ് ഏജൻസിയുടെ 'ബീഗിൾ–2' ചൊവ്വയുടെ ഉപരിതലത്തിൽ വീണുതകർന്നു.

2011 ൽ റഷ്യയുടെ 'ഫോബോസ്–ഗ്രൺട്' എന്ന ദൗത്യത്തിന്റേത്, ചൊവ്വയുടെ ചന്ദ്രനായ ഫാബോസിൽ ഇറങ്ങി അവിടുത്തെ മണ്ണു ശേഖരിച്ച് അത് ഭൂമിയിൽ കൊണ്ടുവരിക എന്നതായിരുന്നു. ഗ്രൺട് എന്നാൽ

റഷ്യൻ ഭാഷയിൽ മണ്ണ് എന്നാണ്. സോവിയറ്റ് യൂണിയന്റെ ഒരു യാന്ത്രിക ദൗത്യം പണ്ടുകാലത്ത് ചന്ദ്രനിൽ ഇറങ്ങി മണ്ണു ശേഖരിച്ചു കൊണ്ടുവരികയുണ്ടായതുപോലെയാണിത്. പക്ഷേ, ഇതിപ്രാവശ്യം പ്രാരംഭത്തിൽത്തന്നെ പദ്ധതി അലസിപ്പോയി.

2

ചൊവ്വയുടെ ഗ്രഹനില

സൗരയൂഥത്തിലെ എട്ടു ഗ്രഹങ്ങളിൽ നാലാമത്തേതാണ് ചൊവ്വ. ജ്യോതിഷത്തിൽ ഇതിന് കുജൻ എന്നു പേർ. ജ്യോതിഷികളുടെ ഗ്രഹനില വരക്കള്ളികളിൽ 'കു' എന്നു ചുരുക്കി എഴുതും. പാശ്ചാത്യർ 'മാഴ്സ്' എന്ന് അതിനെ അറിഞ്ഞിരുന്നു.

സൂര്യനോടടുത്ത നാലുഗ്രഹങ്ങൾ അകംഗ്രഹങ്ങൾ (inner planets) എന്നറിയപ്പെടുന്നു, അതിന്റെയെല്ലാം തറ ഉറപ്പുള്ളതിനാൽ 'ടെറസ്ട്രിയൽ' എന്നുമറിയപ്പെടുന്നു. ക്രമത്തിൽ അവ ബുധൻ, ശുക്രൻ, ഭൂമി, ചൊവ്വ എന്നിങ്ങനെയാണ്. ചുരുക്കത്തിൽ ചൊവ്വ അകംഗ്രഹങ്ങളിൽ അവസാനത്തേതാണ്.

ചൊവ്വയ്ക്കപ്പുറം വ്യാഴം, ശനി, യുറാനസ്, നെപ്ട്യൂൺ എന്നീ നാലു ഗ്രഹങ്ങളെ പുറംഗ്രഹങ്ങൾ എന്നറിയപ്പെടുന്നു. അവ മിക്കവാറും അതിശീതാവസ്ഥയിലുള്ള വാതകങ്ങളാലുള്ളവയാണ്. അവ അകംഗ്രഹങ്ങളെ അപേക്ഷിച്ച് വലുതുമാകയാൽ വാതകഭീമന്മാർ എന്നും അറിയപ്പെടുന്നു.

സൂര്യനിൽനിന്നുള്ള ക്രമപ്രകാരം ഭൂമിയുടെ ഇപ്പുറത്തും അപ്പുറത്തുമായി നിൽക്കുന്നത് ശുക്രനും ചൊവ്വയുമാണ്. ശുക്രൻ ഭൂമിയേക്കാൾ സൂര്യനോടടുത്തു നിൽക്കുകയാൽ അവിടെ ചൂടു കൂടുതലാണ്. മാത്രമല്ല ഹരിതവാതകങ്ങളുള്ളതിനാൽ ചൂട് നഷ്ടപ്പെടുന്നുമില്ല. ഈയം ഉരുകുവാൻ വേണ്ട താപം അവിടെ നിലനിൽക്കുന്നു; +400°C ലും മീതെ. എന്നാൽ ചൊവ്വയാകട്ടെ, ഭൂമിക്കുമപ്പുറം സൂര്യനിൽനിന്ന് അകലെയാകയാൽ ചൂട് ഭൂമിയുടേതിലും താഴെയാണ്. ചൊവ്വയ്ക്ക് അന്തരീക്ഷവുമില്ല. ചൊവ്വയുടെ ഉപരിതലത്തിലെ ശരാശരി താപം; −75°C ആണ്.

ഒരുകാലത്ത് ചൊവ്വയ്ക്ക് അന്തരീക്ഷത്തിന്റെ ആവരണമുണ്ടായിരുന്നതായി വിശ്വസിക്കപ്പെടുന്നുണ്ട്. മാത്രമല്ല, ദ്രാവകരൂപത്തിൽ ജലവും

ഏതെങ്കിലും രൂപത്തിലുള്ള ജീവികളും ഉണ്ടായിരുന്നതായും കരുതിയിരുന്നു. ഇന്നു പക്ഷേ, നമ്മുടെ അന്വേഷണയന്ത്രസംവിധാനങ്ങൾ സൂക്ഷ്മമായി പരിശോധിച്ചിട്ടും അത്തരത്തിലെന്തെങ്കിലും ഉള്ളതായി കണ്ടെത്തിയിട്ടില്ല. 1960 മുതൽതന്നെ അന്വേഷണ ഉപഗ്രഹങ്ങൾ ചൊവ്വയെക്കുറിച്ചുള്ള വിവരങ്ങൾ നമുക്കു തരുന്നുണ്ട്. നാസ, സോവിയറ്റ് യൂണിയൻ, ഈസ (യൂറോപ്യൻ സ്പേസ് ഏജൻസി) ഇപ്പോൾ റഷ്യ എന്നിവ ഇക്കാര്യത്തിൽ ആഴത്തിൽ പഠനം നടത്തിയിട്ടുണ്ട്. സ്പിരിറ്റ് റോവർ എന്ന നാസയുടെ റോബോട്ട് ചൊവ്വയുടെ ഉപരിതലത്തിൽ സഞ്ചരിച്ച് അന്വേഷണങ്ങൾ നടത്തിയ കാര്യവും നമുക്കറിയാം. ഇതെല്ലാംതന്നെ ചൊവ്വയിൽ ജീവനുണ്ടായിരുന്നു എന്ന പഴയ വിശ്വാസങ്ങളെ തകർത്തെറിഞ്ഞു.

ചൊവ്വയിലെ മനുഷ്യരും ഭൂമിയിലുള്ളവരുമായി നടത്തിയ ഒരു യുദ്ധത്തിന്റെ കഥയാണ് എച്ച് ജി വെൽസിന്റെ *ഗോളാന്തരയുദ്ധം* (*war of the worlds*). ദൂരദർശിനിയിലൂടെ നോക്കുമ്പോൾ കണ്ട ചില ചാലുകൾ ജലസേചനപദ്ധതികളുടേതായേക്കാമെന്ന് തെറ്റിദ്ധരിച്ചതുമൂലമാകാമത്. ഒരുപക്ഷേ, യുഗങ്ങൾക്കുമുൻപേ ജലമൊഴുകിപ്പോയ ചാലുകളുടെ പാടുകളാകാനും മതി അത്.

ചൊവ്വയുടെ ദ്രവ്യമാനം ഭൂമിയുടേതിന്റെ പത്തിലൊന്നു മാത്രമാണ് വ്യാസം പകുതിയും. ഭൂമിയുടേതിനെക്കാൾ സാന്ദ്രത കുറവുമാണ്. സൂര്യനെ ഒരുവട്ടം വലംവയ്ക്കാൻ 687 ദിവസമെടുക്കും. അതായത് ഏകദേശം ഭൂമിയിലെ 1 വർഷം 10 മാസം. സൂര്യപ്രകാശത്തിന്റെ തീവ്രത ഭൂമിയുടേതിന്റെ പകുതിയേ വരൂ. ഉപരിതലത്തിലെ ശരാശരി ഊഷ്മാവ് –75°C. ഉപരിതലം ഇരുമ്പ് ഓക്സൈഡ് അടങ്ങിയ പൊടികൊണ്ടു മൂടിക്കിടക്കുന്നതിനാലാണ് ചുവപ്പുനിറത്തിൽ കാണുന്നത്. യുദ്ധത്തിന്റെ ദേവനായി ഗ്രീക്കുകാർ ആരാധിക്കുവാനുള്ള കാരണവും ചുവപ്പുനിറമാണ്.

ഈ ചുവപ്പുഗോളത്തെ രണ്ടുവർഷത്തിലൊരിക്കൽ 4 മാസത്തോളം നമുക്കു കാണാൻ കഴിയും. മറ്റുസമയങ്ങളിൽ അത് സൂര്യനോടടുത്ത് പകൽ സമയത്തായിരിക്കും ആകാശത്തുണ്ടാവുക. അതുകൊണ്ടാണ് നമുക്കു കാണാൻ കഴിയാതെ വരുന്നത്. ചൊവ്വയുടെ ഒരു ദിവസം എന്നത് ഏതാണ്ട് ഭൂമിയുടേതിനോടു സമാനമാണ് – 24 മണിക്കൂർ 37 മിനിറ്റ് 23 സെക്കന്റ്.

കത്തിയമർന്ന അഗ്നിപർവതങ്ങളുടെ ശേഷിപ്പുകളാണ് പാറക്കെട്ടുകളും നിരപ്പില്ലാത്ത തറയും. ധ്രുവങ്ങളിലെ മഞ്ഞുതൊപ്പി ഉറഞ്ഞ കാർബൺ ഡയോക്സൈഡിന്റേതാണ്. അതിൽ ജലാംശവും ചെറിയതോതിൽ ഉണ്ടായേക്കാം. ഋതുഭേദങ്ങൾക്കനുസരിച്ച് മഞ്ഞുതൊപ്പിയുടെ വലുപ്പം കൂടുകയും കുറയുകയും ചെയ്യും.

ഒന്നുകിൽ മഞ്ഞുകട്ട അല്ലെങ്കിൽ ജലബാഷ്പം. ഇതാണ് ചൊവ്വയിലെ വെള്ളത്തിന്റെ സ്ഥിതി. അന്തരീക്ഷമർദവും താപവും സമതുലിതമായ ഒരു സ്ഥിതിയിൽ നിലനിൽക്കുന്ന പരിതഃസ്ഥിതിയിൽ മാത്രമേ

ജലം ദ്രവരൂപത്തിലുണ്ടാകൂ. ഭൂമിയെപ്പോലെ അക്കാര്യത്തിൽ ഭാഗ്യവതിയായ മറ്റൊന്ന് സൗരയൂഥത്തിലില്ല. മറ്റേതെങ്കിലുമൊരു നക്ഷത്രയൂഥത്തിലുണ്ടായേക്കുമോ എന്ന് നമുക്കറിഞ്ഞു കൂടാ. മനുഷ്യന്റെ ഇന്നത്തെ അന്വേഷണത്തിന്റെ ഒരു പ്രധാന വിഷയവും ഇതാണ്. ഇന്നത്തെ തെളിവുകൾവച്ച് അനുമാനിക്കുന്നത് ചൊവ്വയിൽ ആകെയുള്ള മഞ്ഞുകട്ടകൾ ഉരുകുകയും ബാഷ്പം ദ്രവീകരിക്കുകയും ചെയ്താൽപ്പോലും ഭൂമിയിലെ ഒരു ചെറുതടാകത്തിൽ കൊള്ളാനുള്ള വെള്ളമേ കാണൂ എന്നാണ്. തണുത്തു മരവിച്ച മൈതാന സമാനമായ പ്രതലങ്ങൾക്കടിയിൽ ഉറഞ്ഞ ജലപാളികൾ കണ്ടേക്കാമെന്നാണ് ചില ശാസ്ത്രജ്ഞന്മാർ വിശ്വസിക്കുന്നത്.

മർദമില്ലാത്ത നേർത്ത അന്തരീക്ഷമാണെങ്കിൽപ്പോലും രൂക്ഷമായ പൊടിക്കാറ്റ് ഋതുഭേദമനുസരിച്ച് ഉണ്ടാകാറുണ്ട്. ഒന്നര വർഷത്തിലൊരിക്കൽ സൂര്യനോട് അടുത്ത് പെരിഹിലിയണിൽ വരുമ്പോഴാണ് അതു സംഭവിക്കുന്നത് (ദീർഘ വൃത്താകൃതിയിൽ സൂര്യനെ വലംവയ്ക്കുന്ന ഒരു ഗ്രഹം സൂര്യനോടടുത്തുവരുന്ന അവസ്ഥയെ 'പെരിഹിലിയൺ'-(ഉപസൗരം)-എന്നും അകന്നുനിൽക്കുന്ന അവസ്ഥയെ 'അപ്ഹിലിയൺ'

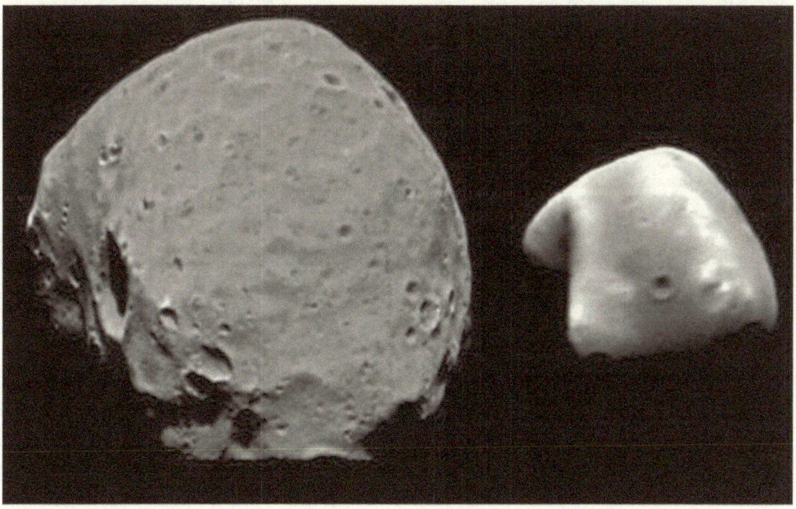

ഫോബോസ്, ഡിമോസ് എന്ന ചൊവ്വയുടെ രണ്ട് ഉപഗ്രഹങ്ങൾ

(സൗരോച്ചം) എന്നുമാണ് പറയുന്നത്.)

ചൊവ്വയ്ക്ക് രണ്ടു ഉപഗ്രഹങ്ങളുണ്ട് - ഫോബോസ്, ഡിമോസ് എന്നിവ. ഉരുളക്കിഴങ്ങുപോലെ വിലക്ഷണഗോളങ്ങളാണവ. ഭൂമിയുടെ ചന്ദ്രനെപ്പോലെ അവയ്ക്ക് അഴകില്ല എന്നു സാരം. സൗരയൂഥത്തിലെ മറ്റു ഉപഗ്രഹങ്ങളും ഇതുപോലെതന്നെ വിരൂപങ്ങളാണ്. ഒന്നുകിൽ അത് ഗുരുത്വാകർഷണമില്ലായ്കമൂലം ഗോളാകൃതി കൈവരിക്കാൻ കഴിയാതെ

പോയത്, അല്ലെങ്കിൽ ഇടിച്ചുതകർന്ന് വിരൂപമായതുമാകാം.

ആകാശഗോളങ്ങളുടെ ചലനം വൃത്താകാരമായ സഞ്ചാരപഥങ്ങളിലൂടെയാണെന്നാണ് പൗരാണികർ വിശ്വസിച്ചിരുന്നത്. കാരണം, ഗോളവും വൃത്തവുമാണ് ദൈവത്തിന് ഏറ്റവും പ്രിയപ്പെട്ട രൂപങ്ങൾ എന്നൊരു ധാരണയുണ്ടായിരുന്നു. എന്നാൽ, ചൊവ്വയുടെ ഭ്രമണപഥം നിരീക്ഷിക്കുമ്പോഴാണ് ഇതത്ര ശരിയാകാൻ വഴിയില്ലെന്ന് കെപ്ലർക്ക് ബോധ്യമായത്. ജ്യോതിഷികൾ വളരെ ഭീതിയോടെ കണ്ടിരുന്ന ചൊവ്വയുടെ വക്രഗതിയുടെ കാരണവും കെപ്ലർ കണ്ടെത്തി. വക്രഗതി എന്നത് മനുഷ്യൻ ചൊവ്വയെ ചില കാലങ്ങളിൽ ആപേക്ഷികമായ ചില കോണുകളിലൂടെ നിരീക്ഷിക്കുമ്പോഴുണ്ടാകുന്ന ഒരു ദൃക്ഭ്രംശം മാത്രമാണ്. ഭൂമിയും ചൊവ്വയും താന്താങ്ങളുടെ ദീർഘവൃത്ത ഭ്രമണപഥത്തിൽ ചലിക്കുമ്പോൾ, ചില വശസ്ഥാനങ്ങളിൽ വളവു തിരിയുമ്പോൾ ദൃഷ്ടികോണിലൂടെയുണ്ടാകുന്ന നോട്ടപ്പിശകാണ് ഇതിനുകാരണം. സാധാരണ ജീവിതത്തിൽ വളവു തിരിയുന്ന ഒരു തീവണ്ടിയിലിരുന്ന് വിശാലമായ ഒരു ഭൂപ്രദേശത്തെ നോക്കുമ്പോൾ അകലെയുള്ള വസ്തുക്കൾ അടുത്തുള്ളവയെ മറികടക്കുന്നതായി തോന്നും. എന്നാൽ മറുവശത്തുള്ള ഒരു ജനലിലൂടെ നോക്കുമ്പോൾ കാഴ്ച മറ്റൊരു രീതിയിലുമായിരിക്കും.

മനുഷ്യന്റെ ശ്രദ്ധ ഇന്ന് ചൊവ്വയിലേക്ക് ഗൗരവപൂർവം തിരിഞ്ഞിട്ടുണ്ട്. തീക്ഷ്ണമായ താപമുള്ളതിനാലും തീവ്രതയുള്ള രാസാന്തരീക്ഷം നിലനിൽക്കുകയാലും 'ശുക്രനെ' എഴുതിത്തള്ളുകയേ നിവൃത്തിയുള്ളൂ. ഉറപ്പുള്ള തറയുള്ളതും നേർത്ത അന്തരീക്ഷമുള്ളതുമായ ചൊവ്വയാണ് പിന്നെയും പരിഗണിക്കാനാവുന്ന ഏക ഗ്രഹം. മനുഷ്യനെ ചൊവ്വയിലിറക്കാനുള്ള ഒരു ദീർഘകാല പദ്ധതിക്ക് നാസ രൂപംനൽകി വരികയാണ്. ജീവയോഗ്യമായ ഒരു അന്തരീക്ഷം ചൊവ്വയുടെ പ്രതലത്തിലെവിടെയെങ്കിലും സൃഷ്ടിച്ചെടുക്കാനാവുമോ എന്ന ചിന്തയുമുണ്ട്. സാങ്കേതിക പരിമിതികളേക്കാൾ സാമ്പത്തിക സ്ഥിതിയാണ് പ്രതിബന്ധം. ഒരു ആഗോള സഹകരണ സംരംഭമായിരിക്കും ഇതിനു പ്രായോഗികം.

3

പ്രകൃതവും പ്രകൃതിയും

ചൊവ്വ അതിന്റെ ഭ്രമണത്തിനിടയിൽ ഭൂമിയോട് ഏറ്റവും അടുത്തു വരുമ്പോൾ ഏകദേശം 7 കോടി കിലോമീറ്റർ അകലത്തിലായിരിക്കും. ഏറ്റവും അകലെയായിരിക്കുമ്പോൾ ഏകദേശം 40 കോടിയോളം കിലോമീറ്ററകലെയുമായിരിക്കും. ഭൂമിയോട് ഏറ്റവുമടുത്തുള്ള ആകാശഗോളമായ ചന്ദ്രനിലേക്ക് 4 ലക്ഷം കിലോമീറ്റർ മാത്രമാണ് അകലം എന്ന് ഓർമിക്കുക. പതിനഞ്ചു വർഷത്തിലൊരിക്കലാണ് ചൊവ്വ ഭൂമിയോട് ഏറ്റവുമടുത്തു വരുന്നത്. 2001 ലാണ് ഇതിനുമുൻപ് ചൊവ്വ ഏറ്റവും അടുത്തുവന്നത്. ഇനി 2016 ലും അത് അതീവശോഭയോടെ സന്ധ്യാനേരത്തുദിക്കും.

സൗരയൂഥത്തിലെ ഗ്രഹങ്ങളിൽ ഏറ്റവും ദീർഘതയുള്ള പഥം ബുധനും അതുകഴിഞ്ഞാൽ ചൊവ്വയ്ക്കുമാണ്. ഭൂമിയുടെ സാങ്കൽപ്പിക അച്ചുതണ്ടിന് 23^0 ചരിവുള്ളപ്പോൾ ചൊവ്വയുടേതും അതിനു സമാനമാണ് – 25^0. ഈ ചരിവുള്ളതും ഋതുക്കൾ മാറുന്നതിനു കാരണമാണ്.

ചൊവ്വയ്ക്ക് 1500 കിലോമീറ്റർ വ്യാസമുള്ള ശിലകൊണ്ടുള്ള ഒരു അകക്കാമ്പും 3500 കിലോമീറ്റർ കനത്തിൽ ബഹിരാവരണവും 200 കിലോമീറ്റർ കനത്തിൽ ഭൂവൽക്കവുമാണ് ഉള്ളത്. നേർത്ത അന്തരീക്ഷത്തിൽ 96 ശതമാനം കാർബൺ ഡയോക്സൈഡാണ്. കാന്തികമണ്ഡലത്തിനാകട്ടെ, ഭൂമിയുടേതിന്റെയത്ര തീവ്രതയില്ലെന്നു മാത്രമല്ല തീരെ ക്ഷീണിച്ചുമാണ്.

ചൊവ്വയുടെ ഉത്തരാർധഗോളം ലാവ പൊട്ടിയൊഴുകി പരന്നതുപോലുള്ള സമതല പ്രദേശങ്ങളുള്ളതും, ദക്ഷിണാർധഗോളം ഗർത്തങ്ങളും കുന്നുകളുമുള്ള നിരപ്പില്ലാത്തവയുമാണ്. സൗരയൂഥത്തിലെ ഏറ്റവും വലിയ അഗ്നിപർവതം ചൊവ്വയിലെ 'ഒളിംപസ് മോൺസ്' ആണ്. അടി

ഭാഗം 600 കിലോമീറ്റർ വ്യാസവും ഉയരം 26 കിലോമീറ്ററുമുള്ള ഒരു ഭീമാകാരൻ. ഭൂമിയിലെ 'മൗനാകി' അഗ്നിപർവതത്തിന് 9 കിലോമീറ്ററാണ് ഉയരം. 'താർസിസ്' എന്നു പേരുനൽകപ്പെട്ട ഏതാണ്ട് 3500 ചതുരശ്ര കിലോമീറ്റർ വിസ്തീർണമുള്ള ഒരു പീഠഭൂമിയും ചൊവ്വയിൽ കാണാം. ഇതിനരികെ അസ്ക്രിയസ് മോൺസ്, പവോനിസ് മോൺസ് എന്നീ അഗ്നിപർവതങ്ങളും നിലകൊള്ളുന്നു. മറ്റു പ്രധാനപ്പെട്ട അഗ്നിപർവതങ്ങൾ എലീസിയം മോൺസ്, ഹെകാറ്റസ് തോളസ്, അൽബോർ തോളസ് എന്നിങ്ങനെ പോകുന്നു. ഇന്ന് അതെല്ലാം നിർജീവമാണ്.

താർസിസിനു സമീപത്തായി വലിയ മലയിടുക്കുകൾ കാണപ്പെടുന്നുണ്ട്. ഇതിലൊന്നായ വാലസ് മാനറീസിന് 5000 കിലോമീറ്ററോളം നീളമുണ്ട്. പഴയകാല ചൊവ്വാനോക്കികളെ അത്ഭുതപ്പെടുത്തിയ ഒന്നാണ് ചൊവ്വയിലെ തോടുകൾ. ചൊവ്വാമനുഷ്യൻ നിർമിച്ച ജലസേചന പദ്ധതികളാണെന്ന് വ്യാഖ്യാനിക്കപ്പെട്ടു. 1877 ൽ ചൊവ്വ ഭൂമിയോട് ഏറ്റവും അടുത്തുവന്ന ഒരു കാലഘട്ടത്തിലാണ് ഇത്തരം കാഴ്ചകൾ അന്നത്തെ ശക്തിയേറിയ ദൂരദർശിനികളിലൂടെ കാണുകയുണ്ടായത്. അന്നാണ് ചൊവ്വയുടെ ഉപഗ്രഹങ്ങളായ ഫോബോസും ഡീമോസും ആദ്യമായി ദൃഷ്ടിയിൽപ്പെട്ടതും. അതേത്തുടർന്ന് ചൊവ്വാമനുഷ്യനെക്കുറിച്ചുള്ള അത്ഭുതകഥകൾ പ്രചരിച്ചു. ലോവൽ നിരീക്ഷണാലയത്തിന്റെ സ്ഥാപകനായ പെർസിവൽ ലോവൽ ചൊവ്വയിൽ ബുദ്ധിയുള്ള ജീവികളുണ്ടെന്നു വിശ്വസിച്ചിരുന്നു. അദ്ദേഹത്തിന്റെ പ്രസംഗങ്ങളിൽ ചൊവ്വാസംസ്കാരത്തെക്കുറിച്ചുള്ള ഭാവനാവിലാസങ്ങൾ നിറഞ്ഞൊഴുകിയിരുന്നു. ഇരുപതു വർഷക്കാലം അദ്ദേഹം ചൊവ്വയെ നിരീക്ഷിച്ചു മടുത്തശേഷമാണ് ഒൻപതാമത്തെ ഗ്രഹത്തെ കണ്ടെത്താനുള്ള ശ്രമത്തിലേക്കു തിരിഞ്ഞത്. സത്യത്തിൽ അദ്ദേഹം പ്ലൂട്ടോയെ കണ്ടെത്തിയതാണ്. പക്ഷേ, തിരിച്ചറിഞ്ഞില്ല. അതുകൊണ്ടു മാത്രം അംഗീകരിക്കപ്പെടാതെ പോയി. ജീവിതലക്ഷ്യമൊന്നും നിറവേറാതെ 1916 നവംബറിൽ ലോവൽ ഹൃദയാഘാതംമൂലം അന്തരിച്ചു. ലോവൽ നിരീക്ഷണാലയം

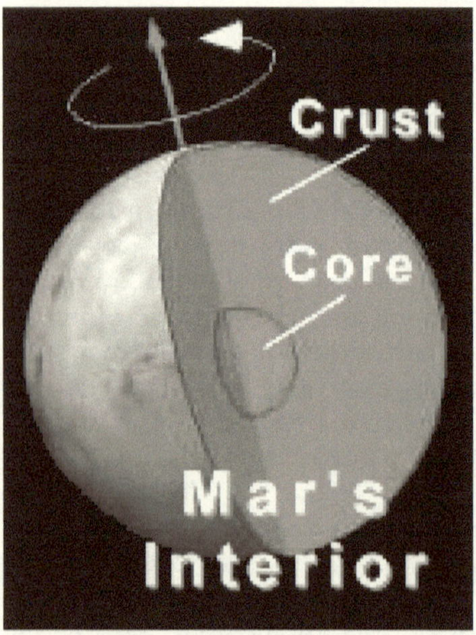

ചൊവ്വയുടെ ആന്തരികഘടന

ഇന്നും പ്രാധാന്യത്തോടെ നിലനിൽക്കുന്നു.

ഇന്നിപ്പോൾ ചൊവ്വയിലെ ജീവികളെക്കുറിച്ച് ഒരന്വേഷണവുമില്ല. ജീവന്റെ ഏതെങ്കിലും പ്രാഥമിക രൂപങ്ങളുണ്ടോ എന്നുമാത്രമാണ് ചോദ്യം. എന്നാൽ, ഒരുകാലത്ത് ചൊവ്വയിൽ വെള്ളമുണ്ടായിരുന്നു എന്ന് ഇന്നും വിശ്വസിക്കപ്പെടുന്നുണ്ട്. ചൊവ്വയുടെ ഉപരിതലത്തിനടിയിൽ ഉറഞ്ഞ മഞ്ഞുകട്ടികൾ കണ്ടേക്കാമെന്ന രീതിയിൽ അന്വേഷണവുമുണ്ട്. ധ്രുവങ്ങളിൽ കാണുന്ന വെള്ളത്തൊപ്പികൾ ജലമുറഞ്ഞതാണെന്നാണ് ധരിച്ചിരുന്നത്. എന്നാൽ, ഇന്ന് അത് ഉറഞ്ഞ കാർബൺഡയോക്സൈഡാണെന്നു തിരിച്ചറിഞ്ഞിട്ടുണ്ട്. ഋതുക്കളുടെ മാറ്റത്തിനനുസരിച്ച് തൊപ്പിയുടെ വലുപ്പം കൂടിയും കുറഞ്ഞുമിരിക്കും. ചൂടുകാലത്ത് ഇത് വല്ലാതെ ചുരുങ്ങുമെങ്കിലും പൂർണമായി ഇല്ലാതാകുന്നില്ല. കാർബൺഡൈഓക്സൈഡ് ആവിയായശേഷം അവശേഷിക്കുന്ന ഇത് ഉറഞ്ഞ ജലം തന്നെയാകാമെന്നു വിശ്വസിക്കപ്പെടുന്നുമുണ്ട്.

ചൊവ്വയുടെ അന്തരീക്ഷമർദം ഭൂമിയുടേതിന്റെ ഒരു ശതമാനത്തിൽ താഴെയേ വരൂ. അന്തരീക്ഷവായുവിൽ 95 ശതമാനവും കാർബൺ ഡയോക്സൈഡാണ്. ശേഷിക്കുന്നതിൽ പ്രധാനം നൈട്രജൻ, ആർഗൺ എന്നിവയാണ്. ഓക്സിജൻ, ഹൈഡ്രജൻ എന്നീ വാതകങ്ങളുടെ ചെറിയ അംശങ്ങൾമാത്രം അതിലുണ്ട്. നേരിയതോതിൽ ഓസോണും അന്തരീക്ഷത്തിലുണ്ട്. അത് സൂര്യന്റെ അൾട്രാവയലറ്റ് രശ്മിയുടെ പ്രവർത്തനം മൂലമുണ്ടാകുന്നതാണ്. രണ്ടുതരം മേഘങ്ങളും ചൊവ്വയുടെ അന്തരീക്ഷത്തിലുണ്ട്. ഒന്ന്, ഘനീഭവിച്ച ജലബാഷ്പകണങ്ങളുടേതും മറ്റൊന്ന്, ഘനീഭവിച്ച കാർബൺ ഡയോക്സൈഡ് ധൂളീ ശകലങ്ങളുടേതും. ഋതുക്കളുടെ പോക്കുവരവനുസരിച്ച് ഇതിന്റെ സ്വഭാവത്തിലും മാറ്റമുണ്ടാകും. അഗ്നിപർവതങ്ങളിൽനിന്നു വമിക്കുന്ന വാതകങ്ങളിൽനിന്നും ഇത്തരം മേഘങ്ങളുണ്ടാകാം. ഭൂമിയിലും ഇത്തരം മേഘങ്ങളുണ്ടാകാറുണ്ടല്ലോ. പത്തു കിലോമീറ്റർ മുതൽ ഇരുനൂറു കിലോമീറ്റർ വരെ വേഗതയുള്ള കാറ്റടിക്കുന്ന പതിവുമുണ്ടെന്ന് മേഘങ്ങളുടെ ചലനം നിരീക്ഷിക്കുമ്പോൾ മനസിലാകും. 150 കിലോമീറ്റർ വരെ വേഗതയുള്ള പൊടിക്കാറ്റും മണൽക്കാറ്റും ചൊവ്വയുടെ അന്തരീക്ഷത്തിൽ വീശിയടിക്കാറുണ്ട്. തീരെ ചെറിയ തരികളാണ് ഇതിലടങ്ങിയിരിക്കുക. അന്തരീക്ഷത്തിൽ ഈ പൊടി ഇരുപതു മുതൽ അൻപതു കിലോമീറ്റർ വരെ ഉയരും. തരികൾ ഉയരുന്തോറും അതിന് വെയിൽതട്ടി ചൂടാകുവാനുള്ള സാധ്യതമൂലം കാറ്റിന്റെ വേഗതയും വർധിക്കും. പൊടി ക്രമേണ ഗോളത്തിനു ചുറ്റും പരക്കാനിടയാകുകയും ചെയ്യും. 1971 ൽ നാസയുടെ മാരിനർ പേടകം ചൊവ്വയിലെത്തുമ്പോൾ ഇത്തരമൊരു സ്ഥിതിയുണ്ടായിരുന്നു. ആ കാറ്റ് അന്ന് അഞ്ചുമാസം നിലനിന്നു.

4

ചൊവ്വയുടെ ജാതകം

ചൊവ്വ എന്ന ഗ്രഹം രൂപംകൊള്ളുമ്പോൾ അഥവാ ജനിക്കുമ്പോൾ സൗരയൂഥത്തിന്റെ ഗ്രഹനില എന്തായിരുന്നു എന്ന് പറയുക സാധ്യമല്ല. അതന്ന് ഒരു അനിശ്ചിതാവസ്ഥ (chaos) യിലായിരുന്നിരിക്കണം. ഭീമാകാരമായ ഒരു വലിയ വാതകമേഘം, തന്മാത്രാമേഘം, അഥവാ നെബുല സങ്കോചിച്ചുണ്ടായതാണ് നമ്മുടെ സൗരയൂഥം എന്നാണ് സാഹചര്യത്തെളിവുകൾ നൽകുന്ന വിവരം. 1734 ൽ സ്വീഡൻ ബോർഗ് എന്ന സ്വീഡിഷ് ശാസ്ത്രജ്ഞനാണ് ഈ പരികൽപ്പന ആദ്യമായി മുന്നോട്ടുവച്ചത്. ഏറ്റവും രസകരമായ ഒരു സംഗതി ഇമാനുവൽ കാന്റ് എന്ന ദാർശനിക തത്വചിന്തകനാണ് ഈ പരികൽപ്പനയെ വികസിപ്പിച്ചത് എന്നതാണ്. സൂര്യനു മാത്രമല്ല, മറ്റു നക്ഷത്രവ്യൂഹങ്ങളുടെ കാര്യത്തിലും ബാധകമായ രീതിയിൽ ഈ സിദ്ധാന്തം ഇന്ന് വികസിച്ചിട്ടുണ്ട്.

വാതകമേഘത്തിന്റെ സമീപപ്രദേശങ്ങളിലെങ്ങോ നടന്ന ഒരു വിസ്ഫോടനം — അതൊരു സൂപ്പർനോവയുടെ ബഹിർസ്ഫുരണമായിരുന്നിരിക്കാം — സൃഷ്ടിച്ച ആഘാതം വാതകമേഘത്തിന്റെ സങ്കോചത്തിന് ആക്കം കൂട്ടിയിരുന്നിരിക്കണം. ചുഴിപോലെ കറങ്ങിത്തിരിയുന്ന വാതകമേഘമായി അത് ഒരു പരന്ന തളികയുടെ അഥവാ പരന്ന വെള്ളയപ്പത്തിന്റെ രൂപം കൈവരിച്ചു. കാന്തികപ്രഭാവവും ഈ പ്രക്രിയയിൽ ഒരു പ്രധാന പങ്ക് വഹിച്ചിരിക്കാം. തളികയുടെ വീർത്ത കേന്ദ്രഭാഗത്ത് ഇതുമൂലം ഭ്രമണവേഗത കുറയുവാനും അകലുന്തോറും അതു കൂടുവാനും ഇതു കാരണമായിട്ടുണ്ടാകാം.

സൗരയൂഥ രൂപീകരണത്തിന്റെ ഈ ഘട്ടത്തെ ജ്യോതിശാസ്ത്രത്തിൽ ടി ടൗറി ഘട്ടം (T-tauri Stage) എന്നറിയപ്പെടുന്നു – ന്യൂക്ലിയാർ സംലയനം തുടങ്ങിയിട്ടില്ലാത്ത ഒരു പ്രാഗ്നക്ഷത്രത്തിന്റെ സ്ഥിതി. ഇതു

വീണ്ടും ഗുരുത്വാകർഷണത്താൽ സങ്കോചിക്കുമ്പോൾ താപനില വീണ്ടും ഉയരുകയും അതിന്റെ കാമ്പിൽ ഹൈഡ്രജൻ സംലയന പ്രക്രിയ നടക്കാനാവശ്യമായ തലത്തിലേക്കെത്തുകയും ചെയ്യും. ഈ പ്രവർത്തനം സംഭവിച്ചു തുടങ്ങുന്നതോടെ അതൊരു നക്ഷത്രമായി മാറുന്നു. അങ്ങനെയാണ് സൂര്യന്റെ രൂപീകരണം.

അവശിഷ്ട വാതകമേഘത്തിലെ അണുഭാരം കൂടിയ മൂലകങ്ങൾ ഉരുണ്ടുകൂടി തരികളും, തരികൾ കഷണങ്ങളും, കഷണങ്ങൾ ഗ്രഹങ്ങളുമായി രൂപപ്പെട്ട് സൂര്യനെ വലംവച്ചു തുടങ്ങുകയായി. ഉയർന്ന താപനിലയിൽ ഖരമായി നിലനിൽക്കാൻ കഴിയുന്ന പദാർഥങ്ങളാണ് സൂര്യനോടടുത്തുള്ള ഗ്രഹങ്ങളിലുള്ളത്. അവയാണ് തറയുറപ്പുള്ള 'ടെറസ്ട്രിയൽ' ഗ്രഹങ്ങളായിത്തീർന്നത്. താഴ്ന്ന താപനിലയിൽപ്പോലും ഖരമാകാത്ത മൂലകങ്ങളാണ് വ്യാഴം മുതൽ നെപ്റ്റ്യൂൺ വരെയുള്ള ഗ്രഹങ്ങളിലെ പ്രധാനഘടകം. അതിൽ ഹൈഡ്രജൻ, ഹീലിയം തുടങ്ങിയ വാതകങ്ങളാണ് കൂടുതലുള്ളത്. ബുധൻ, ശുക്രൻ, ഭൂമി, ചൊവ്വ എന്നീ ഗ്രഹങ്ങളിൽ ലോഹങ്ങളുണ്ടാകാനുള്ള കാരണമതാണ്. ഭൂമിയിലെ പാറകളിലും ഉൽക്കാവശിഷ്ടങ്ങളിലും മറ്റുമുള്ള റേഡിയോ ആക്ടീവ് മൂലകങ്ങളുടെ അംശം അളന്ന് സൗരയൂഥത്തിന്റെ പ്രായം ഏതാണ്ട് 500 കോടി വർഷമാണെന്ന് കണക്കുകൂട്ടിയിട്ടുണ്ട്.

സൗരയൂഥത്തിന്റെ ഉൽപ്പത്തിയെക്കുറിച്ചുള്ള മറ്റൊരു വാദമിതാണ്. ആദ്യം സൂര്യൻ എന്ന നക്ഷത്രം തനിച്ചു നിൽക്കുകയായിരുന്നു. അങ്ങനെയിരിക്കെ അതിനടുത്തു കൂടെ മറ്റൊരു നക്ഷത്രം കടന്നുപോയി, അതിന്റെ ഗുരുത്വാകർഷണംമൂലം സൂര്യന്റെ ആ വശത്ത് വലിയൊരു വേലിയേറ്റമുണ്ടാകുകയും കുറേഭാഗം വിട്ടുപോയി എന്നുമാണ്. അവ സൂര്യനെത്തന്നെ ചുറ്റാൻ തുടങ്ങുകയും പല കഷണങ്ങളായി അകം തണുത്തുറഞ്ഞ് ഗ്രഹങ്ങളായി മാറുകയായിരുന്നു. ചോദ്യങ്ങൾ പലതും ഈ സിദ്ധാന്തത്തെ സംശയത്തിന്റെ മുൾമുനയിൽ നിറുത്തുന്നു. ഒന്നാമത് അത്തരത്തിൽ വിട്ടുപോകുന്ന വാതകങ്ങൾക്ക് ഗ്രഹഗോളങ്ങളായി മാറുവാനുള്ള ഗുരുത്വാകർഷണം സ്വരൂപിക്കുവാൻ ബുദ്ധിമുട്ടാണ്. രണ്ടാമത്, അനന്തവിശാലമായ പ്രപഞ്ചത്തിൽ രണ്ടുനക്ഷത്രങ്ങൾ അടുത്തടുത്തു കടന്നു പോകാനുള്ള സാധ്യതയും ഗണിതപരമായി പൂജ്യത്തോടടുത്താണ്.

വാതകമേഘങ്ങൾ ചുഴലിപോലെ ചുറ്റിത്തിരിഞ്ഞ് അവിടവിടെ സാന്ദ്രമായ വാതകഗോളങ്ങളുണ്ടാകുകയും കേന്ദ്രസ്ഥാനത്തുള്ളത് ചൂടുപിടിച്ച് സൂര്യൻ എന്ന നക്ഷത്രമുണ്ടാകുകയും അകലെയകലെയുള്ളവ സംഘട്ടനങ്ങളിലൂടെയും വിഘടനങ്ങളിലൂടെയും കൂടിച്ചേരലുകളിലൂടെയും പരിണാമങ്ങൾക്കു വിധേയമായി തണുത്ത്, ഗ്രഹങ്ങളും ഉപഗ്രഹങ്ങളും വാമനഗ്രഹങ്ങളും ക്ഷുദ്രഗ്രഹങ്ങളും ധൂമകേതുക്കളും ഉൽക്കകളും പൊടിപടലങ്ങളും മറ്റുമായി മാറി എന്നാണ് ഇന്നംഗീകരിക്കപ്പെട്ടിരിക്കുന്നത്. താപനില കുറഞ്ഞ അകലങ്ങളിലാണ് വ്യാഴം, ശനി തുട

ങ്ങിയ ഭീമന്മാർ നിലയുറപ്പിച്ചിരിക്കുന്നത്. ദ്രവ്യമാനം ഏറെയുള്ളതിനാലാണ് അവയ്ക്ക് അവയുടെ ഗുരുത്വത്താൽ ഹൈഡ്രജൻ പോലുള്ള സാന്ദ്രത കുറഞ്ഞ വാതകങ്ങളെ പിടിച്ചുനിറുത്താനാകുന്നത്. അവസാനത്തെ നാലു ഗ്രഹങ്ങളുടെയും പ്രധാനഘടകവും ഹൈഡ്രജനാണ്.

ഇന്ന് പ്രപഞ്ചത്തിൽ നിരീക്ഷിക്കപ്പെടുന്ന പല യുവനക്ഷത്രങ്ങളും മേൽപ്പറഞ്ഞ സങ്കൽപ്പത്തെ സാധൂകരിക്കുന്നുണ്ട്. അവിടെ തളികാരൂപത്തിൽ മേഘരൂപീകരണവും ചുറ്റിലും അവിടവിടെ കണികകൾ ചേർന്നൊട്ടിയുണ്ടാകുന്ന ഗോളരൂപീകരണവും കാണാനുണ്ട്. മനസിലാകാൻ വിഷമമുള്ള വലിയൊരു പ്രഹേളിക, ദ്രവ്യമാനത്തിന്റെ കാര്യത്തിൽ സൗര

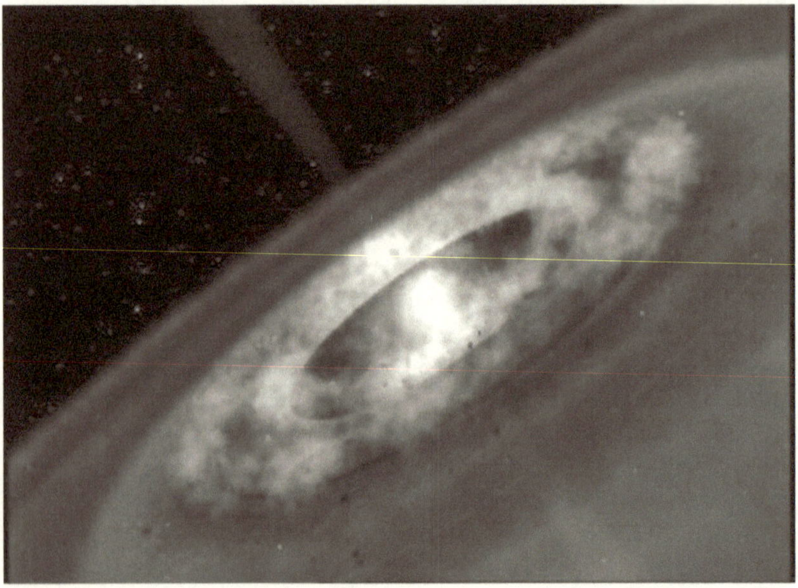

ന്യൂക്ലിയർ സംലയനത്തിന് മുമ്പുള്ള പ്രാഗ് നക്ഷത്രം. ചിത്രകാരന്റെ ഭാവനയിൽ

യൂഥത്തിൽ സൂര്യൻ ചോദ്യം ചെയ്യാനാവാത്തവണ്ണം പ്രമാണിയാണെങ്കിലും അക്കാര്യത്തിൽ ഏറെ പിറകിലുള്ള ഗ്രഹങ്ങൾ തങ്ങളുടെ ചുറ്റൽ വലിവിന്റെ ശക്തിയിൽ സൂര്യനെപ്പോലും വിറപ്പിക്കുന്നതെങ്ങനെയാണെന്നതാണ്.

സൗരയൂഥത്തിൽ ഇന്നംഗീകരിക്കപ്പെട്ടിരിക്കുന്നത് എട്ടു ഗ്രഹങ്ങളാണ്. അതിൽ അവസാനത്തേതായ യുറാനസ്, നെപ്ട്യൂൺ എന്നിവ മനുഷ്യരുടെ നഗ്നനേത്രങ്ങൾക്കോ ഋഷിവര്യന്മാരുടെ 'ദിവ്യ' ചക്ഷുസുകൾക്കോ കാണാനാവാഞ്ഞവയാണ്. ടെലസ്കോപ്പിന്റെ കണ്ടുപിടിത്തതിനും വളരെശേഷമാണ് അവയെ കണ്ടെത്തിയത്. പിന്നീട് പ്ലൂട്ടോയെ കണ്ടെത്തി എങ്കിലും വളരെയേറെ ആഴത്തിലുള്ള ചർച്ചകൾക്കുശേഷം അതിനെ പട്ടികയിൽ നിന്നൊഴിവാക്കി.

പ്ലൂട്ടോയ്ക്കുമകലെ വാമനഗ്രഹങ്ങൾ വേറെയുമുണ്ട്. അതെല്ലാം സ്ഥിതിചെയ്യുന്ന കുയിപ്പർ ബെൽറ്റ് എന്ന സൗരയൂഥത്തിന്റെ ഒരു പുറവട്ടം നിലവിലുണ്ട്. ജെറാൾഡ് കുയിപ്പർ എന്ന ഒരു ശാസ്ത്രജ്ഞനാണ് ഇതു കണ്ടുപിടിച്ചത്. അതിനുമപ്പുറം ഒരു ഗോളകവചംപോലെ ഊർട് മേഘ മേഖല എന്ന മറ്റൊന്നും നിലവിലുണ്ട്. സൗരയൂഥത്തിന്റെ രൂപീകരണത്തിന്റെ തെളിവുകൾ പലതും ഈ രണ്ടു മേഖലകളിൽ ചുറ്റിത്തിരിയുന്നുണ്ടെന്നാണ് ശാസ്ത്രപക്ഷം. ഇടയ്ക്കിടെയുണ്ടാകാറുള്ള വാൽനക്ഷത്രങ്ങളുടെ വരവ് ഇവിടെ നിന്നാണ്.

ഗ്രീക്ക്, റോമൻ ഇതിഹാസ കഥാപാത്രങ്ങളുടെ പേരുകളാണ് പാശ്ചാത്യർ ഗ്രഹങ്ങൾക്കു നൽകിയത്. മെർക്കുറി – ദൈവദൂതൻ, വീനസ് – പ്രണയ/സൗന്ദര്യദേവത, മാഴ്സ് – യുദ്ധദേവൻ, ജൂപിറ്റർ – ദൈവങ്ങളുടെ രാജാവ്, സാറ്റേൺ – ജൂപിറ്ററിന്റെ അച്ഛൻ എന്നിങ്ങനെയാണത്. ഭാരതീയരും അവരുടെ ഇതിഹാസ കഥാപാത്രങ്ങളെത്തന്നെയാണ് അതിനായി ആശ്രയിച്ചത്. ബുധൻ – ഗുരുഭാര്യയായ താരയിൽ ചന്ദ്രനുണ്ടായ പുത്രൻ, ശുക്രൻ – അസുരഗുരു, കുജൻ (ചൊവ്വ) – ദേവഗണത്തിലെ ഒരു പ്രധാനി, വ്യാഴം – ദേവഗുരു, ശനി – സൂര്യപുത്രൻ എന്നിങ്ങനെയാണത്.

പതിനാറാം നൂറ്റാണ്ടിന്റെ അന്ത്യംവരെ ഭൂമികേന്ദ്രമായ ഒരു പ്രപഞ്ചചിത്രമായിരുന്നു മനുഷ്യരാശിയുടേത്. ഭൂമി കേന്ദ്രത്തിലും മറ്റെല്ലാം അതിനെ ചുറ്റുകയും ചെയ്യുന്നു എന്നായിരുന്നു വിശ്വസിക്കപ്പെട്ടിരുന്നത്. അങ്ങനെ തന്നെയാണല്ലോ നാം കാണുന്നതും. അതുകൊണ്ട് ഭൂമിയെ ഒരു ഗ്രഹമായി കണക്കാക്കിയില്ല. എന്നാൽ, സൂര്യൻ ഒരു നക്ഷത്രമാണെന്നോ ചന്ദ്രൻ ഒരു ഉപഗ്രഹമാണെന്നോ അവർ തിരിച്ചറിഞ്ഞതുമില്ല. അവർ ഗ്രഹങ്ങളെന്നു ധരിച്ചിരുന്ന ഏഴ് ആകാശഗോളങ്ങളുടെ പേരുകളാണ് ആഴ്ചയിലെ ഓരോ ദിവസത്തിനും നൽകിയത്. സാർവദേശീയമായിത്തന്നെ അത് അംഗീകരിക്കപ്പെട്ടിരുന്നു. മറ്റു നക്ഷത്രങ്ങളുമായി ഒത്തുനോക്കുമ്പോൾ വേഗവ്യത്യാസത്തോടെ ചലിക്കുന്നതുമൂലമാണ് സൂര്യൻ ഒരു ഗ്രഹമാണെന്നു തെറ്റിദ്ധരിക്കുവാൻ കാരണമായത്. നക്ഷത്രങ്ങൾ പരസ്പരം അകലുന്നതായി നമുക്ക് തോന്നുന്നില്ല.

ഇന്ത്യക്കാരെ സംബന്ധിച്ചിടത്തോളം അവർ ഗ്രഹണങ്ങൾക്കു കാരണമായ നിഴലുകളെയും ഗ്രഹങ്ങൾ എന്നു തെറ്റിദ്ധരിച്ചു അഥവാ അങ്ങനെയാണ് വിശദീകരിച്ചത്. ഒരു കാര്യം വിശ്വാസത്തിന്റെ വെട്ടിൽ വീണാൽപ്പിന്നെ അതിൽനിന്നു കരകയറാനും കരകയറ്റാനും പ്രയാസമാണ്. അതുകൊണ്ടാണ് രാഹുകേതുക്കളുള്ള നവഗ്രഹ വിശ്വാസത്തിൽനിന്ന് ജ്യോതിഷികൾക്കും വിശ്വാസികൾക്കും പുറത്തുവരാനാകാത്തത്. അങ്ങനെ സൂര്യനും ചന്ദ്രനും രാഹുവും കേതുവുമുൾപ്പെടെയുള്ള ഒൻപതു ഗ്രഹങ്ങളാണ് പൂജാവിഗ്രഹങ്ങൾ. ഇതുനാലും ഗ്രഹങ്ങളുടെ യഥാർഥ പട്ടികയിൽ ഇല്ല; അഥവാ യഥാർഥ ഗ്രഹങ്ങളുടെ പട്ടികയിൽ ഇല്ല. യുറാനസ്, നെപ്റ്റ്യൂൺ എന്നിവ ആധുനികകാലത്തു കണ്ടുപിടിക്കപ്പെട്ടവയാണെന്ന് പറയുകയുമുണ്ടായല്ലോ.

5

ബാല്യകൗമാരങ്ങൾ

സൂര്യനിൽനിന്ന് ഭൂമിയേക്കാൾ അകലെ താപം കുറഞ്ഞ പ്രദേശത്താണ് ചൊവ്വ രൂപംകൊണ്ടത്. അതുകൊണ്ടുതന്നെ ഘടനയിൽ വ്യത്യാസമുണ്ട്. ഭൂമിയിലുള്ളതിനേക്കാൾ ഇരുമ്പടങ്ങിയ സംയുക്തങ്ങൾ ചൊവ്വയിലുണ്ട്. സിലിക്കണും ഓക്സിജനും ചേർന്ന ധാതുക്കളുമുണ്ട്. വ്യാഴം എന്ന വലിയഗ്രഹം അതിനപ്പുറമില്ലായിരുന്നുവെങ്കിൽ ചൊവ്വ ഇപ്പോഴുള്ളതിനെക്കാൾ വലിയ ഒന്നാകുമായിരുന്നേനെ എന്ന ഒരു അനുമാനമുണ്ട്. കാരണം, ചൊവ്വയ്ക്കു കിട്ടേണ്ടിയിരുന്ന കുറേയധികം പദാർഥങ്ങൾ വ്യാഴത്തിന്റെ ഗുരുത്വം അങ്ങോട്ടു വലിച്ചെടുത്തു. അതുകൊണ്ടാണ് ചൊവ്വ ചെറുതായിപ്പോയത് എന്ന അഭിപ്രായമുണ്ടായത്. യുറേനിയം തോറിയം മുതലായ പദാർഥങ്ങളടങ്ങിയ ഒരു ഉൾക്കാമ്പും അതിനുപുറമെ ഇരുമ്പ്, മെഗ്നീഷ്യം എന്നിവയുടെ സിലിക്കേറ്റുകളടങ്ങിയ ബഹിരാവരണവും അതിനുംപുറമേ അലൂമിനിയം, സിലിക്കൺ എന്നിവയടങ്ങിയ പുറന്തോടുമാണ് ചൊവ്വയ്ക്കുള്ളത്. അഗ്നിപർവത സ്ഫോടനങ്ങൾമൂലം പുറന്തോടിന് നിരന്തരം മാറ്റങ്ങൾ സംഭവിക്കും. ഒരുകാലത്ത് അന്തരീക്ഷത്തിലുണ്ടായിരുന്ന ജലബാഷ്പം ഗുരുത്വബലത്തിന്റെ അഭാവത്തിൽ ബഹിരാകാശത്തേക്ക് നഷ്ടപ്പെട്ടുപോയിരിക്കണം. ചൊവ്വയുടെ പുറം വരണ്ടുപോയി. അകക്കാമ്പിലുള്ള റേഡിയോ ആക്ടീവ് മൂലകങ്ങൾ ഇന്ന് അത്ര സജീവമല്ല. അഗ്നിപർവതങ്ങളും ഉറക്കത്തിലാണ്. പുറന്തോട് ഉറഞ്ഞു കനംവച്ചിരിക്കുന്നു. കാന്തികപ്രഭാവവും ദുർബലമാണ്.

ഒരുകാലത്ത് നിരന്തരമായ ഉൽക്കാപാതമുണ്ടായതിന്റെ അവശിഷ്ടങ്ങൾ ചൊവ്വയിലുണ്ട്. ദക്ഷിണാർധഗോളത്തിലാണ് അതിന്റെ ഗർത്തങ്ങളധികമുള്ളതും. കുറേ ഗർത്തങ്ങളെങ്കിലും ലാവയൊഴുകി നികന്നി

ട്ടുണ്ട്. ഭൂമിയിലെപ്പോലെ പ്ലേറ്റ് ടെക്ടോണിക് പ്രതിഭാസം ചൊവ്വയിലില്ല. പുറന്തോടിന്റെ വർധിച്ച കനമായിരിക്കണം ഇതിനു കാരണം. ധാരാളം വിള്ളലുകൾ ഈ പുറം കവചത്തിനുണ്ടെന്നത് മറ്റൊരു കാര്യം.

ചൊവ്വയുടെ ഉപഗ്രഹങ്ങളായ ഫോബോസും ഡീമോസും വെറും 28 കിലോമീറ്ററും 16 കിലോമീറ്ററും മാത്രം വ്യാസമുള്ളവയാണ്. ഇത് ചൊവ്വയിൽ നിന്ന് 9000 കിലോമീറ്ററും 23000 കിലോമീറ്ററും അകലെ സ്ഥിതി ചെയ്യുന്നു. ഫോബോസിന് ചൊവ്വയെ ഒരുവട്ടം വലംവയ്ക്കാൻ 8 മണിക്കൂറിൽ താഴെസമയം മതി. ഡീമോസിനാകട്ടെ, 30 മണിക്കൂർ വേണം. ചൊവ്വയ്ക്കും വ്യാഴത്തിനുമിടയിലുള്ള ഛിന്നഗ്രഹങ്ങളിൽ രണ്ടെണ്ണത്തെ ആകർഷിച്ചെടുത്ത് ഉപഗ്രഹങ്ങളാക്കിയത് ആകാനാണുവഴി എന്ന ഒരഭിപ്രായവുമുണ്ട്. ഫോബോസ് എന്നാൽ ഭയം എന്നും ഡീമോസ് എന്നാൽ മരണം എന്നുമാണ് ഗ്രീക്കുഭാഷയിൽ.

ആദ്യമായി ദൂരദർശിനിയിലൂടെ ചൊവ്വയെ നിരീക്ഷിച്ചതും ഗലീലിയോ ആണ്. ചൊവ്വയുടെ ആകൃതി കൃത്യമായി ഗോളമല്ല എന്ന് അദ്ദേഹം രേഖപ്പെടുത്തിയിട്ടുണ്ട്. ഫ്രാൻസിസ്കൊ ഫൊണ്ടാന എന്ന വാനനിരീക്ഷകൻ 1636 ൽ ഉപരിതലത്തിലെ പാടുകളും മറ്റും രേഖപ്പെടുത്തി. ന്യൂട്ടന്റെ സമകാലീന ശാസ്ത്രജ്ഞനായിരുന്ന ക്രിസ്ത്യൻ ഹൈജൻസ് അദ്ദേഹംതന്നെ പരിഷ്കരിച്ച സ്വന്തം ടെലസ്കോപ്പിലൂടെ നിരീക്ഷിച്ച് ചൊവ്വയുടെ കുറേക്കൂടി മെച്ചപ്പെട്ട ചിത്രം രേഖപ്പെടുത്തിയിട്ടുണ്ട് (അന്ന് ഫോട്ടോഗ്രാഫി ടെലസ്കോപ്പിൽ ഇണക്കിച്ചേർക്കുന്നതു പോയിട്ട്, കണ്ടുപിടിച്ചിട്ടുപോലുമില്ലായിരുന്നു). ചൊവ്വയുടെ ഭ്രമണകാലവും അദ്ദേഹമാണ് നിർണയിച്ചത്. എന്നാൽ, അത് കൂടുതൽ കൃത്യമായി സ്ഫുടം ചെയ്തത് ഡൊമിനിക്കോ കസീനി (1666) യാണ്. 1877 ൽ മറ്റൊരു പ്രശസ്ത വാനനിരീക്ഷകനായിരുന്ന വെർജീനിയോ ഷിയാപെറേലി ചൊവ്വയുടെ മെച്ചപ്പെട്ട ത്രിമാനചിത്രം വരച്ചു. ചൊവ്വയുടെ ഉപരിതലത്തിൽ നീർച്ചാലുകളുണ്ടെന്നു പ്രഖ്യാപിക്കുകയും അവയ്ക്ക് 'കനാലൈ' എന്നു പേരിടുകയും ചെയ്തു. അത് കനാലായും നദിയായും നദീ

വെർജീനിയോ

തട സംസ്കാരമായും ഭാവനയിൽ പരിലസിച്ചു. ഇരുപതാം നൂറ്റാണ്ടിന്റെ തുടക്കത്തിൽ പെർസിവൽ ലോവൽ എന്ന അമേരിക്കൻ ശാസ്ത്രജ്ഞൻ താൻ കണ്ട കാഴ്ചകളെ അതിശയോക്തിപൂർവം വ്യാഖ്യാനിക്കുകയും അവിടെ വികസിതമായ ജലസേചനപദ്ധതികളുണ്ടെന്നും ധ്രുവങ്ങളിലെ മഞ്ഞുരുകുമ്പോൾ കാർഷികാവശ്യങ്ങൾക്ക് ഉപയുക്തമാക്കാനായി കനാലുകൾ ഉണ്ടാക്കിയിട്ടുണ്ടെന്നും കൃഷിഭൂമികളുണ്ടാക്കിയിട്ടുണ്ടെന്നും വാദിച്ചു. ചൊവ്വയിൽ മനുഷ്യനെ കണ്ടെത്താനുള്ള തന്റെ ശ്രമങ്ങൾ വിജയിക്കുകയില്ല എന്നു ബോധ്യപ്പെട്ടതോടെ അദ്ദേഹം ഒൻപതാമത്തെ ഗ്രഹത്തെ കണ്ടെത്താനുള്ള പരിശ്രമത്തിലേക്കു തിരിഞ്ഞു. ഇരുപതാം നൂറ്റാണ്ടിന്റെ രണ്ടാംപകുതിയിൽ ചൊവ്വയിലേക്കുള്ള ഉപഗ്രഹദൗത്യങ്ങളും പേടകവിക്ഷേപണങ്ങളും സാധാരണമാകുകയും വ്യക്തമായ ചിത്രങ്ങളും ഗവേഷണ വിവരങ്ങളും ലഭ്യമാകുകയും ചെയ്തതോടെ ചൊവ്വാമനുഷ്യന്മാർ കാൽപ്പനിക കഥാപാത്രങ്ങളായി നോവലുകളിലേക്കു മടങ്ങി.

സത്യം കണ്ടെത്തുവാൻ അന്വേഷണരീതി ഒന്നേയുള്ളൂ എന്നും അത് ആത്മീയമായതും അതീന്ദ്രിയമായതുമാണെന്നുമാണ് ഒരുകൂട്ടം താത്വികചിന്തകരുടെ പക്ഷം. അതങ്ങു രൂക്ഷമായി വളർന്ന് ഇക്കാണുന്നതൊന്നും യാഥാർഥ്യമല്ലെന്നും അതെല്ലാം മിഥ്യയാണെന്നും യഥാർഥത്തിലുള്ളതു കാണുന്നില്ലെന്നും പറയാവുന്ന സ്ഥിതിയിലെത്തി. ഭൗതികശാസ്ത്രത്തിന്റെ അന്വേഷണരീതി സംശയാതീതമായി സ്ഥാപിക്കപ്പെടുമ്പോൾപ്പോലും ഭാവനാ വിലാസങ്ങളുടെ പിറകേ പോകുവാനുള്ള വാസന ഉപേക്ഷിക്കപ്പെട്ടിട്ടില്ല. ചില ശാസ്ത്രജ്ഞ പദവിധാരികൾ പോലും പറയുന്നത് രണ്ട് അന്വേഷണരീതിയുണ്ടെന്നാണ് — ഒന്ന്, ഭൗതികവും മറ്റേത് ആത്മീയവും. രണ്ടും ഒരിടത്തുചെന്നു ചേരുമത്രേ! എങ്കിൽ ചൊവ്വയിൽ മനുഷ്യനെ കണ്ടെത്തുവാൻ കഴിയുമായിരുന്നു.

6

ഗവേഷണത്തിന്റെ പ്രസക്തി

എന്തിനാണ് ചൊവ്വയിലേക്ക്, എന്താണ് പ്രയോജനം; എന്തിനാണ് ചന്ദ്രനിലേക്ക്, എന്താണ് പ്രയോജനം. എന്തിന് ഇതിനായി പണം വൃഥാ വ്യയം ചെയ്യണം. ഇത്തരം ചോദ്യങ്ങൾ നമുക്കുചുറ്റും മുഖരിതമാണ്. അറിയുവാനുള്ള ത്വര മനുഷ്യന് ജന്മസിദ്ധവും സഹജവുമാണ്. മറ്റു ജന്തുജീവികളിൽനിന്ന് മനുഷ്യനെ വേർതിരിക്കുന്നതും അതാണ്. തീ കണ്ടുപിടിക്കുമ്പോൾ അതിന്റെ പ്രയോജനമെല്ലാം മനസിലാക്കിയിരുന്നുവോ, അമേരിക്ക കണ്ടുപിടിക്കുമ്പോൾ അതുകൊണ്ട് എന്തെങ്കിലും പ്രയോജനമുണ്ടാകുമെന്നു കരുതിയിരുന്നോ, വൈദ്യുതി കണ്ടുപിടിക്കുമ്പോൾ പ്രയോജനമെന്തെന്ന് അറിയുമായിരുന്നുവോ? ഇല്ല. ഇൻഡക്ഷൻ കോയിലിൽ വൈദ്യുതി കണ്ടെത്തിയ ഫാരഡേയോട് ഭാര്യ ചോദിച്ച ചോദ്യമാണ്, എന്താണ് പ്രയോജനം? നേരിട്ടൊരു മറുപടി ഇല്ലായിരുന്നു. തിരിച്ചു ചോദിച്ചതിതാണ് "ഒരു നവജാത ശിശുവിനെക്കൊണ്ട് എന്താണ് പ്രയോജനം? വളരുമ്പോഴറിയാം."

ആദ്യമായി ബഹിരാകാശത്തേക്ക് സോവിയറ്റ് യൂണിയൻ സ്പുട്നിക്ക് വിട്ടയക്കുമ്പോൾ അതിന്റെ പ്രയോജനത്തെക്കുറിച്ചല്ല സാധ്യതയെക്കുറിച്ചാണ് ചിന്തിച്ചത്. അതെങ്ങനെ അവിടെ എത്തിക്കുന്നതിൽ വിജയിപ്പിക്കാമെന്നാണ് ചിന്തിച്ചത്. അതിന്റെ മണ്ടയിൽ ഒരു ബോംബാകട്ടെ, ഒരു ക്യാമറയാകട്ടെ, ഒന്നുമുണ്ടായിരുന്നില്ല. ഉണ്ടായിരുന്നത് അതിന്റെ സാന്നിധ്യമറിയിക്കുന്ന 'ബീപ് ബീപ്' ശബ്ദം മാത്രം.

55 വർഷങ്ങൾക്കുശേഷം ഇന്ന് സാറ്റലൈറ്റുകളില്ലാത്ത ഒരു ലോകം പരിഷ്കൃത മനുഷ്യന് സങ്കൽപ്പിക്കാനാകുമോ? സാറ്റലൈറ്റുകളില്ലാത്ത ലോകത്തിൽ ടെലിവിഷനില്ല, മൊബൈൽ ഫോൺ ഇല്ല, ഇന്റർനെറ്റില്ല, കമ്പ്യൂട്ടർ ശൃംഖലയില്ല, എ ടി എം ഇല്ല. ഇലക്ട്രോണിക്സ് ഇല്ലാത്ത

ഒരു ജീവിതം ഇന്ന് സങ്കൽപ്പിക്കാനാകുമോ? ആധുനികമായ വാഷിങ് മെഷീനില്ല, മൈക്രോ ഓവനില്ല, ഫാനില്ല, കാറില്ല, ഫ്രിഡ്ജില്ല..... ജീവിതരീതിയെയും സംസ്കാരത്തെയും ഈ കഴിഞ്ഞ ഒരമ്പതു വർഷം കൊണ്ട് മാറ്റിമറിച്ചത് ഇലക്ട്രോണിക്സ്, ബഹിരാകാശം, ആണവശക്തി എന്നീ മൂന്നുകാര്യങ്ങളാണ്. നമുക്ക് ഇഷ്ടപ്പെട്ടാലും ഇല്ലെങ്കിലും ഇത് അംഗീകരിച്ചേ പറ്റൂ. എനിക്കിത് ഇഷ്ടമാണോ ഇല്ലയോ എന്നത് മറ്റൊരു കാര്യം.

ആധുനികമായ അറിവുകളിൽ പാശ്ചാത്യസമൂഹം ആധിപത്യം സ്ഥാപിച്ചിരിക്കുകയാണെന്നും പൗരസ്ത്യമായ അറിവുകൾ അവഗണിക്കപ്പെട്ടിരിക്കുകയാണെന്നും ഒരാക്ഷേപം ഇന്ന് പ്രചരിപ്പിക്കപ്പെടുന്നുണ്ട്.

സ്പിരിറ്റ്

ഇത് അന്ധകാരത്തിലെ ഇരുണ്ടശക്തികൾ അവരുടെ നിലനിൽപ്പിനായി പ്രചരിപ്പിക്കുന്നതാണ്. ശാസ്ത്രത്തിന്റെ വെളിച്ചം വീഴുമ്പോൾ ഭയചികിതമാകുന്ന പ്രേതസങ്കൽപ്പങ്ങൾ നിലനിൽപ്പിനായി കേഴുന്ന നിലവിളികളാണിത്. അറിവുകൾക്ക് കിഴക്കുപടിഞ്ഞാറും തെക്കുവടക്കുമൊന്നുമില്ല. പ്രപഞ്ചത്തിൽ ദിക്കുകളില്ല. നാം നമ്മുടെ ദൈനംദിന ജീവിത സൗകര്യങ്ങൾക്കുവേണ്ടി ഉണ്ടാക്കിയിട്ടുള്ള ആപേക്ഷിക സ്ഥാനങ്ങളാണ് ദിക്കുകൾ. നാം രാവിലെ സൂര്യനെ നോക്കി കിഴക്ക് എന്നു വിരൽ ചൂണ്ടുന്ന അതേ ദിശയിലേക്ക് തന്നെയാണ് വൈകുന്നേരം പടിഞ്ഞാറ് എന്നു വിരൽ ചൂണ്ടുന്നത്. സൂര്യൻ ഭൂമിയെ അപേക്ഷിച്ച് ചലനമില്ലാതെ അവിടെത്ത

ന്നെയാണല്ലോ നിൽക്കുന്നത്. ദിക്കുകൾ വച്ചുകൊണ്ട് വാസ്തുക്കണിയാന്മാർ നടത്തുന്ന ജൽപ്പനങ്ങളും കാണിക്കുന്ന കോപ്രായങ്ങളും കാണുമ്പോൾ തലയ്ക്കകത്ത് ആൾ താമസമുള്ളവർ മൂക്കത്തു വിരൽ വച്ചുപോകും. പടിഞ്ഞാറുള്ളവരുടെ കണ്ടുപിടുത്തമാണെന്നു പറഞ്ഞ് ആരെങ്കിലും കണ്ണട ഊരി എറിയാറുണ്ടോ? ആരെങ്കിലും വൈദ്യുതി വേണ്ടെന്നു വയ്ക്കാറുണ്ടോ? ആരെങ്കിലും കാറുപേക്ഷിച്ച് കാളവണ്ടിയിൽ യാത്ര ചെയ്യുമോ?

നാം പറഞ്ഞുവന്നത് പ്രപഞ്ചത്തെക്കുറിച്ചുള്ള വിജ്ഞാനത്തിൽ വിപ്ലവമുണ്ടായത് ബഹിരാകാശ ഗവേഷണത്തിന്റെ ആവിർഭാവത്തോടെയാണ് എന്നാണ്; സ്പേസ് ടെലസ്കോപ്പുകളുടെ സ്ഥാപനത്തോടെയാണ്. ചൊവ്വയെക്കുറിച്ച് മാത്രമല്ല മറ്റു ഗ്രഹങ്ങളെക്കുറിച്ചും ചൊവ്വോടെ പഠനം പുനരാരംഭിക്കാനായതും അതോടെയാണ്. ചൊവ്വയിലേക്കുണ്ടായ പ്രധാനപ്പെട്ട ചില അന്വേഷണ ദൗത്യങ്ങളുടെ വിജയ പരാജയങ്ങളെക്കുറിച്ച് ആമുഖത്തിൽ പരാമർശിക്കുകയുണ്ടായി. എങ്കിലും പ്രസക്തമായ ചില ദൗത്യങ്ങളെക്കുറിച്ച് കുറച്ചുകൂടി വിശദമായ കുറിപ്പുകൾ ഇവിടെ നൽകുന്നു.

മാഴ്സ് പാത്ത് ഫൈൻഡർ

ചൊവ്വയിലേക്ക് സോവിയറ്റ് യൂണിയനും നാസയും നടത്തിയ പല പര്യവേക്ഷണ ദൗത്യങ്ങളും അടിക്കടി പരാജയമായി ഭവിച്ചു. ഭീമമായ തുകകൾ വൃഥാവിലാകുന്നു എന്ന വിമർശനങ്ങൾ നാസയ്ക്ക് അകത്തും പുറത്തുമുണ്ടായി. ഈ പശ്ചാത്തലത്തിൽ ചെലവു കുറഞ്ഞ പദ്ധതികൾ ആവിഷ്കരിക്കുന്നതിന്റെ ഫലമായിട്ടുണ്ടായ ഒരു പരീക്ഷണ വാഹനമാണ് മാഴ്സ് *പാത്ത് ഫൈൻഡർ*. 1996 ഡിസംബറിൽ വിക്ഷേപിക്കപ്പെട്ട ഈ വാഹനം 1997 ജൂലൈ 4 ന് ചൊവ്വയിലെ 'ആരസ് വാലി' എന്ന പ്രദേശത്ത് ഇറങ്ങി, ജലം പരന്നൊഴുകിയിരുന്നു എന്ന് ചില നിരീക്ഷകർ രേഖപ്പെടുത്തിയിരുന്നതിനാലാണ് ഇറങ്ങാനായി ഈ സ്ഥലം തന്നെ തിരഞ്ഞെടുത്തത്. പാത്ത് ഫൈൻഡറിന്റെ ഒരു പ്രധാന ഘടകം 'സൊജോർണർ' എന്ന സ്വയം ചലിക്കുന്ന ഒരു യന്ത്ര ഉപകരണമായിരുന്നു. മാത്രമല്ല, ഉപരിതലത്തിലെ പാറകളും പദാർഥങ്ങളും വിശകലനം ചെയ്യാനുള്ള എക്സ്റേ/സ്പെക്ടോഗ്രാഫിക് സംവിധാനങ്ങളും അതിലുണ്ടായിരുന്നു. പാറകളും മറ്റും വിശ്ലേഷണം ചെയ്തയച്ച പല വിവരണങ്ങളും മുൻധാരണകളിൽ പലതും തിരുത്തുവാൻ സഹായിക്കുന്നവയായിരുന്നു. ഭൂമിയിലെ പാറകളോട് സാമ്യമുള്ളവയായിരുന്നു ഇവയിൽ പലതും. സിലിക്ക, ക്വാർട്സ്, ഫെൽസ്പാർ, ഓർത്തോ പൈറോക്സിൻ തുടങ്ങിയ ധാതുക്കളുടെ സാന്നിധ്യം അവിടെ ഉള്ളതായി തെളിഞ്ഞു.

പുരാതനകാലത്ത് ജലമുണ്ടായിരുന്നു എന്നുതന്നെയാണ് അതിൽ നിന്നു ലഭിച്ച വിവരങ്ങൾ. എന്നാൽ, ജൈവമായ ഒന്നിന്റെയും അവശിഷ്ടങ്ങളുണ്ടായിരുന്നില്ല. ഒരു വലിയ പ്രളയമുണ്ടായതിന്റെ സൂചന പോലും അവിടെ കണ്ടു. പക്ഷേ, ഇപ്പോൾ ജലം നിലനിൽക്കത്തക്ക

പാത്ത് ഫൈൻഡർ.

സാഹചര്യമില്ല. അന്തരീക്ഷമില്ല. ഒരുപക്ഷേ, തറയുടെ അടിയിൽ ഹിമമായി സ്ഥിതിചെയ്യുന്ന പാളി കണ്ടേക്കാം. ഉൽക്കാഗർത്തങ്ങളുടെ വരമ്പുകൾ ചന്ദ്രനിലും ബുധനിലുമുള്ളതുപോലെ ഉരുകി ഉറച്ചതല്ല. ഉരുകി ഒഴുകി നിരപ്പായതാണ്. ഉരുകിയ ഉൽക്ക അടിയിലെ മഞ്ഞുരുകിയ ഇടവുമായി ചേർന്നു ക്രമപ്പെട്ടതാകാം കാരണം.

പാത്ത് ഫൈൻഡറിൽ ഘടിപ്പിച്ചിരുന്ന സ്റ്റീരിയോ ക്യാമറ അനവധി ചിത്രങ്ങളെടുത്തയച്ചതിൽനിന്ന് ചൊവ്വയുടെ ഉപരിതലത്തിലെ പാറക്കെട്ടുകളുടെയും കുന്നുകളുടെയും ഗർത്തങ്ങളുടെയും സാന്നിധ്യം കാണാനുണ്ടായിരുന്നു. ഇതിൽ അടങ്ങിയിരിക്കുന്ന രാസഘടനയെക്കുറിച്ചും വിവരങ്ങൾ ലഭിച്ചിട്ടുണ്ട്. വളരെ വിജയകരമായിത്തീർന്ന ഈ ദൗത്യം തുടരന്വേഷണത്തിന് ആവേശം നൽകുന്നതായിരുന്നു. പാത്ത് ഫൈൻഡറിന് ഇന്ന് 'കാൾസാഗൻ മെമ്മോറിയൽ സ്റ്റേഷൻ' എന്ന പേരു നൽകി അവിടെത്തന്നെ നിലനിറുത്തിയിരിക്കുകയാണ്.

മാഴ്സ് ഒഡ്സീസി

2001 ഏപ്രിലിൽ നാസ വിക്ഷേപിച്ച റോബോട്ട് നിയന്ത്രിത വാഹനമാണിത്. ജലസാന്നിധ്യം, അഗ്നിപർവതങ്ങൾ എന്നിവയെപ്പറ്റിയുള്ള പഠ

നങ്ങളാണ് ലക്ഷ്യം. തെർമൽ എമിഷൻ, ഇമേജിങ് സിസ്റ്റം, ഹൈ എനർജി ന്യൂട്രോൺ ഡിറ്റാക്ടർ, ഗാമാറേ സ്പെക്ടോമീറ്റർ, റേഡിയേഷൻ എൻവിറോൺമെന്റ് എക്സ്പിരിമെന്റ് എന്നിവയാണ് ഇതിൽ ഘടിപ്പിച്ചിരിക്കുന്ന ഉപകരണങ്ങൾ.

മാഴ്സ് എക്സ്പ്ലൊറേഷൻ റോവർ

2003 ൽ വിക്ഷേപിക്കപ്പെട്ട് ഇന്നും പ്രവർത്തനനിരതമായിരിക്കുന്ന ഒന്നാണ് ഇത്. സ്പിരിറ്റ്, ഓപ്പർച്യൂണിറ്റി എന്നീ രണ്ടു റോവർ റോബോട്ടുകളാണ് ഇതിന്റെ പ്രത്യേകത. സ്പെക്ടോമീറ്ററുകളും മൈക്രോസ്കോപിക് ഇമേജറുകളും ഘടിപ്പിക്കപ്പെട്ടിട്ടുള്ള ഇത്. പാത്ത് ഫൈൻഡറിനെപ്പോലെ ചൊവ്വയുടെ മറ്റൊരു ഭാഗത്തുനിന്ന് വിശകലനം ചെയ്ത് വിവരങ്ങളയക്കുന്നു.

മാഴ്സ് എക്സ്പ്രസ്

2003 ജൂണിൽ യൂറോപ്യൻ സ്പേസ് ഏജൻസി (ESA) വിക്ഷേപിച്ച ഒരു ഉപഗ്രഹമാണിത്. റഷ്യയുടെ സഹായത്തോടെ ആയിരുന്നു ഈ പദ്ധതി. ഉപഗ്രഹത്തിൽനിന്ന് 'ബീഗിൾ-2' എന്ന പേടകത്തെ ചൊവ്വയിലിറക്കി സാമ്പിളുകൾ ശേഖരിച്ച് തിരികെ ഭൂമിയിൽ കൊണ്ടുവരിക എന്നതായിരുന്നു ലക്ഷ്യം. എന്നാലത് ചൊവ്വയിൽ വീണുതകർന്നു. പക്ഷേ മാർസ് എക്സ്പ്രസ് ഒരു ഉപഗ്രഹമായി ഇന്നും പ്രവർത്തിക്കുകയും വിവരങ്ങൾ നൽകുകയും ചെയ്യുന്നുണ്ട്. മീഥേൻ വാതകത്തിന്റെ സാന്നിധ്യവും അതു നൽകിയിട്ടുണ്ട്. അതാണ് ഇപ്പോഴത്തെ വലിയൊരു

ഫീനിക്സ്

ചർച്ചാവിഷയം. ജിയോളജി ഇമേജർ, സ്പെക്ടോമീറ്റർ എന്നിവയാണ് ഇതിലെ പ്രധാന ഉപകരണങ്ങൾ.

ഫീനിക്സ്

2007 ആഗസ്തിൽ നാസ വിക്ഷേപിച്ച ഫീനിക്സ് പേടകം ചൊവ്വയുടെ ധ്രുവപ്രദേശത്താണ് ഇറങ്ങിയത്. ആദ്യമായിട്ടാണ് ഈ പ്രദേശം സൂക്ഷ്മ നിരീക്ഷണത്തിലാകുന്നത്. ജലസാന്നിധ്യമാണ് പ്രഥമ പരിഗണനാവിഷയം. കാരണം, സൂക്ഷ്മകണികകളായിട്ടെങ്കിലും ജീവന്റെ സ്ഫുരണങ്ങളുണ്ടായേക്കുമോ എന്നതാണ് അന്വേഷണലക്ഷ്യം. സർഫസ് സ്റ്റീരിയോ ഇമേജർ, തെർമൽ ഇലക്ട്രിക്കൽ കണ്ടക്റ്റിവിറ്റി പ്രോബ് എന്നീ ഉപകരണങ്ങളാണ് സജ്ജമാക്കിയിട്ടുള്ളത്. 2008 മുതൽ ഇത് പ്രവർത്തനക്ഷമമാണ്.

7

ഇന്ത്യൻ ദൗത്യം
മാഴ്സ് ഓർബിറ്റർ മിഷൻ (MOM)

രണ്ടായിരത്തി പതിമൂന്ന് നവംബർ 5 ഭാരതത്തിനും പ്രത്യേകിച്ച് ഇസ്രോ (ISRO) യ്ക്കും വളരെ ഉദ്വേഗഭരിതമായ ഒരു ദിവസമായിരുന്നു. വിമർശനങ്ങളുടെ പിൻവിളികൾക്കിടയിലൂടെയാണ് 'മംഗൾയാൻ' എന്ന പേടകവുമായി പി എസ് എൽ വി – എക്സ് എൽ എന്ന ഇസ്രോയുടെ അഭിമാനവാഹനം വിഹായസിലേക്കു കുതിച്ചുയർന്നത്. പേടകത്തെ ഇരുപതുകോടി കിലോമീറ്ററിനുമപ്പുറം ഒരു വർഷത്തിനുള്ളിൽ എത്തിച്ചേരുന്ന ചൊവ്വാഗ്രഹത്തെ 400 കിലോമീറ്ററും 80000 കിലോമീറ്ററും അകലമുള്ള ദീർഘവൃത്താകൃതിയിലുള്ള ഭ്രമണപഥത്തിലെത്തിക്കുക എന്നതാണ്. ആദ്യഘട്ടം ഒരു മണിക്കൂറിനകം വിജയകരമായി പൂർത്തിയാക്കി എന്നുറപ്പു വരുത്തിയശേഷം ദീർഘനിശ്വാസം ചെയ്തുകൊണ്ടാണ് ഇസ്രോ ശാസ്ത്രജ്ഞന്മാർ അവരുടെ നിരീക്ഷണ നിയന്ത്രണ ഗൃഹ (Block House) ത്തിൽനിന്നു പുറത്തിറങ്ങിയത്. അടുത്ത സന്ദിഗ്ധദശയിൽ നവംബർ 30 ന് ചൊവ്വയിലേക്കുള്ള യാത്ര തുടങ്ങുന്നതുവരെയുള്ള ഇടഘട്ടങ്ങൾ വിജയകരമായി താണ്ടുമെന്ന് ഏതാണ്ട് ഉറപ്പായിരുന്നു. അതും പ്രതീക്ഷപോലെ നടന്നു.

ചാന്ദ്രയാൻ 1 വിക്ഷേപണത്തിനുശേഷംതന്നെ ചാന്ദ്രയാൻ 2, മംഗൾയാൻ എന്നീ പദ്ധതികളെക്കുറിച്ച് ഇസ്രോവൃത്തങ്ങൾ സൂചന നൽകിയിരുന്നു. എന്നാൽ, ചാന്ദ്രയാൻ 2 താൽക്കാലികമായി 2017 ലേക്ക് മാറ്റിവയ്ക്കുകയും മംഗൾയാൻ പദ്ധതിക്ക് പ്രാമുഖ്യം നൽകുകയുമായിരുന്നു. 2012 ലെ സ്വാതന്ത്ര്യദിന പ്രസംഗത്തിൽ പ്രധാനമന്ത്രി മൻമോഹൻ സിങ് മംഗൾയാൻ ഉപഗ്രഹത്തിന്റെ വിക്ഷേപണ പരിപാടിയെക്കുറിച്ച് പരാമർശിക്കുകയുണ്ടായി. അത് അതിൻപടി നിർവഹിക്കപ്പെടുകയും ചെയ്തു.

ചാന്ദ്രയാൻ 2 പദ്ധതി മാറ്റിവയ്ക്കുവാൻ രണ്ടുകാരണങ്ങളുണ്ടായി

രുന്നു. ജി എസ് എൽ വി വാഹനത്തിലാണ് അത് വിക്ഷേപിക്കുവാൻ തക്കവണ്ണം രൂപകൽപ്പന ചെയ്തിട്ടുള്ളത്. ക്രയോജനിക് സാങ്കേതിക വിദ്യ അതിന്റെ കറതീർന്ന നിലവാരത്തിലെത്തിയില്ല എന്നതാണ് അതിലൊന്ന്. ചന്ദ്രനിലിറക്കാനുള്ള പേടകം തരുവാൻ ബാധ്യസ്ഥമായ റഷ്യക്കും ഇനിയും പരിഹരിക്കുവാൻ കഴിയാത്ത ചില സാങ്കേതിക പ്രശ്നങ്ങൾ ബാക്കിയുണ്ട്. അതും ചാന്ദ്രയാൻ പദ്ധതി മാറ്റിവയ്ക്കുവാൻ കാരണമായി.

ദീർഘവൃത്താകൃതിയിലുള്ള ഒരു പഥത്തിൽ ഉപഗ്രഹത്തെ ആദ്യമായി സ്ഥാപിച്ചശേഷം ക്രമേണ അതിന്റെ ദീർഘവ്യാസം വലുതാക്കിക്കൊണ്ടുവരിക എന്ന ചാന്ദ്രയാൻ 1 ൽ പരീക്ഷിച്ച അതേരീതി

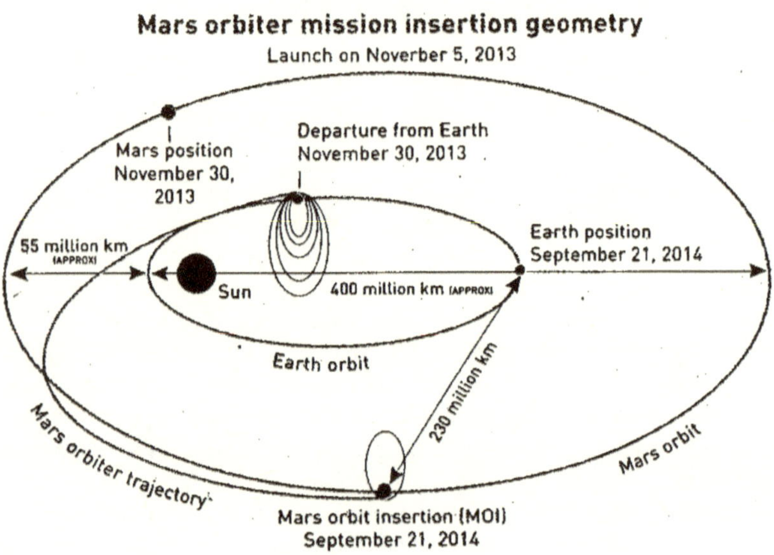

മാഴ്സ് ഓർബിറ്റർ മിഷൻ

തന്നെയാണ് ഇവിടെയും ആവർത്തിച്ചത്. 250 – 25000 കി മി എന്ന ആദ്യ പഥത്തിൽനിന്ന് അഞ്ചു തവണ ആയം വർധിപ്പിച്ച് അത് 600 – 200000 എന്ന ഒരു പഥത്തിലേക്കെത്തിക്കും. അവസാനത്തെതായ ആറാമത്തെ കുതിപ്പ് ചൊവ്വയെ ലക്ഷ്യമാക്കിക്കൊണ്ട് ഡിസംബർ 1 ന്. ദീർഘവ്യാസമുള്ള മറ്റൊരു പഥം കൈക്കൊണ്ട് അത് ഒൻപതു മാസത്തോടടുക്കുമ്പോൾ 2014 സെപ്തംബർ 21 ന് ചൊവ്വയുടെ സമീപമെത്തും. അപ്പോൾ ചൊവ്വ ഭൂമിയിൽനിന്ന് ഏതാണ്ട് 23 കോടി കി മീറ്റർ അകലെയായിരിക്കും.

നാം ഊഞ്ഞാലാടുമ്പോൾ ഓരോ പ്രാവശ്യവും അതിന്റെ സഞ്ചാര ദൈർഘ്യം വർധിപ്പിക്കുവാനായി കുതിക്കുമല്ലോ. ഏറ്റവും കുറഞ്ഞ ശക്തി

യോടെ കുതിച്ചാൽ ഏറ്റവും കാര്യശേഷിയോടെ ഫലസിദ്ധിയുണ്ടാകുന്ന ഒരു ബിന്ദു നമുക്ക് ആട്ടത്തിൽ അനുഭവിക്കാൻ കഴിയും. ആ ബിന്ദുവിലാണ് നാം കേന്ദ്രീകരിക്കുക. അത് മുകളിൽനിന്ന് ആടി താഴെ ഭൂമിയോട് ഏറ്റവും അടുക്കുന്ന ഒരു ബിന്ദുവാണ്. മരണഗോളത്തിൽ മോട്ടോർ സൈക്കിളോടിക്കുന്ന അഭ്യാസിയും കാര്യശേഷിയോടെ ആക്സിലേഷൻ കൊടുക്കുന്ന ഒരു ബിന്ദുവുണ്ട്. അതുപോലെതന്നെ ഏറ്റവും കുറഞ്ഞ ഊർജം ചെലവഴിച്ച് ഏറ്റവും കൂടുതൽ ദൂരത്തിൽ വസ്തുവിനെ തള്ളിവിടാവുന്ന തരത്തിൽ ഒരു ബിന്ദു ഉപഗ്രഹത്തിന്റെ ഈ ദീർഘ വൃത്ത പഥത്തിലുമുണ്ട്. അത് ഉപഗ്രഹം ഭൂമിയോട് ഏറ്റവും അടുക്കുന്ന 'പെരിഗീ' എന്ന ബിന്ദുവാണ്. അവിടെനിന്നാണ് പേടകത്തെ കൂടുതൽ ദൂരത്തിലേക്ക് 'അപ്പോഗീമോട്ടോർ' ഉപയോഗിച്ച് എയ്തുവിടുന്നത്. മാഴ്സ് ട്രാൻസ്ഫർ ട്രെജക്ടറി (MTT) എന്നാണ് ഈ ഘട്ടത്തിന്റെ പേര്.

ചൊവ്വയുടെ സമീപമെത്തുമ്പോൾ അതിനെ സൗകര്യപൂർവം ചൊവ്വയുടെ ഒരു ഉപഗ്രഹമാക്കി മാറ്റുന്നതിനുള്ള ഒരു സംവിധാനവും അതിൽ കരുതിയിരിക്കണം. അത് അതിനെ ചൊവ്വയുടെ ചുറ്റും 400 – 80000 കി മി എന്ന ഒരു പഥത്തിലേക്ക് ആനയിക്കും. ആ ഭ്രമണപഥത്തിൽ നിന്നുകൊണ്ടായിരിക്കും മംഗൾയാൻ ചൊവ്വയെക്കുറിച്ചുള്ള വിവരങ്ങൾ ശേഖരിക്കുന്നതും ഭൂമിയിലേക്കയക്കുന്നതും. മംഗൾയാനിന്റെ പിന്നീടുള്ള ജീവിതം ചൊവ്വയെ കേന്ദ്രമാക്കിക്കൊണ്ടായിരിക്കും; ചൊവ്വയെ വലംവയ്ക്കുകയും ചൊവ്വയോടൊപ്പം സൂര്യനെ വലംവയ്ക്കുകയും ചെയ്യും.

ഗോളാന്തരയാത്ര ചെയ്യുന്നതിനാവശ്യമായ കണിശമായ ഗണിതവും സാങ്കേതിക മികവും സ്വായത്തമാക്കിയും പ്രായോഗികമാക്കിയും കഴിവു തെളിയിക്കുക എന്നതുതന്നെ അഭിമാനകരമായ ലക്ഷ്യമാണ്. 36000 കി. മീറ്റർ അകലമുള്ള ഭൂസ്ഥിര ഭ്രമണപഥത്തിലേക്കും 4 ലക്ഷം കിലോമീറ്റർ അകലമുള്ള ചന്ദ്രപഥത്തിലേക്കും ഇതിനകംതന്നെ ഉപഗ്രഹങ്ങളെത്തിച്ചു വിജയിച്ചിട്ടുമുണ്ടല്ലോ? ചൊവ്വ ഭൂമിയിൽനിന്ന് ഏകദേശം 20 കോടി കിലോമീറ്റർ അകലെയെത്തുന്ന സമയത്താണ് മംഗൾയാൻ അതുമായി സന്ധിക്കുക. ഈയൊരു കടമ്പകൂടി വിജയകരമായി കടന്നാൽ ഗോളാന്തരയാത്രയ്ക്കുള്ള സാങ്കേതികത്തികവ് ഭാരതത്തിനുകൂടി സ്വായത്തമാകുകയാണ്.

അടിസ്ഥാനപരമായി മംഗൾയാൻ ദൗത്യം വാഹനത്തിന്റെ പ്രാപ്തിയും നിയന്ത്രണ സംവിധാനങ്ങളുടെ കൃത്യതയും ഉറപ്പുവരുത്താനുള്ളതാണ്. ചൊവ്വയെക്കുറിച്ച് ആർക്കുമറിയാത്ത ഒരു വിവരവും ഇതിന് പുതുതായി നൽകാനില്ല. എന്നാൽ, വിവരശേഖരണത്തിന്റെ കാര്യത്തിൽ നാം നമ്മുടേതായി വികസിപ്പിച്ചെടുത്ത ഉപകരണ സംവിധാനങ്ങളുടെ പ്രാഗത്ഭ്യം തെളിയിക്കപ്പെടുക എന്ന ഉദ്ദേശ്യം പ്രധാനമാണ്. ചന്ദ്രന്റെ ഭ്രമണപഥത്തിലേക്ക് ഏതാണ്ട് 4 ലക്ഷം കിലോമീറ്റർ അകലേക്ക് സന്ദേശവീചികളയച്ച് ഉപഗ്രഹത്തെ നിയന്ത്രിച്ചു എന്നതിനുപരി, ഇപ്പോൾ മംഗൾയാനിന്റെ കാര്യത്തിൽ അനേകകോടി കിലോമീറ്ററുകൾക്കകലെ സൗരകേന്ദ്രിതവും ഒപ്പം ചൊവ്വാ കേന്ദ്രിതവുമായ ഒരു സങ്കീർണപാത കൈ

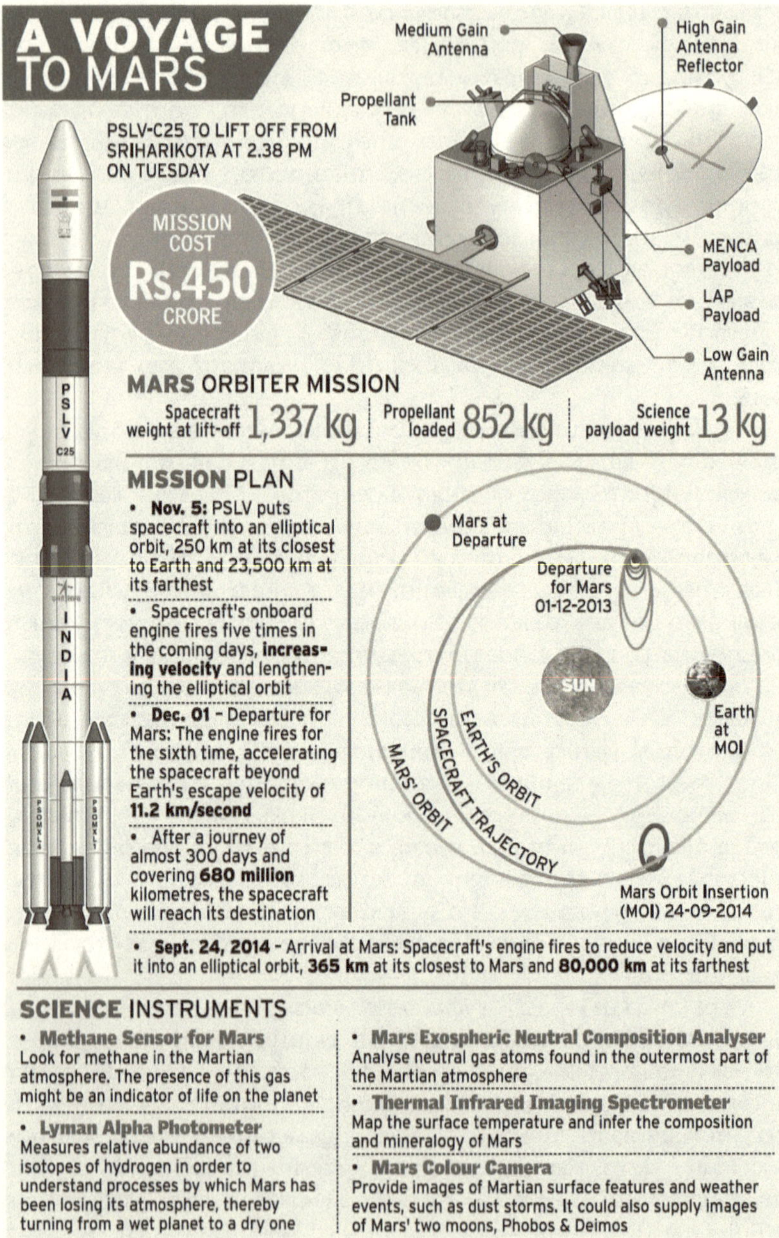
A VOYAGE TO MARS
PSLV-C25 TO LIFT OFF FROM SRIHARIKOTA AT 2.38 PM ON TUESDAY
MISSION COST Rs.450 CRORE
Medium Gain Antenna
High Gain Antenna Reflector
Propellant Tank
MENCA Payload
LAP Payload
Low Gain Antenna
PSLV C25
INDIA
MARS ORBITER MISSION
Spacecraft weight at lift-off 1,337 kg
Propellant loaded 852 kg
Science payload weight 13 kg
MISSION PLAN
• Nov. 5: PSLV puts spacecraft into an elliptical orbit, 250 km at its closest to Earth and 23,500 km at its farthest
• Spacecraft's onboard engine fires five times in the coming days, increasing velocity and lengthening the elliptical orbit
• Dec. 01 - Departure for Mars: The engine fires for the sixth time, accelerating the spacecraft beyond Earth's escape velocity of 11.2 km/second
• After a journey of almost 300 days and covering 680 million kilometres, the spacecraft will reach its destination
Mars at Departure
Departure for Mars 01-12-2013
SUN
Earth at MOI
EARTH'S ORBIT
SPACECRAFT TRAJECTORY
MARS' ORBIT
Mars Orbit Insertion (MOI) 24-09-2014
• Sept. 24, 2014 - Arrival at Mars: Spacecraft's engine fires to reduce velocity and put it into an elliptical orbit, 365 km at its closest to Mars and 80,000 km at its farthest
SCIENCE INSTRUMENTS
• Methane Sensor for Mars
Look for methane in the Martian atmosphere. The presence of this gas might be an indicator of life on the planet
• Lyman Alpha Photometer
Measures relative abundance of two isotopes of hydrogen in order to understand processes by which Mars has been losing its atmosphere, thereby turning from a wet planet to a dry one
• Mars Exospheric Neutral Composition Analyser
Analyse neutral gas atoms found in the outermost part of the Martian atmosphere
• Thermal Infrared Imaging Spectrometer
Map the surface temperature and infer the composition and mineralogy of Mars
• Mars Colour Camera
Provide images of Martian surface features and weather events, such as dust storms. It could also supply images of Mars' two moons, Phobos & Deimos

ക്കൊള്ളുന്ന ഉപഗ്രഹത്തെ നിയന്ത്രിക്കുക എന്നതും പുതിയൊരു വെല്ലുവിളിയാണ്.

യു എസ് എസ് ആറിന്റെ ആയാലും നാസയുടേതായാലും ചൈനയുടേതായാലും ആദ്യ സംരംഭങ്ങളെല്ലാംതന്നെ പരാജയങ്ങളായിരുന്നു. കണക്കുകൂട്ടലുകളിലെ കൃത്യതയും നിയന്ത്രണ സംവിധാനങ്ങളിലെ സൂക്ഷ്മതയും ഒരു ദൗത്യത്തെ വിജയകരമായ പരിസമാപ്തിയിലെത്തിക്കുന്നതിന് ആവശ്യമാണെന്ന് നേരത്തേതന്നെ സൂചിപ്പിക്കുകയുണ്ടായല്ലോ. ഡിസംബർ 1 ന് ചൊവ്വയെ ലക്ഷ്യമാക്കിക്കൊണ്ടുള്ള പ്രയാണം അതിസൂക്ഷ്മതയോടെ നിർവഹിക്കപ്പെട്ടു കഴിഞ്ഞു.

ചിത്രത്തിൽ നിന്നു മനസിലാക്കാവുന്നതുപോലെ ദീർഘമായൊരു പാതയാണ് മംഗൾയാൻ ചൊവ്വയിലേക്കു സ്വീകരിക്കുക. ഭൂമി, സൂര്യൻ, ചൊവ്വ എന്നീ ഗോളങ്ങൾ മംഗൾയാനിൽ ചെലുത്തുന്ന ഗുരുത്വാകർഷണത്തിന്റെ ആനുകൂല്യം പ്രയോജനപ്പെടുത്തിക്കൊണ്ടാണ് യാത്ര. ചൊവ്വ ഏറ്റവും അടുത്തുവരുന്ന അവസരമാണല്ലോ യാത്രയ്ക്കു തെരഞ്ഞെടുക്കേണ്ടിയിരുന്നതെന്ന് സാമാന്യബുദ്ധിക്കുതോന്നാം. പക്ഷേ, യഥാർഥത്തിൽ അതിന് കൂടുതൽ ഊർജവ്യയമാണ് വേണ്ടിവരിക. സൂര്യന്റെ ഗുരുത്വാകർഷണം മൂലമുണ്ടാക്കാൻ കഴിയുന്ന ആയം കൂടി ഉപയോഗപ്പെടുത്തിക്കൊണ്ടാണ് മംഗൾയാനിന്റെ സഞ്ചാരം. ഏറ്റവും കുറഞ്ഞ ഊർജം ഉപയോഗിച്ച് യാത്ര തുടങ്ങുവാൻ അനുയോജ്യമായ ഒരു സമയമാണ് നവംബർ 2013. ഇനി അത്തരം നിർണായക സമയങ്ങൾ ആവർത്തിക്കുന്നത് 2016 ജനുവരി, 2018 മേയ് എന്നിങ്ങനെ തുടരും. ചൊവ്വ ഭൂമിയോട് ഏറ്റവുമടുത്തു വരുമ്പോൾ തമ്മിലുള്ള ദൂരം 5.5 കോടി കിലോമീറ്ററാണ്. എന്നാൽ മംഗൾയാൻ സ്വീകരിക്കുന്ന പഥമനുസരിച്ച് ചൊവ്വയുടെ ഭ്രമണപഥത്തിലെത്തുവാൻ 70 കോടി കിലോമീറ്റർ സഞ്ചരിക്കും. ഊർജവ്യയമല്ല ഊർജലാഭമാണ് ഇതുമൂലമുണ്ടാകുന്നത് എന്നു ചുരുക്കം. ഭൂതകാലത്ത് കാറ്റുപായുപയോഗിച്ച് കപ്പൽ സഞ്ചാരം ചെയ്യുമ്പോൾ കാറ്റിനനുകൂലമായ ദിശയിലൂടെ പോകുമ്പോൾ വഴിയൽപ്പം കൂടിയാലും ആയാസം കുറവാണ് എന്ന് പൂർവികർപോലും മനസിലാക്കിയിരുന്നുവല്ലോ. അന്ന് കാറ്റായിരുന്നുവെങ്കിൽ ഇന്നിവിടെ ഗുരുത്വാകർഷണവും അതിനനുസരിച്ച പ്രദക്ഷിണ പഥവുമാണെന്നതാണ് വ്യത്യാസം.

തുടക്കത്തിൽ ഭൂമിയെച്ചുറ്റി അഞ്ചുപഥങ്ങളിൽ ഇരുപത്തിഅഞ്ചു ദിവസംകൊണ്ട് പത്തൊൻപത് പ്രാവശ്യം സഞ്ചരിക്കേണ്ടിവരുന്ന മംഗൾയാനിന് 38 പ്രാവശ്യം വാൻ അല്ലൻ ബെൽറ്റ് എന്ന മേഖല കടന്നുപോകേണ്ടതുണ്ട്. മാരകരശ്മികളുടേതായ ഈ മേഖലയിലൂടെ കടന്നുപോകുമ്പോൾ ഉപകരണങ്ങൾക്ക് കേടുപാടുകളുണ്ടാകുവാനുള്ള സാധ്യത കണക്കിലെടുത്ത് വേണ്ടത്ര മുൻകരുതലുകളെടുത്തിരിക്കണം. ഓരോ പ്രാവശ്യവും ചാർജ് ശേഖരിക്കപ്പെട്ട് അതിന്റെ താങ്ങാവുന്നതിന്റെ പരിധി കടന്നു പോകാതിരിക്കേണ്ടതുണ്ട്. മംഗൾയാനിന്റെ കാര്യത്തിൽ ഇക്കാര്യം പ്രത്യേക ശ്രദ്ധയിൽ പതിയുകയും വേണ്ടത്ര മുൻകരുതലെടുക്കുകയും ചെയ്തിട്ടുണ്ട്. ഒക്ടോബർ 28 ന് വിക്ഷേപണം നടത്താ

നാണ് ആദ്യം തീരുമാനിച്ചിരുന്നത്. ആന്ധ്രയിലെ കാലാവസ്ഥ പരിഗണിച്ചാണ് അത് നവംബർ 5 ലേക്ക് മാറ്റിയത്. വാൻ അല്ലൻ ബെൽറ്റ് റേഡിയേഷന് വിധേയമാകുമെന്ന് മുൻനിശ്ചയിച്ച പ്രകാരമുള്ള സമയ കാലാവധിയിൽ കുറവാണ് ഇതുമൂലമുണ്ടായത്. എല്ലാം പറഞ്ഞതു പോലെതന്നെ സംഭവിച്ചു.

വാൻ അല്ലൻ ബെൽറ്റ്

ഭൂമിയുടെ കാന്തിക ബലത്തിലകപ്പെട്ട് കാന്തിക ബലരേഖകളെ ചുറ്റിക്കൊണ്ട് ധ്രുവങ്ങളുടെ ദിശയിൽ സഞ്ചരിക്കുന്ന ചാർജിതകണങ്ങൾ നിറഞ്ഞ ഒരു പ്രദേശമാണ് വാൻ അല്ലൻ ബെൽറ്റ്. ഇവയിലെ കണങ്ങൾ പ്രധാനമായും ഇലക്ട്രോണുകളും പ്രോട്ടോണുകളുമാണ്. സൗരവാതം (Solar Wind) ആണ് ഇതിന്റെ മുഖ്യ സ്രോതസ്സ്. പ്രധാനമായും രണ്ട് ഇലക്ട്രോൺ ബെൽറ്റുകളാണ് ഇതിനുള്ളത്. 2000 – 5000 കി. മീറ്റർ ഉയരത്തിൽ ഒന്ന്, 13000 – 19000 കി. മീറ്റർ ഉയരത്തിൽ മറ്റൊന്ന്. ഇലക്ട്രോൺ ബെൽറ്റുകൾക്കിടയിൽ വിവിധതലങ്ങളിൽ വിതരണം ചെയ്യപ്പെട്ടിരിക്കുന്നതാണ് പ്രോട്ടോൺ ബെൽറ്റുകൾ. വാൻ അല്ലൻ എന്ന ശാസ്ത്രജ്ഞന്റെ പേരിൽ ഇത് അറിയപ്പെടുന്നു. ചന്ദ്രനിലേക്കുള്ള യാത്രാവേളയിൽ വാൻ അല്ലൻ ബെൽറ്റ് കടന്നുപോകുമ്പോൾ യാത്രികർക്ക് അതിജീവിക്കുവാൻ തക്ക സുരക്ഷാ ഏർപ്പാടുകൾ അപ്പോളോ ദൗത്യത്തിലുണ്ടായിരുന്നു.

8

സാങ്കേതിക വെല്ലുവിളികൾ

പി എസ് എൽ വി വിക്ഷേപണങ്ങൾ പലതും വിജയകരമായി താണ്ടിയിട്ടുണ്ടെങ്കിലും മുൻപില്ലായിരുന്ന ഒരു പ്രധാന പരിഷ്കാരം ഈ പുതിയ വാഹനത്തിലുണ്ടായിരുന്നു. അത് മൂന്നാം ഘട്ടത്തിനും നാലാം ഘട്ടത്തിനുമിടയിലുള്ള നെടുവീർപ്പു കാലയളവിനെ സംബന്ധിച്ചാണ്. മൂന്നാംഘട്ട മോട്ടോറിന്റെ പ്രവർത്തനം തീർന്ന് അത് വിഘടിച്ചശേഷം നാലാംഘട്ടം പ്രവർത്തനം തുടങ്ങുന്നതിനു മുൻപുള്ള ഇടവേളയുടെ ദൈർഘ്യമാണ് കാര്യം. മുൻ വിക്ഷേപണങ്ങളിൽ ഉണ്ടായിരുന്നതിനേക്കാൾ ഇരുപതു മിനിറ്റ് കൂടുതലാണത് ഇപ്പോൾ. ഇതിനിടയിൽ ടെലിമിട്രി സംവേദന സംവിധാനത്തിനും ഇടവേളയുണ്ടാകും. ഈ കുറവു പരിഹരിക്കുന്നതിന് നളന്ദ, യമുന എന്നീ രണ്ടു കപ്പലുകൾ ശാന്തസമുദ്രത്തിൽ നിരീക്ഷണങ്ങൾക്കും ആജ്ഞകളയയ്ക്കുന്നതിനുമായി നില കൊണ്ടിട്ടുണ്ടായിരുന്നു. നാലാംഘട്ട എഞ്ചിന്റെ പ്രവർത്തനവും പേടകത്തെ അതിന്റെ സഞ്ചാരപഥത്തിലേക്ക് തള്ളിവിടുന്ന പ്രക്രിയയും വിലയിരുത്തുന്നതും നിയന്ത്രിക്കുന്നതും പ്രസ്തുത കപ്പലുകളിൽ നിന്നായിരിക്കും. പേടകം സ്വതന്ത്രമാകുകയും പ്രഥമപഥത്തിലേക്കു കുതിക്കുകയും ചെയ്യുന്നതോടൊപ്പം സൗരോർജപാനലുകൾ വിടരേണ്ടതുമുണ്ട്. ഇത് ന്യൂനതാപസ്ഥിതിയിൽ – 20°C ൽ ആണ് പ്രവർത്തിക്കേണ്ടത്.

നേരത്തേ വ്യക്തമാക്കിയതുപോലെ വിദൂര സംവേദനത്തിന്റെ കാര്യത്തിലും വലിയ വെല്ലുവിളികൾ മംഗൾയാനിനെ കാത്തിരിക്കുന്നുണ്ട്. ഭൂമിയിൽനിന്ന് 70 കോടി കിലോമീറ്റർ (വളഞ്ഞു) സഞ്ചരിച്ച് 2014 സെപ്തംബർ 21 ന് അത് 23 കോടിയകലെയുള്ള ചൊവ്വയ്ക്കു സമീപമെത്തുമ്പോൾ ഒരു പ്രധാനപ്പെട്ട കടമ്പ കടക്കാനുണ്ട്. ചൊവ്വയ്ക്കു ചുറ്റും സഞ്ചരിക്കാനുള്ള പഥത്തിലേക്ക് അതിനെ ആനയിക്കാനുള്ള ആജ്ഞ സ്വീക

രിക്കാനും അതു സജ്ജമായിരിക്കണം. തുടർന്നുള്ള പ്രവർത്തനങ്ങളിൽ നാൽപ്പതു കോടി കിലോമീറ്റർ ദൂരത്തിലേക്കുവരെ സന്ദേശമയയ്ക്കുകയും സ്വീകരിക്കേണ്ടിവരികയും ചെയ്യും. ഒരു ഇലക്ട്രോണിക് സന്ദേശം അവിടെ എത്തുവാൻതന്നെ ഇരുപത്തി അഞ്ചു മിനിറ്റെടുക്കും. അതു കൊണ്ടുണ്ടായ ഫലമറിയുവാൻ മറ്റൊരു ഇരുപത്തിഅഞ്ചു മിനിറ്റു സമയവും വേണം. ഇതും ഒരു പരിധിവരെ തരണംചെയ്യുവാൻ, ആജ്ഞകൾ സ്വയം നിർവഹിക്കുന്നതിന് ഉപഗ്രഹത്തിനകത്തുതന്നെ ഉൾക്കൊള്ളിച്ചിട്ടുള്ള കമ്പ്യൂട്ടർ സംവിധാനവും ഒരു പുതിയ പരീക്ഷണമാണ് — ഓൺ ബോർഡ് ത്രീ ലെവൽ ഇൻബിൽറ്റ് ഓട്ടോണമസ് കേപ്പബിലിറ്റി. ഏതെങ്കിലും ഒരു ഉപകരണസംവിധാനം പ്രവർത്തിച്ചില്ലെങ്കിൽ പകരം

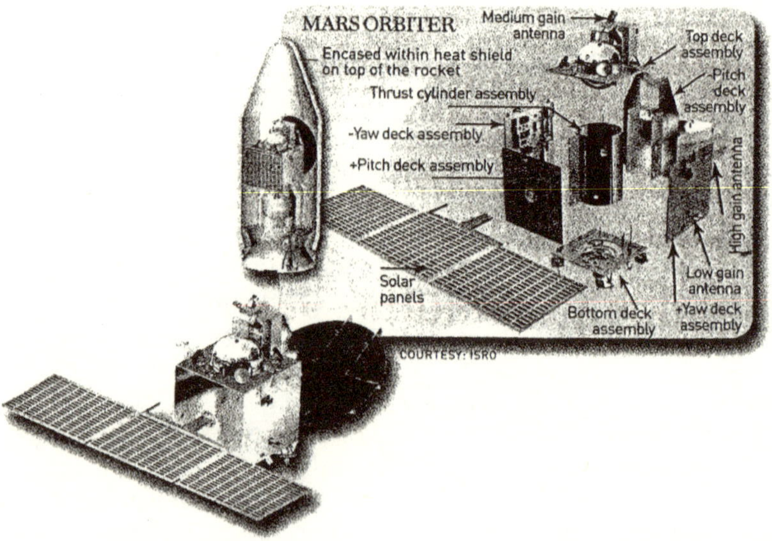

മറ്റൊന്നിലേക്ക് ഉടനടി സ്വയംമാറുവാനുള്ള സൂത്രവും ഇതിൽ ഇണക്കിയിട്ടുണ്ട്. മനുഷ്യന് രണ്ടു കണ്ണും രണ്ടു ശ്വാസകോശവും രണ്ടു വൃക്കയുമുള്ളപ്പോൾ ഒന്നു പ്രവർത്തിച്ചില്ലെങ്കിലും മറ്റേത് ചുമതല വഹിക്കുന്നതുപോലുള്ള ഒരു സംഗതി. അതിനുള്ള നിർദേശങ്ങൾ പുറത്തുനിന്നു നൽകേണ്ടതില്ല. അത് സ്വയം ഏറ്റെടുത്തു ചെയ്തുകൊള്ളും.

ഉപഗ്രഹത്തിനാവശ്യമായ ഊർജം ലഭിക്കുവാനായി സോളാർ പാനലുകൾ സ്ഥാപിച്ചിട്ടുണ്ട്. എന്നാൽ, സൂര്യനിൽനിന്ന് ഭൂമിയിലേക്കുള്ളതിനേക്കാൾ ഇരട്ടിവരെ ദൂരം ചൊവ്വയിലേക്കുണ്ട്. വെയിൽ ദുർബലമാണെന്നു ചുരുക്കം. ഇതിനെ അതിജീവിക്കുവാനായി മൂന്നു മടക്കുകളുള്ള വിശാലമായ പാനലുകളാണ് ഇതിലുള്ളത്. ഉപഗ്രഹം വളവുതിരിയുന്ന

വേളകളിൽ പാനലുകളുടെ ചരിവുകൊണ്ടും സൂര്യപ്രകാശം വീഴുന്ന കോണു വ്യത്യാസംകൊണ്ടും പലപ്പോഴും പരമാവധി ഊർജം സംഭരിക്കാനാവില്ല എന്നും ഓർത്തിരിക്കേണ്ടതാണ്.

ആദ്യഘട്ടത്തിൽ 25 ദിവസം ഭൂമിയെ വലംവയ്ക്കുന്ന സമയത്തുണ്ടാകുന്ന ഗ്രഹണവേളകളിൽ (ഭൂമിയുടെ തടസംകൊണ്ട് സൂര്യനിൽനിന്ന് വെളിച്ചം ലഭിക്കാതിരിക്കുമ്പോൾ) തടസമില്ലാതെ വൈദ്യുതി ലഭിക്കുവാനായി ലിത്തിയം അയൺ ബാറ്ററിയും ഇതിൽ ഘടിപ്പിച്ചിട്ടുണ്ട്.

ഇനിയുള്ളത് ശാസ്ത്രീയ ഉപകരണങ്ങളെ സംബന്ധിച്ചുള്ളതാണ്. അന്തിമമായി ചൊവ്വയെക്കുറിച്ചുള്ള വിവരങ്ങൾ ശേഖരിക്കുവാൻ ഉപഗ്രഹത്തിൽ സജ്ജമാക്കിയിരിക്കുന്നത് അഞ്ച് ഉപകരണങ്ങളാണ്. ഇതിൽ മീഥേൻ വാതകത്തിന്റെ സാന്നിധ്യം തിരിച്ചറിയാനുള്ള ഒരു ഉപകരണം കരുതിയിട്ടുണ്ട്. മംഗൾയാനിലുള്ള പ്രധാന ഉപകരണങ്ങളുടെ വിവരങ്ങൾ ചുവടെ നൽകുന്നു.

1. മീഥേൻ സെൻസർ

ചൊവ്വയിലെ മീഥേൻ വാതകത്തിന്റെ സാന്നിധ്യം പരിശോധിക്കാനുള്ളതാണ് ഇത്. മീഥേൻ വാതകത്തിന്റെ അസ്തിത്വം ജൈവമായി എന്തെങ്കിലും ഉള്ളതിന്റെ സൂചന നൽകുമെന്നതാണതിന്റെ പ്രാധാന്യം.

2. ലൈമാൻ ആൽഫാ ഫോട്ടോമീറ്റർ

ഹൈഡ്രജൻ മൂലകത്തിന്റെ സമസ്ഥാനീയ രൂപങ്ങളെ (isotopic) ക്കുറിച്ചുള്ള പഠനമാണിതിലുള്ളത്. ഒരുകാലത്ത് ചൊവ്വയിലുണ്ടായിരുന്നു എന്നു വിശ്വസിക്കപ്പെടുന്ന അന്തരീക്ഷം എങ്ങനെ അതിനു നഷ്ടപ്പെട്ടു എന്ന ചോദ്യത്തിനുത്തരം അതിലൂടെ ലഭിച്ചേക്കാം.

3. മാഴ്സ് എക്സോസ്ഫെറിക് നാച്ചുറൽ കോമ്പോസിഷൻ അനലൈസർ

പ്രകൃതിവാതകങ്ങളുടെ സാന്നിധ്യമറിയുവാനായി സജ്ജീകരിച്ചിരിക്കുന്നത്.

4. തെർമൽ ഇൻഫ്രാറെഡ് ഇമേജിങ് സ്പെക്ടോമീറ്റർ

ഉപരിതല താപമളക്കുവാനും ധാതുക്കളുടെ സാന്നിധ്യമറിയുവാനുമായി ഉപകാരപ്പെടുന്ന ഉപകരണ സംവിധാനമാണിത്.

5. മാഴ്സ് കളർ ക്യാമറ

ഉപരിതലസ്ഥിതിയും കാലാവസ്ഥാവ്യതിയാനവും പൊടിക്കാറ്റിന്റെ ഗതിയും നിരീക്ഷിക്കുവാനുള്ളതാണിത്. ചൊവ്വയുടെ രണ്ടു ഉപഗ്രഹങ്ങളായ ഫോബോസിനെയും ഡീമോസിനെയും നിരീക്ഷിച്ച് ചിത്രങ്ങളെടുക്കുവാനും ഇതിൽ പഴുതുണ്ട്.

9

മീഥേൻ പ്രഹേളിക

രണ്ടായിരത്തി പതിമൂന്ന് ഡിസംബർ ഒന്നിന് 'മംഗൾയാൻ' ഭൂമിയുമായുള്ള അതിന്റെ ആകർഷണബന്ധം വിച്ഛേദിച്ച് സൂര്യൻ എന്ന സൗരയൂഥ കുടുംബനാഥനെ ചൊവ്വാഗ്രഹം വലംവയ്ക്കുന്ന സഞ്ചാരപഥം ലക്ഷ്യമാക്കി അതിന്റെ പ്രയാണമാരംഭിച്ചു. എല്ലാം പറഞ്ഞതുപോലെ തന്നെ ഭംഗിയായി പ്രവർത്തിക്കുന്ന അനുസരണയുള്ള കുട്ടിയെപ്പോലെ അത് ഭൂമിയോട് യാത്രാമൊഴി ചൊല്ലി. പണ്ടെങ്ങോ ജ്വലിച്ചു മൺമറഞ്ഞ ഒരു ഭൂതകാല സംസ്കാരത്തിന്റെ ശ്മശാന ഭൂമികയായേക്കാം ചൊവ്വ എന്ന ഒരു അഭ്യൂഹത്തിനു വിരാമമുണ്ടാക്കുക എന്ന ഒരു ലക്ഷ്യത്തിലേക്കുള്ള ഒരു പ്രയാണമാണത്. മീഥേൻ എന്ന വാതകത്തിന്റെ രൂപത്തിൽ, മണ്ണടിഞ്ഞ ജൈവാവശിഷ്ടങ്ങളുടെ ബാക്കിപത്രമായി, അത് ഇനിയുമവിടെ ചുറ്റിത്തിരിയുന്നുണ്ടാകാം.

പ്രാചീനമായ ഒരു നദീതടസംസ്കാരം ചൊവ്വയിലുണ്ടായിരുന്നു എന്നു സങ്കൽപ്പിച്ചുകൊണ്ടുള്ള ഒരു കാൽപ്പനികസാഹിത്യം ഒരുകാലത്ത് ലോകത്തിൽ പ്രചരിച്ചിരുന്നു. ചൊവ്വാ മനുഷ്യനുമായിട്ടുണ്ടാക്കിയ സൗഹൃദങ്ങളുടെ കഥകൾ, അവരുമായിട്ടുണ്ടായ കലഹങ്ങളുടെയും യുദ്ധങ്ങളുടെയും കഥകൾ... അങ്ങനെ പലതും. ടെലസ്കോപ്പുകളുടെ വികാസ പരിണാമങ്ങളിലൂടെ മനുഷ്യന്റെ സൂക്ഷ്മദൃശ്യതയും ദൃശ്യപരിധിയും അടിക്കടി വർധിച്ചുവരുമ്പോൾ ചൊവ്വാ നിരീക്ഷണം വാനംനോക്കികളുടെ ഇഷ്ടവിഷയമായി മാറി. ചൊവ്വയിൽ ജലമൊഴുകുന്ന നദികളെന്നു തോന്നിക്കുന്ന അടയാളങ്ങൾ, നിബിഡവനമെന്നു തോന്നിക്കുന്ന കുന്നുകൾ, ജലസംഭരണികൾ എന്നു തോന്നിക്കുന്ന തടാകങ്ങൾ, ജലസേചനപദ്ധതികൾ എന്നു തോന്നിക്കുന്ന കനാലുകൾ — കാണുന്നതെല്ലാം സ്വന്തം ഭാവനാ വിലാസമനുസരിച്ചു വ്യാഖ്യാനിക്കുവാനുള്ള വൈഭവം

മനുഷ്യന് സഹജമായിട്ടുള്ളതു തന്നെയാണല്ലോ.

എന്നാൽ, ഇതുവരെ നടന്ന ബഹിരാകാശ പര്യവേക്ഷണങ്ങളുടെ ആകത്തുകയിൽനിന്ന് മനസിലാകുന്നത് ചൊവ്വ ഒരു തണുത്ത ഊഷര ഭൂമിയാണെന്നതുതന്നെയാണ്. എന്നാൽ, അത് ഒരു സംസ്കാരത്തിന്റെ ശ്മശാന ഭൂമിയാണോ എന്നേ ഇനി അറിയാനുള്ളൂ. മീഥേൻ വാതകം അതിന്റെ സൂചികയായേക്കാമെന്നതിനാലാണ് നമ്മുടെ ദൗത്യത്തിനു പ്രാധാന്യമേറുന്നത്; മീഥേൻ സെൻസർ എന്ന ഉപകരണത്തിനു പ്രാധാന്യമേറുന്നത്; ഉഴലുന്ന ആത്മാക്കളെ തേടുന്ന ഒരു മാന്ത്രികന്റെ മന്ത്രവടി പോലെ.

മൈക്കേൽ ജെ മുമ്മ

ഭീമാകാരമായ മീഥേൻ വാതകക്കുമിള ചൊവ്വയുടെ ചില ഭാഗങ്ങളിൽനിന്ന് ഉയർന്നുപൊന്തുന്നതായി പത്തുവർഷം മുമ്പുതന്നെ (2002–03) ചില കേന്ദ്രങ്ങൾ നിരീക്ഷിച്ചിരുന്നു. ചൊവ്വയെ വലംവച്ചിരുന്ന രണ്ട് അമേരിക്കൻ ഉപഗ്രഹങ്ങളായിരുന്നു വിവരങ്ങൾ നൽകിയിരുന്നത്. ഭൂകേന്ദ്രിതമായ ചില സ്പെക്ട്രോഗ്രാഫിക് ടെലസ്കോപ്പുകളും അതു സ്ഥിരീകരിച്ചിരുന്നു. സൂക്ഷ്മരൂപത്തിലെങ്കിലും ജീവൻ കണ്ടേക്കാമെന്ന ഒരു പ്രതീക്ഷയുണർത്തുന്നതായിരുന്നു ഈ അറിവ്. കാരണം, ഭൂമിയിൽ ഇത്തരത്തിൽ മീഥേൻ വാതകമുണ്ടാകുന്നതിന് സൂക്ഷ്മബാക്ടീരിയകൾ പങ്കുവഹിക്കുന്നുണ്ട്. ഉദാഹരണത്തിന് പശു, എരുമ തുടങ്ങിയ കുളമ്പുകളുള്ള മൃഗങ്ങളുടെ ആമാശയത്തിലുള്ള ബാക്ടീരിയകളുടെ പ്രവർത്തനഫലമായി മീഥേൻ വാതകമുണ്ടാകുന്നുണ്ട്. മീഥേൻ വാതകത്തിന്റെ സാന്നിധ്യം ജൈവസാന്നിധ്യത്തിന്റെ പ്രതീക്ഷയുണർത്തുന്നത് തികച്ചും സ്വാഭാവികമാണ്.

നാസയുടെ ഗോഡ്ഡാർഡ് സ്പേസ് സ്റ്റേഷനിലെ ഏതാനും ശാസ്ത്രജ്ഞന്മാർ മൈക്കേൽ ജെ മുമ്മയുടെ നേതൃത്വത്തിൽ ഗവേഷണം ചെയ്യുമ്പോൾ 2003 മാർച്ചിൽ ഭീമാകാരമായ ഒരു മീഥേൻ കുമിള കണ്ടെത്തിയത്രേ! അതിനകത്ത് 20000 ടൺ മീഥേനുണ്ടെന്നായിരുന്നു അന്നവരവകാശപ്പെട്ടത്. എന്നാൽ, 2006 ലെ ഒരു കണക്കെടുപ്പനുസരിച്ച് ചൊവ്വ

യിൽ ആകെയുള്ള മീഥേൻ 10000 ടൺ ആണ് എന്നായി. ഈ സമയം നാസയിലെതന്നെ ചില ശാസ്ത്രജ്ഞന്മാർ ഇത്തരം കണക്കെടുപ്പുക ളുടെ രീതിയെ ചോദ്യം ചെയ്തു. മീഥേൻ ഉണ്ടെന്ന കണ്ടെത്തൽ ഒരു മായക്കാഴ്ചയാണെന്ന് കെവിൻ സഹൻലേ *ചൊവ്വയിൽ മീഥേൻ ഉണ്ടോ?* എന്ന പ്രബന്ധത്തിലൂടെ സ്ഥാപിക്കുവാൻ മുന്നോട്ടുവന്നു. മീഥേന്റെ സാന്നിധ്യം അളക്കുവാനായി ഉപഗ്രഹങ്ങളിലും ഭൂമിയിലും സ്ഥാപിച്ചി ട്ടുള്ള വിവരശേഖരണോപകരണങ്ങൾ നൽകുന്ന വിവരങ്ങൾ സംശയാ തീതമായി വിശ്വസിക്കാവുന്നതല്ല എന്നായിരുന്നു അവരുടെ വാദം. 'ക്യൂരി യോസിറ്റി റോവർ' എന്ന അമേരിക്കൻ പേടകം ചൊവ്വയിലെ 'ഗെയിൽ ഗർത്ത'ത്തിൽ ഇറങ്ങി പരിശോധിച്ചു ലഭിച്ച വിവരങ്ങൾ സഹൻലേയുടെ വാദങ്ങളെ സാധൂകരിക്കുന്നതുമായിരുന്നു. വളരെ സൂക്ഷ്മമായി പദാർഥ ങ്ങളെ വിശകലനം ചെയ്തു ഗ്രഹിക്കുന്ന ക്യൂരിയോസിറ്റിയിലെ ഉപകര ണങ്ങൾ പലപല സാമ്പിളുകൾ പരിശോധിച്ചിട്ടും മീഥേന്റെ വളരെ ചെറിയ അംശം മാത്രമാണ് അതിൽ കണ്ടെത്താനായത്. എന്നാൽ, ശാസ്ത്രജ്ഞ ന്മാരുടെ ഇടയിൽ ഈ വിഷയത്തെക്കുറിച്ചുള്ള സംവാദങ്ങൾ ഒടുങ്ങിയി ട്ടില്ല. ക്യൂരിയോസിറ്റിയെടുത്ത സാമ്പിളുകൾ ചൊവ്വയെ മൊത്തത്തിൽ പ്രതിനിധീകരിക്കുന്നതല്ല എന്നും അത് ഒരു ചെറിയ പ്രദേശത്തിനു മാത്രമേ ബാധകമാകുന്നുള്ളൂ എന്നുമാണ് മറുവാദം. മാത്രമല്ല, റോവ റിന് സാമ്പിളുകൾ എടുക്കുവാൻ കഴിയുന്ന തലത്തിനും മീതെയായി രിക്കാം മീഥേൻ വാതകം സ്ഥിതിചെയ്യുന്നത്. ചൊവ്വയുടെ തറതലത്തിൽ കൂടുതൽ വാതക സാന്ദ്രതയുള്ള കാർബൺ ഡയോക്സൈഡായിരിക്കും ഉണ്ടാകുക. സാന്ദ്രത കുറഞ്ഞ മീഥേൻ കുറേക്കൂടി ഉയർന്ന പാളിയിലാ യിരിക്കണം ഉണ്ടാകാനുള്ള സാധ്യത.

ഇപ്പോൾ മംഗൾയാനിൽ ഘടിപ്പിച്ചിരിക്കുന്ന മീഥേൻ സെൻസർ ഈ തർക്കത്തിനൊരു പരിഹാരം കണ്ടെത്തുമെന്നുതന്നെയാണ് കരുതുന്നത്. അവഗണിക്കാനാവാത്തവിധം ഒരു അളവിൽ മീഥേൻ ഉണ്ടെങ്കിൽ മാത്രമേ അത് അതിന്റെ കണക്കെടുപ്പു തുടങ്ങുകപോലുമുള്ളൂ. ഇന്ത്യയുടെ ശ്രമത്തെ നാസ ശാസ്ത്രജ്ഞൻ ശ്രീ മുമ്മ തന്നെ ശ്ലാഘിച്ചിട്ടുണ്ട്. ക്യൂരി യോസിറ്റിക്കുള്ള പരിമിതികൾക്കതീതമായി മംഗൾയാൻ പ്രവർത്തിക്കു മെന്ന് അദ്ദേഹം ആശിക്കുന്നു.

മീഥേൻ സാന്ദ്രത തീരെ കുറവുള്ള പരിതഃസ്ഥിതിയിൽ മംഗൾയാ നിലെ ഉപകരണം അത് പരിഗണിക്കുകപോലുമില്ല. എങ്കിലും നാം നേരത്തേ പരാമർശിക്കുകയുണ്ടായ മീഥേൻ കുമിളകളുയരുന്ന വേളയിൽ അതിന് മീഥേൻ സാന്നിധ്യം അളക്കുവാൻ കഴിയും. നമുക്ക് നമ്മുടെ സ്വന്തം കുട്ടിയായ മംഗൾയാനിൽ പ്രതീക്ഷകളർപ്പിക്കാം.

നമ്മുടെ പദ്ധതിക്കു സമാന്തരമായി പ്രവർത്തിക്കുവാനൊരുങ്ങുന്ന നാസയുടെ പദ്ധതിയാണ് മാവെൻ (MAVEN). 2016 ൽ വിക്ഷേപണ ത്തിനൊരുങ്ങുന്ന യൂറോപ്യൻ സ്പേസ് ഏജൻസി (ESA) യുടെ 'എക്സൊ മാർസ്' എന്ന പദ്ധതിയും ചൊവ്വയിലെ മീഥേൻ സാന്നിധ്യ

ത്തെക്കുറിച്ച് പഠനം നടത്തും.

മാവെൻ ഭൂമിയുടെ നമുക്കെതിരെയുള്ള മറുവശത്തുനിന്നുമാണ് ചൊവ്വയിലേക്കു കുതിക്കുന്നത്. മാഴ്സ് അറ്റ്മോസ്ഫിയർ ആന്റ് വോളടൈൽ എവല്യൂഷൻ മിഷൻ എന്നതിന്റെ ചുരുക്കപ്പേരാണ് മാവെൻ. മംഗൾയാനും മാവെനും രണ്ടു പാതകളിലൂടെയാണ് സഞ്ചരിക്കുക. അറ്റ്ലസ് V എന്ന നാസയുടെ അഭിമാന വാഹനത്തിലാണ് അത് ഉയരുന്നത്. അത് നേരെ ചൊവ്വയിലേക്കുള്ള ഒരു പഥമാണ് കൈക്കൊള്ളുക. അത്തരമൊരു പഥം സ്വീകരിക്കുന്നത് താരതമ്യേന ചെലവേറിയ പദ്ധതിയാണ്. മംഗൾയാനിനെ സംബന്ധിച്ചിടത്തോളം അത് അഞ്ചുപഥങ്ങളിൽ ഭൂമിയെ വലംവച്ച് പാതയുടെ ദീർഘത വർധിപ്പിച്ചു വർധിപ്പിച്ച് ആറാമതൊരു ഉദ്യമത്തിലാണ് ചൊവ്വ സൂര്യനെ വലംവയ്ക്കുന്ന പാതയിലേക്കു യാത്രയാകുന്നത്. ഈ ആറുപ്രാവശ്യവും അതിന് അതിലെ ദ്രവ ഇന്ധനം ചെലവഴിക്കേണ്ടിവരും. ചൊവ്വയോടടുക്കുമ്പോൾ വേഗത കുറയ്ക്കുന്നതിനും അതിനെ ചൊവ്വയെ വലംവയ്ക്കുന്ന പഥത്തിലേക്ക് ആനയിക്കുന്നതിനും ഇന്ധനം വേണം. അതിനുശേഷം ഭാവിയിൽ അതിന്റെ പഥത്തിൽ ഉണ്ടായേക്കാവുന്ന വ്യതിയാനങ്ങളെ പരിഹരിക്കുന്നതിനും ഇന്ധനം വേണം. ഇന്ധനം ഉപയോഗിക്കേണ്ടി വരുന്നതിന്റെ തോതു കുറയുന്തോറും ഉപഗ്രഹത്തിന്റെ ആയുസു വർധിക്കും. ഇന്ധനം കുറഞ്ഞു വരുന്തോറും ആയുസും കുറഞ്ഞുവരും.

10

ഉല്ക്കണ്ഠാകുലമായ രണ്ടു ദിനങ്ങൾ

ഡിസംബർ 1 ന് മംഗൾയാൻ അതിന്റെ ചൊവ്വയിലേക്കുള്ള പ്രയാണം ആരംഭിച്ചു. അതിന്റെ ഗതി മനസ്സിലാക്കുന്നതിന്, ഇന്ത്യൻ ദൗത്യം എന്ന മുൻ അദ്ധ്യായത്തിൽ നൽകിയിരിക്കുന്ന രണ്ടു ചിത്രങ്ങൾ കൂടി നാം ഈ അദ്ധ്യായം വായിക്കുന്നതിനിടയിൽ ഒന്നു കണ്ണോടിക്കുന്നത് നല്ലതായിരിക്കും– മാഴ്സ് ഓർബിറ്റർ മിഷൻ, 'A voyage to Mars' എന്നിവ. സൂര്യനെ ചുറ്റുന്ന ഒരു പാതയിലേക്ക് ആണ് അന്ന് ഡിസംബർ ഒന്നിന് മംഗൾയാനിനെ ആനയിക്കുകയുണ്ടായത്. അത് ഒരു പാത്തി (Slot)യിലൂടെ എന്നപോലെ കൃത്യമായി സൂര്യനെ വലം വയ്ക്കുന്ന ഒരു പാതയിലൂടെ സഞ്ചരിച്ചുകൊള്ളും. നിശ്ചിതമായ ആ പാതയിലൂടെ നിശ്ചിതവേഗതയിൽ സഞ്ചരിക്കുന്നതിന്ന് ഇന്ധനം ആവശ്യമില്ല. കെപ്ലർ, ന്യൂട്ടൻ മുതലായ മുൻഗാമികൾ നമ്മെ പഠിപ്പിച്ചിട്ടുള്ള അതേ നിയമങ്ങളാണ് ഇവിടെയും നാം പ്രയോഗിക്കുന്നത്. ഒരു നിശ്ചിത ഉയരത്തിൽ നിശ്ചിത വേഗതയിൽ ഒരു ഗ്രഹത്തിന് സഞ്ചരിക്കുന്നതിന് ഇന്ധനം ആവശ്യമില്ലല്ലോ. ഇപ്പോൾ നമ്മുടെ മംഗൾയാൻ കൈക്കൊള്ളുന്നത് ചന്ദ്രനെപ്പോലെയോ ചന്ദ്രയാനെപ്പോലെയോ ഒരു ഉപഗ്രഹത്തിന്റെ പാതയല്ല മറിച്ച് ബുധൻ, ശുക്രൻ, ഭൂമി എന്നിവയെപ്പോലെ ഒരു ഗ്രഹത്തിന്റെ പാതയാണ്. ആ പാതയിൽ അത് ഗ്രഹങ്ങളെപ്പോലെ ഇന്ധനമില്ലാതെ തന്നെ സ്വാഭാവികമായി സഞ്ചരിച്ചുകൊള്ളും. ആ പാതയുടെ സഞ്ചാരഗതിയുടെ ദീർഘവൃത്തത ചൊവ്വ സൂര്യനെ ചുറ്റുന്ന സഞ്ചാരപഥവുമായി സന്ധിക്കുന്ന വിധത്തിലാണ് ക്രമീകരിച്ചിരിക്കുന്നത്. ഡിസംബർ 1 ന് പ്രസ്തുത പാതയിലേക്ക് ആനയിക്കപ്പെടുന്ന മംഗൾയാൻ ഏതാണ്ട് മുന്നൂറു ദിവസം സഞ്ചരിച്ചാണ് ചൊവ്വയുടെ ഭ്രമണപഥത്തിനു സമീപമെത്തുന്നത്. അങ്ങനെ സഞ്ചരിക്കുന്നതിന് ഇന്ധനം ആവശ്യമില്ല എന്നു പറഞ്ഞുവല്ലോ

മംഗൾയാന്റെ ഭ്രമണദിശ
അകലെ ഭൂമി

അതുകൊണ്ട് ഈ മുന്നൂറുദിവസവും എഞ്ചിൻ (LAM) ഉറക്കമാണ്. ഇപ്പോൾ ഒരു സെക്കന്റിന് 22 കി മീറ്റർ അതായത് നമുക്ക് എളുപ്പം മന സ്സിലാക്കുന്നപോലെ മണിക്കൂറിൽ 80,000 കി മീറ്റർ വേഗതയിലാണ് സഞ്ച രിക്കുന്നത്. ഈ വേഗതയിൽ കുറവു വരുത്തിയില്ലെങ്കിൽ ഇത് ചൊവ്വയെ കടന്ന് അതിന്റേതായ ഒരു സ്വാഭാവിക പാത കൈക്കൊണ്ട് സൂര്യനെ വലം വക്കുന്ന മറ്റൊരു ഗ്രഹമായി അഥവാ കൃത്രിമ ഗ്രഹമായിത്തീരും. നമുക്കിവിടെ വേണ്ടത് അതിന്റെ വേഗത കുറച്ച് ചൊവ്വയെ അതുവലംവ യ്ക്കുന്ന സ്വീകാര്യമായ ഒരു പഥത്തിലേക്ക് ആനയിക്കുക എന്നതു മാത്ര മാണ്. ഇതിനാകട്ടെ ആദ്യം ഉപഗ്രഹത്തിന്റെ വേഗത 80,000 കിലോമീ റ്ററിൽ നിന്ന് 4,000 കി മീറ്ററായി (1.1കിമീറ്റർ/സെക്കന്റ്) കുറയ്ക്കണം. കുറച്ചുകൊണ്ടുവന്നശേഷം അതിനെ നിശ്ചിതമായ മറ്റൊരു വേഗതയിൽ ചൊവ്വയുടെ പഥത്തിലേക്കു തള്ളി വിടുകയും വേണം. എങ്കിലേ അത് നാം ഉദ്ദേശിച്ചിട്ടുള്ള പാതയിലൂടെ ചൊവ്വയെ വലം വയ്ക്കുന്ന ചൊവ്വ യുടെ ഉപഗ്രഹമാക്കാൻ കഴിയൂ.

മംഗൾയാൻ സഞ്ചരിച്ചുകൊണ്ടിരിക്കുമ്പോൾ എഞ്ചിൻ പിറകിലാ ണ്. ആ സ്ഥിതിയിൽ എഞ്ചിൻ പ്രവർത്തിച്ചാൽ ഉപഗ്രഹത്തിന്റെ വേഗത കൂടുകയേ ഉള്ളൂ. വേഗത കുറയ്ക്കുവാനാകട്ടെ അത് മുമ്പിൽ നിന്ന് പിറ കോട്ടു തള്ളുകയാണ് വേണ്ടത്. അതുകൊണ്ട് വാഹനത്തെ മൊത്ത ത്തിൽ 180^0 തിരിച്ചുകൊണ്ടു വേണം എഞ്ചിൻ ജ്വലിപ്പിക്കുവാൻ, അതിന് വാഹനം 'എബൗട്ട് ടേൺ' അടിക്കണം.

പണ്ട് മനുഷ്യനെ കയറ്റി വലിച്ചുകൊണ്ടുപോകുന്ന റിക്ഷാവണ്ടിക ളുണ്ടായിരുന്നു. ഇന്ന് അത് ബംഗാളിലും ചൈനയിലും ചില നഗരങ്ങളി ലുമുണ്ടെന്നു പറയുന്നു. പക്ഷേ, ചില സിനിമകളുടെ പശ്ചാത്തലമൊരു ക്കുവാൻ ഇവിടെ ഇന്നും അത് ഉപയോഗിക്കുന്നുണ്ട്. റിക്ഷാവലിക്കുന്ന

വരുടെ കഥപറയുന്ന മലയാളത്തിൽ 'ഓടയിൽ നിന്ന്' തമിഴിൽ 'റിക്ഷ ക്കാരൻ' എന്നീ സിനിമകൾ പണ്ടുകാലത്ത് തകർത്ത് ഓടിയിട്ടുണ്ട്. റിക്ഷാവലിക്കാരൻ വണ്ടി വലിച്ചുകൊണ്ടുപോകുമ്പോൾ വലിയ ചില ഇറക്കം വരുമ്പോൾ വണ്ടിയെ നിയന്ത്രിക്കാൻ വണ്ടിക്കാരനാവില്ല. വണ്ടി ക്കാരനേയും വലിച്ചുകൊണ്ട് വണ്ടി പോയെന്നിരിക്കും. അപ്പോഴയാൾ ചെയ്യുന്നത് വണ്ടി നേരെ 180° തിരിച്ച്കൊണ്ട് പിറകോട്ട് വലിച്ചു അതിന്റെ വേഗത കുറയ്ക്കുകയും നിയന്ത്രിക്കുകയും ചെയ്യും. ഇതേ പ്രയോഗം തന്നെയാണ് നമുക്കിവിടെ ചെയ്യേണ്ടത്.

ഇവിടെ സംഭവിക്കാവുന്നത് ഇതൊക്കെയാണ് എഞ്ചിൻ പ്രവർത്തി ച്ചില്ലെങ്കിൽ മംഗൾയാൻ സൂര്യനെ വലം വയ്ക്കുന്ന ഒരു കൃത്രിമ ഗ്രഹ മായി മാറും. 180 ഡിഗ്രി പിറകോട്ടു തിരിക്കാനുള്ള സംവിധാനം പ്രവർത്തി ച്ചില്ലെങ്കിൽ എല്ലാ പദ്ധതിയും അവതാളത്തിലാകും. അതേ സ്ഥിതിയിൽ അതു പ്രവർത്തിച്ചാൽ വേഗത ക്രമാതീതമായി പ്രപഞ്ചത്തിന്റെ ഏതെ ങ്കിലുമൊരു കോണിലേക്ക് അത് എടുത്തെറിയപ്പെടും. വേഗത 4000 കിമീ റ്ററിനേക്കാൾ വല്ലാതെ താഴ്ന്നുപോയാൽ അതിനെ സൂര്യൻ വലിച്ചെടു ക്കും. വേണ്ടത്ര കൃത്യതയിൽ ചൊവ്വയിലേക്കു തള്ളിയില്ലെങ്കിൽ അത് ചൊവ്വയിൽ പതിക്കാം, അല്ലെങ്കിൽ അത് നാം ഉദ്ദേശിക്കുന്നതിനേക്കാൾ വ്യത്യസ്തമായ മറ്റൊരു പാത കൈവരിക്കാം. ഉദ്വേഗഭരിതമായ ഈ നിമി ഷങ്ങൾ കടന്നുപോകേണ്ടത് ഒരു സസ്പെൻസ് സിനിമ കാണുന്നതു പോലെ തന്നെയാണ്.

ബാംഗ്ലൂർ കൺട്രോൾറൂം ഒരു സസ്പെൻസ് ത്രില്ലർ സിനിമ പ്രദർശി പ്പിക്കുന്ന സിനിമാശാലപോലെ മാറി. എന്നാൽ രംഗങ്ങൾ ഈ രാജ്യത്തെ മുഴുവൻ ജനങ്ങൾക്കായി ടെലിവിഷനിലൂടെയും അച്ചടിമാദ്ധ്യമങ്ങളിലൂ ടെയും നൽകുന്നതിനാൽ ജനത മുഴുവൻ അതിൽ ഭാഗഭാക്കായി. എല്ലാ വരും ശ്വാസം പിടിച്ചിരുന്നു. വീർപ്പടക്കിയും ദീർഘനിശ്വാസം ചെയ്തും നിമിഷങ്ങൾ എണ്ണി.

മംഗൾയാനെ ഭൂമിയുടെ നിശ്ചിതമായ ഓർബിറ്റിലെത്തിക്കുക, അതിന്റെ ആദ്യ മൂന്നു ഘട്ടങ്ങളിലൂടെയാണ്. തുടർന്ന് എല്ലാ നിയുക്ത കൃത്യങ്ങളും ചെയ്യാനുള്ളത് ലിക്വിഡ് അപ്പോഗീ മോട്ടോർ (LAM എഞ്ചിൻ) എന്ന ഘട്ടത്തിനാണ്. ഈ എഞ്ചിൻ അതിന്റെ കാര്യക്ഷമത അനേകവട്ടം തെളിയിച്ചിട്ടുള്ളതാണ്. അത് ഇതിനുമുൻപ് അനേകം ഭൗമ ഉപഗ്രഹങ്ങളെയും ചന്ദ്രയാനെയും നിശ്ചിതപഥത്തിൽ എത്തിച്ചിട്ടുള്ള താണ്. ഭൂമിയിൽ സ്വാഭാവിക അന്തരീക്ഷത്തിലും അതുകൂടാതെ ഏതു പരിതസ്ഥിതിയിലാണോ പ്രവർത്തിക്കേണ്ടത് ആ പരിതസ്ഥിതി കൃത്രി മമായി സൃഷ്ടിച്ച് അതിനകത്തും അതെല്ലാം പരീക്ഷിച്ച് വിജയിച്ചിട്ടുള്ള താണ്.

ഇപ്രാവശ്യം അതിന് മുമ്പില്ലായിരുന്നു ഒരു പരാധീനതയുണ്ട്. കാര്യം ഡിസംബർ 1 ന് ശേഷം എഞ്ചിൻ ഓഫ് ചയ്തിരിക്കുകയാണ്. നേരത്തേ പറഞ്ഞതുപോലെ സൂര്യന്റെ ഭ്രമണപഥത്തിൽ ഗ്രഹംപോലെ

സ്വാഭാവികമായി മംഗൾയാൻ പ്രവർത്തിച്ച് വരികയുമാണ് എന്ന് നേരത്തെ സൂചിപ്പിച്ചിട്ടുള്ളതുമാണല്ലോ. ഇനി 70 കോടി കിലോമീറ്ററോളം സഞ്ചരിച്ച് മുന്നൂറ് ദിവസത്തോടടുക്കുമ്പോൾ സെപ്റ്റംബർ 24 ന് മാത്രം പ്രവർത്തിച്ചാൽ മതി. 300 ദിവസം കൊടുംതണുപ്പിൽ പ്രവർത്തിക്കാതിരുന്ന ഒരു എഞ്ചിൻ സ്റ്റാർട്ടാക്കുമ്പോൾ സ്റ്റാർട്ടിങ്ങ് ട്രബിൾ ഉണ്ടാകുമോ എന്ന സംശയം ആർക്കും സ്വാഭാവികമായും ഉണ്ടാകാവുന്നതാണല്ലോ. ഇതു ദൂരീകരിക്കുന്നതിനായി 22-ാം തീയതി ഉച്ചതിരിഞ്ഞ് 2.30 ന് 4 സെക്കന്റു നേരം എഞ്ചിൻ പ്രവർത്തിപ്പിച്ചു പരിശോധിക്കും. അതാണ് ഉദ്വേഗജനകമായ ആദ്യത്തെ നിമിഷം. അതു വിജയിച്ചാൽ ആദ്യത്തെ ആശ്വാസത്തിനും ദീർഘനിശ്വാസത്തിനും ഇടനല്കും. ഭൂമിയിൽ ഈ എഞ്ചിൻ മുന്നൂറിലധികം ദിവസം തണുത്ത ശൂന്യതയിൽ പരീക്ഷിച്ചു വിജയിച്ചിട്ടുണ്ടെങ്കിലും ഈ പിരിമുറുക്കത്തിന് അയവില്ല. ഭാര്യയുടെ പ്രസവം എത്രാമത്തേതാണെങ്കിലും മനുഷ്യൻ പരിഭ്രമമില്ലാതിരിക്കുകയില്ലല്ലോ.

മംഗൾയാൻ സൂര്യപഥത്തിൽ വച്ച് ചൊവ്വയോടടുക്കുന്നത് സെപ്തംബർ 4 ന് പുലർച്ചയ്ക്കു മുൻപാണ്. 4.17 മുതൽ തന്നെ നിയന്ത്രണകേന്ദ്രം വീണ്ടും പിരിമുറുക്കത്തിലാകും. 98 ശതമാനം ദൂരവും മംഗൾയാൻ താണ്ടിക്കഴിഞ്ഞു. ഇപ്പോൾ നമുക്ക് ഉപഗ്രഹത്തിന്റെ വേഗത 80,000 കിലോമീറ്ററിൽ നിന്ന് 4,000 കി മീറ്ററായി കുറയ്ക്കണം. അതിന് മുൻപ് വാഹനം പുറകിലേക്ക് തിരിയുകയും വേണം. അതിനുശേഷം LAM 24.14 മിനിറ്റു പ്രവർത്തിക്കുവാൻ 240 കി ഗ്രാം ഇന്ധനം ജ്വലിപ്പിക്കണം. അതിനു മുൻപായി ഉപഗ്രഹത്തെ 180^0 തിരിക്കണമെന്നും വാതകങ്ങളെ വെളിയിൽ തള്ളുന്ന നാസാഗ്രാം പുറകിലേയ്ക്കാക്കണമെന്നും നേരത്തേ

മംഗൾയാൻ ചൊവ്വയ്ക്കരികിൽ

പ്രസ്താവിച്ചിട്ടുണ്ടല്ലോ. ഓരോ പ്രവർത്തനത്തിന്റെ ഫലമറിയാൻ 12.5 മിനിറ്റ് കാത്തിരിക്കുകയും വേണം. ആന്റിന സിഗ്നൽ സ്വീകരിക്കുവാൻ തയ്യാറെടുത്തു. പേടകം ചൊവ്വയ്ക്ക് രണ്ടായിരം കിലോമീറ്ററിലേക്ക് അടുക്കുകയാണ്. 7 മണിയോടടുക്കുമ്പോൾ പേടകം 'മൊമെന്റം വീൽ' എന്ന സാങ്കേതിക സംവിധാനമുപയോഗിച്ച് 180^0 പുറം തിരിഞ്ഞു. പേടകത്തിന്റെ ദിശ അതിസൂക്ഷ്മമായി ക്രമീകരിക്കുക എന്ന ദൗത്യം നിർവഹിക്കുന്നതിന് 8 ത്രസ്റ്ററുകളു (ദിശ വാതകമർദ്ദമുപയോഗിച്ച് തള്ളി ക്രമീകരിക്കുന്ന സൂത്രം)ടെ ജ്വലനം ഈ സമയത്തുണ്ട്. അതോടൊപ്പം ലാം എഞ്ചിന്റെ ജ്വലനവും. അടുത്ത ഉദ്വേഗനിമിഷങ്ങൾ തുടങ്ങി. പേടകം ഗ്രഹണത്തിലായി. ഭൂമിക്കും പേടകത്തിനുമിടയിൽ ചൊവ്വ. പേടകത്തിൽ നിന്ന് സന്ദേശങ്ങൾ ലഭിക്കുന്നില്ല. Complete blackout- പൂർണ്ണമായ അന്ധതയും അന്ധാളിപ്പും. ജ്വലനം നടന്നോ എന്ന ആശങ്ക. ഗ്രഹണം കഴിഞ്ഞു പുറത്തിറങ്ങിയ പേടകത്തിൽ നിന്നുള്ള സന്ദേശം 13 മിനിറ്റുകൾക്കുള്ളിൽ ആസ്ട്രേലിയയിൽ കാൻബറയിലെ ഭൗമനിലയത്തിന്റെ ആന്റിനയിൽ ലഭിച്ചു. അത് ബാംഗ്ലൂരിലേക്ക് ഉടനെ കൈമാറി. നിയന്ത്രണകേന്ദ്രത്തിൽ കരഘോഷങ്ങളുയർന്നു. ജ്വലനം പൂർത്തിയായി. പേടകം നിശ്ചിത ഭ്രമണപഥത്തിൽ നീങ്ങി. എല്ലാം പറഞ്ഞതുപോലെ. പേടകത്തിന്റെ ആന്റിനകൾ ഭൂമിയുടെ ദിശയെ ലക്ഷ്യമാക്കി തിരിഞ്ഞു സന്ദേശങ്ങൾ സ്വീകരിക്കുവാനും അയയ്ക്കുവാനും സജ്ജമായി. പത്തുമണിയോടെ ചൊവ്വയുടെ ഉപരിതലത്തിന്റെ അഞ്ചുവർണ്ണചിത്രങ്ങൾ കളർ ക്യാമറ പകർത്തി അയച്ചു. രണ്ടുദിവസത്തിനകം മറ്റെല്ലാ ഉപകരണങ്ങളും പ്രവർത്തിച്ചു തുടങ്ങും. ആറു മാസം ആയുസ്സ്. ഒരു ഉപഗ്രഹത്തിൽ എത്ര ഇന്ധനം ബാക്കിയുണ്ടോ അതിനനുസരിച്ചാണ് അതിന്റെ ആയുസ്സ്. മംഗൾയാന്റെ ഗ്രഹപ്രവേശം സുഖപ്രസവംപോലെ സുഗമമാകയാൽ അധികം ഇന്ധനം ഉപയോഗിക്കേണ്ടി വന്നില്ല. അതുകൊണ്ട് മിച്ചമുണ്ട്. ആയുസ്സ് കൂടുമെന്നു ചുരുക്കം. ഉദ്ദേശിച്ചതിലും വളരെ കൂടുതൽ ഇന്ധനം ഇതുമൂലം ഉപയോഗത്തിനായി ഉപഗ്രഹത്തിലുണ്ട്.

മംഗൾയാനിന്റെ ആഭ്യന്തര ആവശ്യങ്ങൾക്കായുള്ള ഊർജ്ജം സോളാർ പാനലുകളിൽ നിന്നാണ് ലഭിക്കുക. ചൊവ്വ സൂര്യനിൽ നിന്ന് ഭൂമിയെക്കാൾ ഏഴുകോടി കി മീറ്റർ ദൂരെയാകയാൽ വെയിലിന് ചൂടു കുറവാണ്. ഭൂമിയിൽ ലഭിക്കുന്നതോതിൽ വൈദ്യുതി ലഭിക്കണമെങ്കിൽ പാനലിന് മൂന്നിരട്ടി വിസ്തീർണ്ണം വേണ്ടിവരും. മംഗൾയാൻ സൂര്യഗ്രഹണത്തിൽ പെടുകയാണെങ്കിൽ പാനലിൽ വെയിൽ ലഭിക്കുകയില്ല. അപ്പോൾ ബാറ്ററി ഉപയോഗിച്ചാണ് ആവശ്യങ്ങൾ നിർവഹിക്കുന്നത്. മാത്രമല്ല അന്നേരം നാം ഇവിടെ ഇൻവർട്ടർ പ്രവർത്തിപ്പിക്കുമ്പോൾ ചെയ്യുന്നതുപോലെ അത്യാവശ്യമില്ലാത്തതെല്ലാം കെടുത്തിവെയ്ക്കുകയും ചെയ്യാം.

മറ്റൊരുകാര്യം നാം ശ്രദ്ധിച്ചു മനസ്സിലാക്കേണ്ടത് സ്ഥലസമയ സാംഗത്യമെന്ന മറ്റൊരു പ്രതിഭാസമാണ്. മംഗൾയാനിനെ സംബന്ധി

ച്ചിടത്തോളം അതിന് വർത്തമാനസ്ഥിതി എന്ന ഒന്നില്ല. 12 മിനിറ്റു കഴിയുമ്പോഴെ നമുക്ക് അതിന്റെ സ്ഥിതി അറിയാൻ കഴിയൂ. നമുക്ക് അറിയാവുന്നത് അതിന്റെ 12 മിനിറ്റു മുൻപുള്ള സ്ഥിതിമാത്രം. അതിനർത്ഥം നമുക്ക് അതുമായി വർത്തമാനകാല ബന്ധമില്ല എന്നു ചുരുക്കം. മംഗൾയാൻ നമ്മെ സംബന്ധിച്ചിടത്തോളം എപ്പോഴും 12 മിനിറ്റ് ഭൂതകാലത്തിലാണ്. അല്ലെങ്കിൽത്തന്നെ നാം ആകാശത്തിലേക്കു നോക്കുമ്പോൾ ഭൂതകാലമാണ് കാണുന്നത്. ചന്ദ്രൻ 1.3 സെക്കന്റ് മുൻപുള്ളത്. സൂര്യൻ 8.3 മിനിറ്റുകൾ മുൻപുള്ളത്, ഏറ്റവും അടുത്തുള്ള നക്ഷത്രം ആൾഫ സെന്റുറി 4.3 വർഷം മുമ്പുള്ളത്. പ്രകാശം സഞ്ചരിക്കുന്നതിനു പിറകിലായിരിക്കും നാമെപ്പോഴും.

മംഗൾയാന് രണ്ടുതരം ഗ്രഹണങ്ങളുണ്ട് എന്നു നമുക്കു മനസ്സിലാക്കാം. ഒന്ന് മംഗൾയാനും സൂര്യനും ഇടയിൽ ചൊവ്വ വരുമ്പോഴുണ്ടാകുന്ന സൂര്യഗ്രഹണം. അപ്പോഴാണ് സോളാർ പാനലിൽ വെളിച്ചം വീഴാത്തതും സോളാർ പവർ ഓഫാകുന്നതും ബാറ്ററി വർക്കു ചെയ്യേണ്ടിവരുന്നതും. രണ്ടാമത്തെ ഗ്രഹണം മംഗൾയാനും ഭൂമിക്കുമിടയിൽ ചൊവ്വ വരുമ്പോഴുണ്ടാകുന്ന ഭൂമി ഗ്രഹണം. അപ്പോൾ നമുക്ക് സിഗ്നൽ ലഭിക്കുകയില്ല. നാം വിവരമറിയാതെ അന്ധത ബാധിച്ച ഒരു അവസ്ഥയിലാകും.

മംഗൾയാൻ ചൊവ്വയെ വലം വയ്ക്കുന്നത് ഒരു അതിദീർഘപഥത്തിലാണ്. ലാം എഞ്ചിൻ തിരിച്ചു ജ്വലിപ്പിച്ച് വേഗത കുറച്ചു കൊണ്ടു വന്ന മംഗൾയാൻ സൂര്യപഥം വിട്ട് ചൊവ്വയുടെ ആകർഷണത്തിൽ കുരുങ്ങുകയും ചൊവ്വയെ ഭ്രമണം ചെയ്യുന്ന ഒരു ദീർഘവൃത്തപഥത്തിലേക്ക് ആനയിക്കപ്പെടുകയും ആ വിവരം ഭൂമിയിൽ സന്ദേശങ്ങളിലൂടെ എത്തുകയും ചെയ്തത് കരഘോഷത്തോടെ സ്വീകരിക്കപ്പെട്ടു. ഏതാണ്ട് 4 മണിക്കൂർ നീണ്ടു നിന്ന ആ ഉദ്വേഗ ഭരിതമായ കാലയളവ് സൂതികാഗൃഹത്തിനുവെളിയിൽ കാത്തുനിന്ന ആ കുടുംബാംഗങ്ങൾക്ക് ശുഭവാർത്ത ലഭിക്കുന്നതു വരെയുള്ള അനുഭവത്തിനു സമാനമായിരുന്നു. മംഗൾയാന്റെ ഭ്രമണം ചൊവ്വയ്ക്കു ചുറ്റും, അടുക്കുമ്പോൾ 400 കി മീറ്ററും അകലുമ്പോൾ 77000 കി മീറ്ററുമുള്ള ഒരു പഥത്തിലാണ്. ഇത് നാം കണക്കുകൂട്ടിവച്ച പഥത്തിനോട് ഏറ്റവും അടുത്താണ്. പഥത്തിന്റെ വലുപ്പം കൃത്യതയുള്ളതാകയാൽ വേണ്ടി വന്നാൽ തിരുത്താനായി കരുതിവച്ചിരുന്ന ഇന്ധനം മിച്ചമായി. ഭാവിയിൽ ഈ ഇന്ധനം ഉപയോഗയോഗ്യമായി തീർക്കുവാനും മംഗൾയാന്റെ ആയുസ്സ് നീട്ടിയെടുക്കാനും കഴിയുമെന്നാണ് പ്രതീക്ഷ.

ഇനി മേൽ മംഗൾയാനിൽ ഘടിപ്പിച്ചിട്ടുള്ള ഉപകരണങ്ങൾ സാധാരണഗതിയിൽ പ്രവർത്തിച്ചു തുടങ്ങും. കളർ ക്യാമറ ഉടനടി തന്നെ പ്രവർത്തിച്ചു തുടങ്ങി. മറ്റുപകരണങ്ങളും സമയാസമയങ്ങളിൽ പ്രവർത്തനക്ഷമമാകും. അതിൽ നിന്നുള്ള വിവരങ്ങളെക്കുറിച്ച് വഴിയെ അറിയാം. അതും പഠനവിഷയമാകും. അതുവരെ നമുക്ക് പിരിയാം.

11

മംഗൾയാനും മാവെന്നും ചൊവ്വയെ കണ്ടുമുട്ടുന്നതിന് മുമ്പ്

ചൊവ്വയ്ക്ക് ഭൂമിയുമായി മറ്റു ഗ്രഹങ്ങൾക്കുള്ളതിനേക്കാൾ അടുപ്പവും പ്രാധാന്യവുമുണ്ട്. ശുക്രൻ ദൂരം കൊണ്ട് അടുത്തതാണെ ങ്കിലും താപാധിക്യമുള്ളതിനാലും വിഷാന്തരീക്ഷമുള്ളതിനാലും ആരെയും അങ്ങോട്ട് അടുപ്പിക്കുകയില്ല. ഭൂമി ഒരു കാലത്ത് വാസയോ ഗ്യമല്ലാതായിത്തീരുമെന്നും മനുഷ്യപ്രവൃത്തികൾ അത് ത്വരിതപ്പെടുത്തു കയുമാണെന്ന വർത്തമാനമുള്ളതിനാൽ അതു സംഭവിക്കുമ്പോഴേയ്ക്കും മനുഷ്യന് എത്തിപ്പെടാൻ വാസയോഗ്യമായ ഒരിടം ഉണ്ടാക്കിയേ തീരൂ. അതിന് ഇന്നത്തെ നിലയിൽ പ്രാപ്യമായ ഒരു ഗ്രഹം ചൊവ്വയാണ്. ചൊവ്വയെ പാപഗ്രഹമെന്ന് ആരോപിക്കുന്ന ജ്യോതിഷികളെ അവഗണി ക്കുകയേ നിവൃത്തിയുള്ളൂ.

ചൊവ്വയുടെ പ്രതലം വാസയോഗ്യമാക്കിയെടുക്കുന്നതിന് അടവു പതിനെട്ടും പ്രയോഗിക്കേണ്ടിവരും. കാരണം അവിടെ ഒരു നേർത്ത അന്ത രീക്ഷമേ ഉള്ളൂ. അതിൽത്തന്നെ ഓക്സിജന്റെ അളവ് തുലോം പൂജ്യം. വേണ്ടത്ര മർദ്ദമില്ലാത്തതിനാൽ അഥവാ വെള്ളം (H_2O) ഉണ്ടെ ങ്കിൽപ്പോലും അത് ദ്രാവകരൂപത്തിലുള്ള ജലമായി നില്ക്കുകയില്ല. ഇതി നുള്ള പരിഹാരമെല്ലാം ക്രമേണ ലോകാവസാനമാകുമ്പോഴേക്കും ഇനി വരാനുള്ള തലമുറകൾ സഹസ്രാബ്ദങ്ങൾ കൊണ്ട് സാധിച്ചെടുക്കേണ്ട താണ്.

ബഹിരാകാശ ഗവേഷണത്തിലേർപ്പെട്ടിരിക്കുന്ന പ്രധാനപ്പെട്ട എല്ലാ രാജ്യങ്ങളും ചൊവ്വയിലേക്ക് ഉപഗ്രഹങ്ങളയച്ചിട്ടുണ്ട്. മംഗൾയാൻ ഇന്ത്യ യുടെ ആദ്യത്തേതും. ഇതിനുമുൻപ് എല്ലാ രാജ്യങ്ങളുടെയും ആദ്യ ദൗത്യം പരാജയമായിരുന്നു. ആദ്യ സംരംഭം തന്നെ വിജയിപ്പിച്ച രാജ്യം എന്ന ഖ്യാതി നമുക്ക് ഉണ്ടാകട്ടെ എന്ന് ആശിക്കാം.

ഇന്ത്യയിൽ വിശപ്പുള്ളവരുള്ളപ്പോൾ എന്തിനാണ് ചിലവേറിയ ഈ പദ്ധതി എന്നു ചോദിക്കുന്നവരുണ്ട്. അവരുടെ ആത്മാർത്ഥതയെ ചോദ്യം ചെയ്യേണ്ടതില്ല. എന്നാൽ മറുപടിയുണ്ട്. അറിയാനുള്ള ത്വര മനുഷ്യന് ജന്മസിദ്ധവും സഹജവുമാണ്. തീ കണ്ടു പിടിക്കുമ്പോൾ അതിന്റെ പ്രയോജനത്തെക്കുറിച്ച് ചിന്തിച്ചു കാണില്ല. അമേരിക്ക കണ്ടു പിടിക്കുമ്പോൾ അതിന്റെ പ്രയോജനമെന്തെന്ന് കൊളംമ്പസ്സിനോ വെസ്പൂച്ചിക്കോ അറിയില്ലായിരുന്നു. ഡൈനാമോ കണ്ടുപിടിച്ച മൈക്കേൽ ഫാരഡേയ്ക്കും വൈദ്യുതിയുടെ പ്രയോജനമെന്തെന്ന ഭാര്യയുടെ ചോദ്യത്തിനുമുന്നിൽ പകച്ചു നില്ക്കുവാനേ കഴിഞ്ഞുള്ളൂ. എന്തായാലും മംഗൾയാൻ പദ്ധതിയുടെ തുകയായ 450 കോടി രൂപയിൽ കൂടുതൽ തുകക്ക് ദീപാവലിക്കാലത്ത് ഇന്ത്യക്കാർ പടക്കം പൊട്ടിക്കും. സ്പുട്നിക് വിടുമ്പോഴും സോവിയറ്റ് യൂണിയന് അതിന്റെ ഇന്നത്തെ പ്രയോജനത്തെക്കുറിച്ചറിയില്ലായിരുന്നു. പക്ഷേ, ഇന്ന് റോക്കറ്റില്ലാത്ത ഉപഗ്രഹങ്ങളില്ലാത്ത ലോകത്തെക്കുറിച്ചു ചിന്തിക്കാനാവുമോ? ഫോൺ ഇല്ല. ഇന്റർനെറ്റില്ല. കമ്പ്യൂട്ടർ ശൃംഖലയില്ല. ടി വി ഇല്ല. എ ടി എം ഇല്ല. കഴിഞ്ഞ അമ്പതുവർഷംകൊണ്ട് ലോകത്തെ മാറ്റിമറിച്ചത് ഇലക്ട്രോണിക്സ്, റോക്കറ്റ്, ആണവശക്തി എന്നീ മൂന്നു കാര്യങ്ങളാണ്.

ടെലസ്കോപ്പുകൾ കണ്ടുപിടിക്കുകയും അടിക്കടി പരിഷ്ക്കരിക്കുകയും ചെയ്തുവന്നതിനോടൊപ്പം ചൊവ്വയും പ്രധാനപ്പെട്ട നിരീക്ഷണ ലക്ഷ്യമായി. പഴയകാല ചൊവ്വാ നോക്കികളെ അത്ഭുതപ്പെടുത്തിയ ഒന്നാണ് അതിലെ തോടുകൾ. ചൊവ്വാ മനുഷ്യർ നിർമ്മിച്ച ജലസേചന പദ്ധതികളാണിതെന്ന് വ്യാഖ്യാനിക്കപ്പെട്ടു. 1877 ൽ ചൊവ്വ ഭൂമിയോട് ഏറ്റവുമടുത്തു വന്ന സന്ദർഭത്തിലാണ് ഇതെല്ലാം കൂടുതൽ വ്യക്തതയോടെ കണ്ടത്. അന്നാണ് ചൊവ്വയുടെ ഉപഗ്രഹങ്ങളായ (ചന്ദ്രന്മാർ) ഫോബോസും ഡീമോസും ദൃഷ്ടിയിൽപെട്ടതും. അമേരിക്കയിലെ ലോവർ നിരീക്ഷണകേന്ദ്രത്തിന്റെ സ്ഥാപകൻ പെർസിവൽ ലോവൽ ചൊവ്വാമനുഷ്യനെ കണ്ടെത്തുവാൻ ഇരുപതുവർഷം ശ്രമിച്ചു. അദ്ദേഹം അതിൽ മടുത്തു ഒമ്പതാമത്തെ ഗ്രഹത്തെ കണ്ടെത്തുക എന്ന ദൗത്യത്തിലേക്കു തിരിഞ്ഞു.

ബഹിരാകാശ വാഹനങ്ങളുണ്ടായതോടെ അമേരിക്ക, സോവിയറ്റ് യൂണിയൻ (റഷ്യ) യൂറോപ്യൻ സ്പേസ് തുടങ്ങിയ പ്രധാനപ്പെട്ട പ്രസ്ഥാനങ്ങളെല്ലാംതന്നെ ചൊവ്വയുടെ ഉപരിതലത്തിൽ ഉപകരണങ്ങളിറക്കിത്തന്നെ നിരീക്ഷണങ്ങൾ തുടങ്ങി. ആടുകിടന്നിടത്ത് പൂട പോലുമില്ല എന്നു പറഞ്ഞതുപോലെ ജീവന്റെ യാതൊരുലക്ഷണവും അവിടെക്കാണാനില്ല. എന്നാൽ മൺമറഞ്ഞ ജൈവാവശിഷ്ടങ്ങളുടെ ബാക്കിപത്രമായി മീഥൈൻ എന്ന കാർബണികവാതകം ചൊവ്വയുടെ അന്തരീക്ഷത്തിൽ ചുറ്റിത്തിരിയുന്നുണ്ട് എന്ന ഒരഭ്യൂഹമുണ്ട്. ഭീമാകാരങ്ങളായ മീഥൈൻ കുമിളകൾ ചൊവ്വയുടെ ചിലഭാഗങ്ങളിൽ ഉയർന്നുപൊങ്ങുന്നതായി നിരീക്ഷണമുണ്ടായിരുന്നു. അമേരിക്കയുടെ രണ്ടുപഗ്രഹങ്ങളും

ഭൂമിയിലുള്ള ചില ഉപകരണങ്ങളുമാണീ വിവരങ്ങൾ നല്കുന്നത്. 20,000 ടൺ മീഥൈൻ അടങ്ങിയ ഒരു കുമിള കണ്ടതായി നാസയിലെ ശാസ്ത്രജ്ഞൻ മൈക്കേൽ ജെ മുമ്മ എന്ന ശാസ്ത്രജ്ഞനും അവകാശപ്പെട്ടിരുന്നു. മീഥൈൻ വാതകം ജൈവതയുടെ ഒരു സൂചികയായതിനാൽ അതിൽ സത്വരശ്രദ്ധ പതിഞ്ഞു. എന്നാൽ ഉപകരണങ്ങൾ നല്കുന്ന വിവരങ്ങളുടെ പിഴവുകളും വിശകലനത്തിലെ പിശകുകളുമാണ് ഇങ്ങനെ ഒരു വിവരം ലഭിക്കാനിടയാക്കിയതെന്നാണ് നാസയിലെ തന്നെ ഒരു വിഭാഗം ശാസ്ത്രജ്ഞന്മാരുടെ അഭിപ്രായം. എന്തായാലും മംഗൾയാനിൽ മീഥൈൻ കണ്ടെത്തുന്നതിന് പ്രത്യേകം ഉപകരണങ്ങളുണ്ട്. ഇന്ത്യയുടെ ഈ ശ്രമത്തെ ശ്രീമുമ്മ തന്നെ ശ്ലാഘിച്ചിട്ടുണ്ട്.

അമേരിക്കയുടെ മാവെനിലും മീഥൈൻ തിരിച്ചറിയാനുള്ള ഉപകരണമുണ്ട്. മാഴ്സ് അറ്റ്മോസ്ഫിയർ ആന്റ് വോളടൈൽ എവലൂഷൻ മിഷൻ MAVEN എന്നാണ് ഉപഗ്രഹത്തിന്റെ പേരുതന്നെ. മംഗൾയാനും മാവെനും രണ്ട് പാതയിലൂടെയാണ് ചൊവ്വയിലെത്തുന്നത്. മാവെന്റേത് നേരിട്ടുള്ളതും മംഗൾയാന്റേത് ചുറ്റിത്തിരിഞ്ഞുള്ളതുമാണ്. അതുകൊണ്ടാണ് യാത്രാസമയത്തിൽ കുറവുവരുന്നത്. മാവെൻ മംഗൾയാനിനു ശേഷമാണ് വിക്ഷേപിക്കപ്പെട്ടത് എങ്കിലും അത് ആദ്യമെത്തും. മംഗൾയാൻ ഇന്ത്യയുടെ പി എസ് എൽ വി എന്ന അഭിമാനവാഹനത്തിലാണ് കുതിച്ചതെങ്കിൽ മാവെൻ നാസയുടെ വിശ്വസ്തമായ അറ്റ്ലസ് എന്ന വാഹനത്തിലാണ് ഉയർന്നത്. ഉപഗ്രഹം ഒരിക്കൽ അതിന്റെ പാതയിൽ വേഗത കൈവരിച്ചാൽ പിന്നെ ഇന്ധനത്തിന്റെ ആവശ്യമില്ല. ചന്ദ്രന് ഭൂമിയെ വലംവയ്ക്കാൻ ഇന്ധനം ആവശ്യമില്ലല്ലോ. ഉപഗ്രഹത്തിന്റെ പാതയ്ക്ക് അപഭ്രംശമുണ്ടായാൽ അത് തിരുത്തുവാൻ മാത്രം കുറഞ്ഞ തോതിൽ ഇന്ധനം വേണ്ടിവരും. ചൊവ്വയോടടുക്കുമ്പോൾ അത് ആവശ്യമുള്ള കൃത്യമായ വേഗതയിലേക്കു കൊണ്ടുവരുന്നതിന് പിറകിലേക്കു തിരിച്ചാണ് എഞ്ചിൻ പ്രവർത്തിപ്പിക്കുന്നത്. തുടർന്ന് ചൊവ്വയുടെ ദീർഘവൃത്തപഥത്തിലേക്കു തള്ളുന്നതിനും ഉയരം ക്രമീകരിക്കുന്നതിനും ഇന്ധനം ആവശ്യമാണ്. ദ്രവഇന്ധനം ഉപയോഗിക്കപ്പെടുന്നതിന്റെ തോതു കുറയുന്തോറും ഉപഗ്രഹത്തിന്റെ ആയുസ്സു വർദ്ധിക്കും.

മംഗൾയാനിലെ മറ്റുപകരണങ്ങൾ ഹൈഡ്രജനെ പഠിക്കുന്നതിനുള്ള ലൈമാൻ ആൽഫാ ഫോട്ടോമീറ്റർ, മറ്റുവാതകങ്ങളെ കുറിച്ച് അറിയാനുള്ള മാഴ്സ് എക്സോസ്ഫെറിക് നാച്ചുറൽ കോമ്പോസിഷൻ അനലൈസർ, ഉപരിതലതാപവും ധാതുക്കളുടെ സാന്നിദ്ധ്യവുമറിയാനുള്ള തെർമൽ ഇൻഫ്രാറെഡ് ഇമേജിങ്ങ് സ്പെക്ട്രോമീറ്റർ, കാലാവസ്ഥാവ്യതിയാനവും പൊടിക്കാറ്റിന്റെ വേഗതയും ഗതിയും നിരീക്ഷിക്കുവാനുള്ള മാഴ്സ് കളർ ക്യാമറയുമാണ്. ഈ ഉപകരണം ചൊവ്വയുടെ ചന്ദ്രന്മാരായ ഫോബോസിനേയും ഡിമോസിനേയും നിരീക്ഷിച്ചു പടമെടുക്കുകയും ചെയ്യും.

ചൊവ്വയെക്കുറിച്ച് ഭൗതികമായ അറിവുകൾ തേടുമ്പോൾ അറിവു

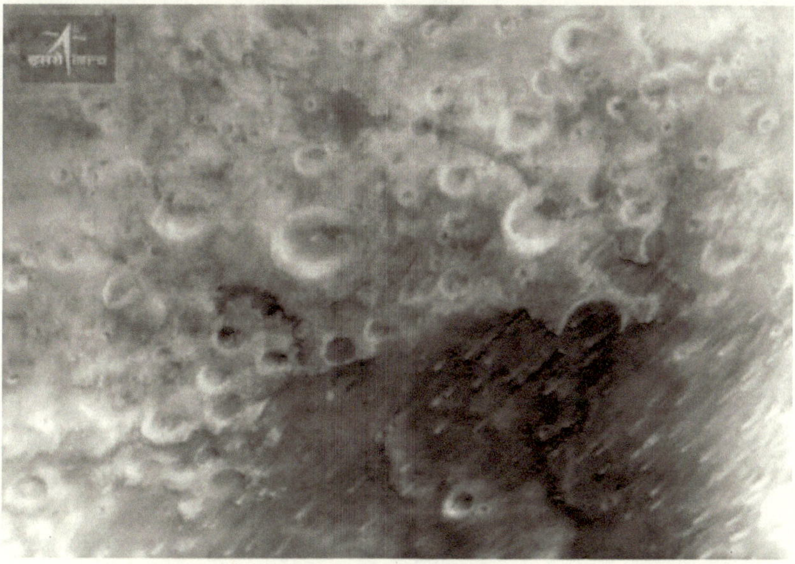

ചൊവ്വയുടെ ഉപരിതലം
മംഗൾയാൻ എടുത്ത ചിത്രം

കളിൽ നിന്നു ചില തിരിച്ചറിവുകൾ കൂടി ഉണ്ടാക്കി എടുക്കുവാനുണ്ട്. അത് ഇസ്രൊയിലെ ശാസ്ത്രജ്ഞന്മാർക്കും ബാധകമാണ്. ചൊവ്വയും മറ്റുഗ്രഹങ്ങളെപ്പോലെ കെപ്ലറുടെയും ന്യൂട്ടന്റെയും നിയമങ്ങൾക്കനുസരിച്ചു പ്രവർത്തിക്കുന്ന ഒരു ഗോളമാണ്. അതു പുണ്യപാപങ്ങളിൽ പങ്കുവഹിക്കുകയോ വ്യക്തികൾക്കു ദോഷമുണ്ടാകുകയോ ചെയ്യുകയില്ല. ഭൂതകാലത്തെങ്ങോ അന്നത്തെ അറിവുവച്ചും സാഹചര്യം വച്ചും അതിനനുസരിച്ചു പടച്ചുവിട്ട, ഇന്നത്തെ നിലയ്ക്കു അസംബന്ധജഡിലമായ, ജ്യോതിഷ വിശ്വാസങ്ങളെ തൂത്തെറിയുവാൻ ഈ പദ്ധതികൾ ഉപകരിക്കുമെങ്കിൽ അതും ഈ ദൗത്യത്തിന്റെ വിജയമാണ്.

12

സൗരയൂഥം

പ്രപഞ്ചം എങ്ങനെ ഉണ്ടായി എന്ന സംശയത്തിനെന്നപോലെ സൗരയൂഥത്തിന്റെ ഉത്ഭവത്തെക്കുറിച്ചുള്ള ചോദ്യത്തിനും ഇതുവരെ വ്യക്തമായ ഉത്തരം ലഭിച്ചിട്ടില്ല. എങ്കിലും സാഹചര്യത്തെളിവുകൾ നമ്മെ ചില നിഗമനങ്ങളിലേക്കു നയിക്കുന്നുണ്ട്. സൂര്യനും ഗ്രഹങ്ങളും അവയുടെ ഉപഗ്രഹങ്ങളും സൗരയൂഥത്തിൽ അലയുന്ന അനേകം വസ്തുക്കളും ഒരു വാതകമേഘം ഘനീഭവിച്ചതാകണം. തുടക്കത്തിൽ ഈ തണുത്ത വാതകപടലം വളരെ വിസ്തൃതിയിൽ വ്യാപിച്ചു കിടക്കുകയായിരുന്നു. ഈ വാതകപടലത്തിന്റെ ചില ഭാഗങ്ങൾ ഗുരുത്വാകർഷണംമൂലം സങ്കോചിക്കാനാരംഭിച്ചു.

വാതകമേഘത്തിന്റെ സമീപപ്രദേശങ്ങളിലെങ്ങോ നടന്ന ഒരു വിസ്ഫോടനം സൃഷ്ടിച്ച ആഘാതം വാതകങ്ങളുടെ ഈ സങ്കോചത്തിന് ആക്കം കൂട്ടിയിരിക്കാമെന്നും ശാസ്ത്രജ്ഞന്മാർ കരുതുന്നുണ്ട്.

മറ്റു നക്ഷത്രങ്ങളുടേതിൽനിന്നു വ്യത്യസ്തമായി ചുഴിപോലെ കറങ്ങിത്തിരിയുന്ന ഒരു വാതകമേഘമായിരുന്നു അത്. സാവധാനം അത് ഒരു പരന്ന തളികയുടെ രൂപം കൈവരിച്ചു. ഗ്രഹരൂപീകരണത്തിന്റെ പ്രാരംഭദശയിൽ ഉണ്ടാകാം എന്നു കരുതപ്പെടുന്ന ഇത്തരം ചില പ്രതിഭാസങ്ങൾ അമേരിക്ക വിക്ഷേപിച്ച ചില ഇൻഫ്രാറെഡ് അസ്ട്രോണമിക്കൽ സാറ്റലൈറ്റുകൾ (IRAS) കണ്ടെത്തുകയുണ്ടായിട്ടുണ്ട്.

കാന്തിക പ്രഭാവങ്ങളും ഈ പ്രക്രിയയിൽ ഒരു പ്രധാന പങ്കു വഹിച്ചിട്ടുണ്ടാകാം. ഡിസ്കിന്റെ വീർത്ത കേന്ദ്രഭാഗത്ത് ഇതുമൂലം ഭ്രമണവേഗത കുറയാനും അകലുന്തോറും അതു കൂടാനും ഇതു കാരണമായി. ഡിസ്കിന്റെ മധ്യഭാഗം സങ്കോചിച്ച് താപനില ഉയർന്ന് അതൊരു നക്ഷത്രമായി മാറി. അതാണു സൂര്യൻ. കേന്ദ്രത്തിൽ നിന്നകന്ന്

ഘനീഭവിച്ച ഭാഗങ്ങളുടെ ഊഷ്മാവ് കുറയുകയും അതിനനുസരിച്ചുള്ള ഒരു രാസഘടന അതിലെ പദാർഥങ്ങൾ കൈവരിക്കുകയും ചെയ്തു. ഉയർന്ന താപനിലയിൽ ഖരാവസ്ഥ പ്രാപിക്കാൻ കഴിയുന്നവ ആദ്യം സൂര്യന്റെ സമീപത്തുള്ള ഗ്രഹങ്ങൾക്കു ജന്മമേകി. താഴ്ന്ന താപനിലയിൽ മാത്രം ഘനീഭവിക്കാൻ കഴിയുമായിരുന്ന പദാർഥങ്ങൾ അകലെയുള്ള ഗ്രഹങ്ങളായി. സൂര്യനോട് താരതമ്യേന അടുത്തു സ്ഥിതി ചെയ്യുന്ന ഭൂമിക്ക് നല്ലൊരു പങ്ക് ലോഹങ്ങൾ ലഭിക്കാനിടയായതങ്ങനെയാണ്. വ്യാഴവും ശനിയും പോലുള്ള വിദൂര ഗ്രഹങ്ങളിലാകട്ടെ, വളരെ താഴ്ന്ന താപനിലയിൽ മാത്രം ഘനീഭവിക്കുന്ന ഹൈഡ്രജൻ, ഹീലിയം തുടങ്ങിയ വാതകങ്ങളുമാണ്.

ഭൂമിയിലുണ്ടായ പാറകളിലും ഉൽക്കകളിലും മറ്റുമുള്ള റേഡിയോ ആക്ടീവ് മൂലകങ്ങളുടെ അംശം അളന്ന് സൗരയൂഥത്തിന്റെ പ്രായം ഏതാണ്ട് 500 കോടി വർഷമാണെന്ന് കണക്കാക്കിയിട്ടുണ്ട്—ക്ഷീര പഥത്തിന്റെ മൂന്നിലൊന്ന്. ചന്ദ്രൻ ഉണ്ടായത് എങ്ങനെയാണ്? സൗരയൂഥമുണ്ടായ കാലത്ത് ഭൂമിയിൽനിന്നു വേർപെട്ടു പോയതാണോ? അതോ സ്വയം രൂപംകൊണ്ടതോ? ചന്ദ്രന്റെ ഉപരിതലത്തിൽനിന്നു ശേഖരിച്ച വസ്തുക്കൾ വിശകലനം ചെയ്തപ്പോൾ അത് ഭൂമിയുടേതിൽ നിന്നു തികച്ചും വ്യത്യസ്തമാണ് എന്നാണു മനസിലായത്. സ്വതന്ത്രമായി രൂപപ്പെട്ട് ഭൂമിയുടെ ആകർഷണ വലയത്തിൽ അകപ്പെട്ട് ഉപഗ്രഹമായി മാറിയ ഒന്നാണ് ചന്ദ്രൻ എന്നു കരുതുന്നതിലും തെറ്റില്ല.

സൗരയൂഥത്തിന്റെ ഉത്ഭവത്തെക്കുറിച്ചുള്ള മറ്റൊരു വാദം ഇതാണ്. ആദിയിൽ സൂര്യൻ മാത്രമേ ഉണ്ടായിരുന്നുള്ളൂ. പിന്നീടെന്നോ അടുത്തുകൂടി മറ്റൊരു നക്ഷത്രം കടന്നുപോയി. ആ നക്ഷത്രം ചെലുത്തിയ ഗുരുത്വാകർഷണംമൂലം സൂര്യന്റെ ആ വശത്ത് വലിയ വേലിയേറ്റമുണ്ടാകുകയും കുറേഭാഗം വിട്ടുപോയി സൂര്യനെത്തന്നെ ചുറ്റാൻ തുടങ്ങുകയും ചെയ്തു. പതുക്കെ അത് പല കഷണങ്ങളായി തണുത്തുറഞ്ഞ് ഗ്രഹങ്ങളായി മാറി.

തെളിവുകൾ പലതും മേൽപ്പറഞ്ഞ സിദ്ധാന്തത്തിനെതിരാണ്. ഒന്നാമത്, അത്തരത്തിൽ വിട്ടുപോരുന്ന ഉയർന്ന താപനിലയിലുള്ള വാതകങ്ങൾക്ക് ഗ്രഹങ്ങളായി മാറാൻ വേണ്ടത്ര ഗുരുത്വാകർഷണ ബലം സ്വരൂപിക്കാൻ ബുദ്ധിമുട്ടാണ്. രണ്ടാമത്, അനന്തവിശാലമായ പ്രപഞ്ചത്തിലെ മറ്റൊരു നക്ഷത്രം സൂര്യനടുത്തുകൂടി കടന്നുപോകാനുള്ള സാധ്യതയും പൂജ്യത്തോടടുത്താണ്.

ചുഴലിപോലെ ചുറ്റുന്ന വാതകമേഘങ്ങൾ ഘനീഭവിച്ച് അവിടവിടെ സാന്ദ്രമായ വാതകഗോളങ്ങളുണ്ടാകുകയും കേന്ദ്രസ്ഥാനത്തുള്ള വലിയ ഗോളം ചൂടുപിടിച്ച് സൂര്യനാകുകയും അകലെയുള്ളവ സംഘട്ടനങ്ങളിലൂടെയും പ്രതിപ്രവർത്തനങ്ങളിലൂടെയും കൂടിച്ചേരലുകളിലൂടെയും ഗ്രഹങ്ങളും ഉപഗ്രഹങ്ങളും ക്ഷുദ്രഗ്രഹങ്ങളും ഉൽക്കകളും മറ്റുമായി മാറുകയും ചെയ്തു എന്നാണ് ഇന്നംഗീകരിക്കപ്പെട്ടിരിക്കുന്നത്.

ഈ വസ്തുക്കളെയെല്ലാം സൂര്യൻ ഗുരുത്വാകർഷണത്താൽ ബന്ധിച്ചിരിക്കുന്നു.

സൗരയൂഥത്തിലുള്ളത് പ്രധാനമായും എട്ടു ഗ്രഹങ്ങൾ, അതിനെ ചുറ്റുന്ന ഉപഗ്രഹങ്ങൾ, വാമനഗ്രഹങ്ങൾ എന്നിവയാണ്. അടുത്ത കാലം വരെ പ്ലൂട്ടോയെ ഒരു ഗ്രഹമായി കണക്കിലെടുത്തിരുന്നു. ഇന്ന് അതിന്റെ സ്ഥാനം, തൊട്ടുതാഴെയുള്ള വാമനഗ്രഹങ്ങളുടെ പട്ടികയിലാണ്. ഛിന്നഗ്രഹങ്ങൾ, ധൂമകേതുക്കൾ, ഉൽക്കകൾ എന്നിവയാണ് മറ്റു വസ്തുക്കൾ. ഇതു കൂടാതെ പൊടിപടലങ്ങളും വാതകമേഘങ്ങളും അവിടവിടെയായി സ്ഥിതിചെയ്യുന്നു.

പ്ലൂട്ടോ മുതലുള്ള വാമനഗ്രഹങ്ങൾ വളരെ ദൂരെ സൂര്യനിൽനിന്ന് ഏകദേശം 600 കോടി കിലോമീറ്ററുകൾക്കപ്പുറം തണുത്തുറഞ്ഞ കുയിപ്പർ മേഖല (Kuiper belt)യിലാണ് സ്ഥിതി ചെയ്യുന്നത്. അതിനുമപ്പുറത്താണ് ധൂമകേതുക്കളുടെ ഉത്ഭവസ്ഥാനമായ ഊർട് മേഘമേഖല. സൗരയൂഥത്തിന്റെ ഉൽപ്പത്തിക്കു തെളിവു നൽകിയേക്കാവുന്ന പല വസ്തുക്കളും കുയിപ്പർ മേഖലയിലും ഊർട് മേഘമേഖലയിലും അലയുന്നുണ്ടെന്നാണു കരുതുന്നത്. ഭാവിയിൽ ഇത് കൂടുതൽ വ്യക്തതയുള്ള സിദ്ധാന്തങ്ങളിലെത്തിച്ചേരാൻ മനുഷ്യരാശിയെ സഹായിക്കുമെന്നു പ്രതീക്ഷിക്കാം.

ഗ്രീക്ക്/റോമൻ ഇതിഹാസ കഥാപാത്രങ്ങളുടെ പേരുകളാണ് പാ

ശ്ചാത്യർ ഗ്രഹങ്ങൾക്കു നൽകിയത്. ഭാരതീയരാകട്ടെ, അവരുടെ ഇതിഹാസ കഥാപാത്രങ്ങളുടെ പേരുകളും. മെർക്കുറി – ദൈവദൂതൻ (ബുധൻ – ചന്ദ്രന് ഗുരുഭാര്യയായ താരയിൽ ഉണ്ടായ പുത്രൻ), വീനസ് – സ്നേഹദേവത (ശുക്രൻ – അസുര ഗുരു), മാഴ്സ് – യുദ്ധദേവൻ (ചൊവ്വ, കുജൻ – ദേവഗണത്തിലെ ഒരു പ്രധാനി), ജൂപ്പിറ്റർ – ദൈവങ്ങളുടെ രാജാവ് (വ്യാഴം, ഗുരു – ദേവഗുരു ബൃഹസ്പതി), സാറ്റേൺ – ജൂപ്പിറ്ററിന്റെ അച്ഛൻ (ശനി – സൂര്യപുത്രൻ).

യൂറാനസ്, നെപ്ട്യൂൺ എന്നിവ ശാസ്ത്രയുഗത്തിന്റെ ഉദയത്തിനു ശേഷം ടെലിസ്കോപ്പിന്റെ സഹായത്തോടെ കണ്ടുപിടിക്കപ്പെട്ടവയാണ്. പാശ്ചാത്യർ അതിന് സ്വർഗദേവന്റെയും കടൽ ദേവന്റെയും പേരുകളാണ് നൽകിയത്. പിന്നീടു കണ്ടുപിടിച്ച പ്ലൂട്ടോക്ക് അധോലോകദേവന്റെ പേരും നൽകി. ഭാരതീയർ അതിന് പ്രത്യേക പേരുകളൊന്നും നൽകിയിട്ടില്ല. ജ്യോത്സ്യന്മാർക്ക് അവരുടെ പട്ടികയിൽ അതിനെ ഉൾപ്പെടുത്താനും കഴിയില്ല. ചില ജോത്സ്യപ്രസിദ്ധീകരണങ്ങളിൽ രാഹുകേതുക്കളെ യൂറാനസ്-നെപ്ട്യൂൺ എന്നു വിശേഷിപ്പിച്ചിട്ടുണ്ട്. അത് അവർക്ക് ജ്യോത്സ്യംപോലുമറിയില്ല എന്നതിനു തെളിവാണ്. കാരണം, രാഹു-കേതു എന്നീ സാങ്കൽപ്പിക സ്ഥാനങ്ങളുടെ ഭ്രമണകാലവും യൂറാനസിന്റെയും നെപ്ട്യൂണിന്റെയും ഭ്രമണകാലങ്ങളുമായി ഒരുവിധ താരതമ്യവുമില്ല.

13

നവഗ്രഹങ്ങൾ സങ്കൽപ്പവും യാഥാർഥ്യവും

പുതിയ ഒരു ഗ്രഹത്തെക്കൂടി സൗരയൂഥത്തിൽ കണ്ടെത്തി എന്ന വാർത്തയുമായാണ് 2006 ജൂലൈ 31 ലെ പത്രങ്ങളെല്ലാം പുറത്തിറങ്ങിയത്. 'സൗരയൂഥത്തിൽ ഇനി ദശഗ്രഹങ്ങൾ,' 'പുതിയ ഗ്രഹം 900കോടി മൈൽ അകലെ,' 'നവഗ്രഹ സങ്കൽപ്പത്തിനു വിട' എന്നും മറ്റുമുള്ള ആകർഷണീയങ്ങളായ തലക്കെട്ടുകളും പത്രങ്ങൾ നൽകിക്കണ്ടു. ജ്യോതിശാസ്ത്രപരമായ കാര്യങ്ങളിൽ ജിജ്ഞാസയുണർത്തുന്നതിനും ഗ്രഹങ്ങളെക്കുറിച്ച് പരമ്പരാഗതമായി പുലർത്തിവരുന്ന തെറ്റിദ്ധാരണകൾ തിരുത്തുന്നതിനും ഈ കണ്ടുപിടുത്തം സഹായകമായി എന്നതിനു സംശയമില്ല. എന്നാൽ, അബദ്ധധാരണകൾ നിലനിറുത്തി, അതുകൊണ്ടു ഉപജീവനം കഴിക്കുന്നവരെ സംബന്ധിച്ചിടത്തോളം അവരിതിനെ സ്വാഭാവികമായും അവഗണിക്കുകയേയുള്ളൂ; അതാണ് പതിവ്.

ഭൂകേന്ദ്രിതമായ പ്രപഞ്ച സങ്കൽപ്പമായിരുന്നു പതിനേഴാം നൂറ്റാണ്ടുവരെ നിലനിന്നിരുന്നത്. അരിസ്റ്റോട്ടിൽ ക്രോഡീകരിച്ച ഈ പ്രപഞ്ച സിദ്ധാന്തം കത്തോലിക്കാസഭയ്ക്കുവേണ്ടി തോമസ് അക്വിനാസ് അംഗീകരിച്ചുറപ്പിച്ചു. പിന്നീടുവന്ന പ്രൊട്ടസ്റ്റന്റുകാർക്കും ഇക്കാര്യത്തിൽ അഭിപ്രായവ്യത്യാസമുണ്ടായിരുന്നില്ല. ബാബിലോണിയ, ഗ്രീസ്, ഈജിപ്റ്റ്, ഭാരതം, ചൈന തുടങ്ങിയ പ്രാചീന ചിന്താധാരകളിലും ഏറക്കുറെ ഈ ധാരണകൾ തന്നെയായിരുന്നു. കാരണം, നഗ്നനേത്രങ്ങൾകൊണ്ട് സ്വരൂപിക്കാവുന്ന ഒരു പദ്ധതി ഇതുതന്നെയാണ്. മാത്രമല്ല, കച്ചവടസഞ്ചാരങ്ങളോടൊപ്പം അറിവുകളും അന്ന് കൈമാറ്റം ചെയ്യപ്പെട്ടിരുന്നു. രാശിചക്രം ലോകമാകെ ഐകരൂപ്യമുള്ളതാണല്ലോ.

അണ്ഡകടാഹത്തോടൊപ്പം വേഗവ്യത്യാസത്തോടെ ഭൂമിയെ

ചുറ്റുന്നു എന്ന് അവർ ധരിച്ചിരുന്ന ഏഴു ഗ്രഹങ്ങൾ ഞായർ (സൂര്യൻ), തിങ്കൾ (ചന്ദ്രൻ), ചൊവ്വ, ബുധൻ, വ്യാഴം, വെള്ളി, ശനി എന്നിവയാണ്; ഈ പേരുകളാണ് ആഴ്ചയിലെ ഓരോ ദിവസങ്ങൾക്കും നൽകിയത്. ഭാരതീയരെ സംബന്ധിച്ചിടത്തോളം രാഹു, കേതു എന്നീ രണ്ടു ഗ്രഹങ്ങൾ കൂടിയുണ്ട്. സൂര്യഗ്രഹണം, ചന്ദ്രഗ്രഹണം എന്നിങ്ങനെ അവരെ അത്ഭുതപ്പെടുത്തിയിരുന്ന രണ്ടു പ്രതിഭാസങ്ങൾ ഈ രണ്ട് അസുരഗ്രഹങ്ങളുടെ വിക്രിയകളാണെന്നാണ് അവർ സങ്കൽപ്പിച്ചത്. ഇതിനുള്ള യഥാർഥ കാരണം ചന്ദ്രന്റെയും ഭൂമിയുടെയും നിഴലുകളാണെന്ന തിരിച്ചറിവ് അന്നുണ്ടായിരുന്നില്ല. കഥയ്ക്കു മാറ്റമുണ്ടെങ്കിലും ചൈനക്കാരും ഇതിനോടു സാമ്യമുള്ള നവഗ്രഹ പദ്ധതിയാണ് വച്ചുപുലർത്തിയിരുന്നത്.

അരിസ്റ്റോട്ടിലിനു മുൻപ് അരിസ്റ്റാർക്കസും കോപ്പർനിക്കസിനു മുൻപ് ആര്യഭട്ടനും പ്രപഞ്ചത്തിന്റെ കേന്ദ്രം സൂര്യനാണെന്ന് അഭിപ്രായപ്പെട്ടിരുന്നു. അത് അവഗണിക്കപ്പെടുന്നതിന് രണ്ടു കാരണങ്ങളുണ്ടായിരുന്നു. വേണ്ടവിധത്തിൽ അതു മനസിലാക്കുന്നതിനുള്ള ധാരണാശക്തിയില്ലായ്മ ആയിരുന്നു ഒന്ന്. രണ്ടാമത്, അത് ജ്യോതിഷപദ്ധതികളെ അലങ്കോലപ്പെടുത്തി ഫലം പറയുന്നതിലൂടെയും പ്രായശ്ചിത്തം ചെയ്യുന്നതിലൂടെയും ലഭിക്കുന്ന വരുമാനമില്ലാതാക്കുമെന്ന ഭയം.

ഭൂമിയല്ല, സൂര്യനാണു പ്രപഞ്ചകേന്ദ്രമെന്ന ആശയം അവതരിപ്പിച്ചത് കോപ്പർനിക്കസാണ്. ഭൂമി സ്വന്തം അച്ചുതണ്ടിൽ കറങ്ങുകയും അതോടൊപ്പം അത് സൂര്യനെ വലംവയ്ക്കുകയും ചെയ്യുന്നുണ്ട് എന്നുള്ള ആശയവും അദ്ദേഹത്തിനുണ്ടായി. എന്നാൽ, ഇതു പ്രസിദ്ധീകരിക്കുവാൻ അദ്ദേഹത്തിന് പരാധീനതകളുണ്ടായിരുന്നു. ഒന്നാമത്, അദ്ദേഹം ഒരു പള്ളിപുരോഹിതനായിരുന്നു. തന്റെ ആശയങ്ങൾ *ബൈബിൾ* സങ്കൽപ്പത്തിനെതിരാകയാൽ അതു പ്രസിദ്ധീകരിച്ചാലുണ്ടാകാവുന്ന പ്രത്യാഘാതങ്ങളെക്കുറിച്ച് കോപ്പർനിക്കസ് ബോധവാനായിരുന്നു. മാത്രമല്ല, *ആകാശഗോളങ്ങളുടെ ചുറ്റിത്തിരിയലുകളെക്കുറിച്ച്* എന്ന പ്രബന്ധം അച്ചടിക്കാൻ പ്രസുകളോ പ്രസിദ്ധീകരിക്കാൻ പ്രസാധകരോ തയാറുമല്ലായിരുന്നു. ജീവിതാന്ത്യത്തോടടുത്തപ്പോൾ 'ഇതൊരു സാങ്കൽപ്പിക പദ്ധതി' എന്ന മുഖവുരയോടെയാണ് അതു പ്രസിദ്ധീകരിക്കപ്പെടുന്നത്. ആ വർഷം തന്നെ (1543) അദ്ദേഹം മരിക്കുകയും ചെയ്തു.

ഇറ്റാലിയൻ തത്വചിന്തകനും ജ്യോതിശാസ്ത്രകാരനും ഗണിതശാസ്ത്രജ്ഞനുമായിരുന്ന ബ്രൂണോ കോപ്പർനിക്കസിന്റെ ആശയങ്ങൾ പ്രചരിപ്പിച്ചുകൊണ്ട് യൂറോപ്പിലുടനീളം ചുറ്റിസഞ്ചരിച്ചു. അദ്ദേഹത്തിന്റെ ആശയങ്ങളെ വച്ചുപൊറുപ്പിക്കാൻ സഭ തയാറല്ലായിരുന്നു. 1600-ാമാണ്ടിൽ അവരദ്ദേഹത്തെ പരസ്യമായി ചുട്ടുകൊന്നു.

ഈ പശ്ചാത്തലത്തിലാണ് ഗലീലിയോ തന്റെ ടെലിസ്കോപ്പുകൾ ആകാശത്തിലേക്കു തിരിക്കുന്നത്. കോപ്പർനിക്കസിന്റെ നിഗമനങ്ങളെ നിരാകരിക്കാൻ അദ്ദേഹത്തിനു കഴിയുമായിരുന്നില്ല. പ്രപഞ്ചകേന്ദ്രം

സൂര്യനാണെന്ന ഗലീലിയോവിന്റെ പ്രഖ്യാപനം മതാധികാരികളെ വീണ്ടും പ്രകോപിതരാക്കി. അദ്ദേഹവും വിചാരണയ്ക്കു വിധേയനായി. ബ്രൂണോയുടെ അനുഭവത്തിനു സാക്ഷിയായിരുന്ന അദ്ദേഹം മാപ്പു പറഞ്ഞ് ജീവൻ നിലനിർത്തി. ജീവിതാവസാനം വരെ വീട്ടുതടങ്കലിലായിരുന്നുവെങ്കിലും ഗവേഷണങ്ങളിലും പ്രബന്ധ രചനകളിലും മുഴുകിയാണ് ഗലീലിയോ ശിഷ്ടജീവിതം കഴിച്ചത്.

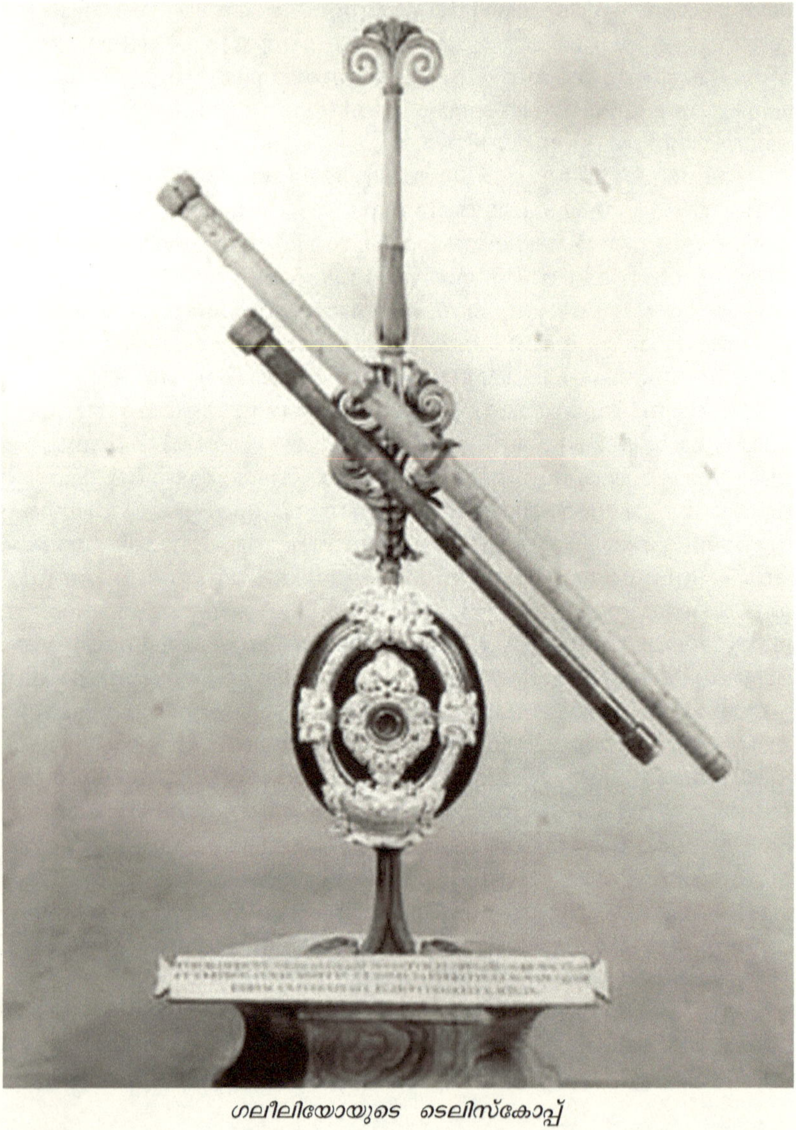

ഗലീലിയോയുടെ ടെലിസ്കോപ്പ്

ടെലിസ്കോപ്പുകളുടെ കണ്ടുപിടിത്തങ്ങൾക്കും പരിഷ്കരണങ്ങൾക്കും ശേഷമാണ് യുറാനസ്, നെപ്ട്യൂൺ എന്നീ ഗ്രഹങ്ങൾ കണ്ടുപിടിക്കപ്പെടുന്നത്. സൂര്യൻ, ചന്ദ്രൻ എന്നീ ഗ്രഹങ്ങൾ പട്ടികയിൽ നിന്നൊഴിവാക്കപ്പെടുകയും ഭൂമി, യുറാനസ്, നെപ്ട്യൂൺ എന്നിവ കൂട്ടിച്ചേർക്കപ്പെടുകയും ചെയ്തു. അങ്ങനെ ഗ്രഹങ്ങൾ എട്ടായി. അശ്രാന്തപരിശ്രമങ്ങൾക്കുശേഷം 1930 ലാണ് പ്ലൂട്ടോ കണ്ടുപിടിക്കപ്പെട്ടത്. ഒരു ഗ്രഹമെന്ന പരിഗണനയ്ക്ക് അർഹമല്ലാത്തത്ര ചെറുതാണിത്. ബുദ്ധിമുട്ടിയ ശാസ്ത്രജ്ഞർക്കുള്ള പാരിതോഷികംപോലെയാണ് അതിന് ഗ്രഹത്തിന്റെ പദവി നൽകപ്പെട്ടത്. ഇപ്പോൾ കണ്ടുപിടിക്കപ്പെട്ടിട്ടുള്ള ഭ്രമണ വസ്തുവും ഒരു ഗ്രഹമെന്ന പദവി അർഹിക്കുന്നുണ്ടെന്നു തോന്നുന്നില്ല. സൗരയൂഥത്തിൽ ഇതിനേക്കാൾ എത്രയോ വലിയ ഉപഗ്രഹങ്ങളും ചൊവ്വയ്ക്കും വ്യാഴത്തിനുമിടയിലുള്ള ഛിന്നഗ്രഹ വലയത്തിൽ ഇതിനോടടുത്ത വസ്തുക്കളുമുണ്ട്. വാന നിരീക്ഷണ ശാസ്ത്രജ്ഞന്മാരുടെ ഔദ്യോഗിക സംഘടന (ഇന്റർനാഷണൽ അസ്ട്രോണമിക്കൽ യൂണിയൻ (IAU) ഇതെല്ലാം വിലയിരുത്തിയശേഷമാണ് പ്ലൂട്ടോയെ ഗ്രഹങ്ങളുടെ പട്ടികയിൽനിന്ന് ഒഴിവാക്കാനുള്ള തീരുമാനമെടുത്തത്.

പ്രപഞ്ചം സൂര്യകേന്ദ്രിതമാണെന്ന സങ്കൽപ്പവും എന്നേ മാറിക്കഴിഞ്ഞു. അനേകകോടി നക്ഷത്രങ്ങളിൽ താരതമ്യേന ചെറിയ ഒരു നക്ഷത്രം മാത്രമാണ് സൂര്യനെന്ന് നമുക്കിന്നറിയാം. എന്നാൽ, സൂര്യനെ വലംവയ്ക്കുന്ന ഗ്രഹങ്ങളുടെ മൊത്തം പിണ്ഡം സൂര്യന്റേതിന്റെ ഒരു ശതമാനത്തിൽ താഴെയേ വരൂ. ഗ്രഹങ്ങളുടെ കൂട്ടത്തിലും ഭൂമി താരതമ്യേന ചെറുതാണ്.

കത്തോലിക്കാസഭ ഗലീലിയോക്കു കൽപ്പിച്ചിരുന്ന വിലക്കുകളെല്ലാം ഇന്ന് നീക്കം ചെയ്തുകഴിഞ്ഞു. ബ്രൂണോയോടും ഗലീലിയോയോടും കാണിച്ച അനീതികൾക്ക് ജോൺ പോൾ മാർപ്പാപ്പ മാപ്പുചോദിച്ചു. അത് കാലത്തിന്റെ നന്മ. കോപ്പർനിക്കസിന്റെ കാലത്തിനു മുൻപ് നിലനിന്നിരുന്നതും കാലഹരണപ്പെട്ടതുമായ നവഗ്രഹസങ്കൽപ്പങ്ങളിൽ കുടുങ്ങിക്കിടക്കുന്ന ജ്യോതിഷം പഠനവിഷയമാക്കണമെന്ന് ഇന്നു പറയുന്നവർക്ക് ആരു മാപ്പുനൽകും!

14

സൂര്യൻ

സൗരയൂഥത്തിന്റെ നാഥൻ എന്ന് സൂര്യനെ വിശേഷിപ്പിക്കാവുന്നതാണ്. ആദിമകാലം തൊട്ട് സൂര്യനെ ആരാധിക്കാൻ മനുഷ്യനെ പ്രേരിപ്പിച്ചത് ഭൂമിയിലെ ജീവിതം സൂര്യനെ ആശ്രയിച്ചാണ് എന്ന തിരിച്ചറിവായിരിക്കണം. പ്രകൃതിയെ ആരാധിക്കുക എന്നതിനപ്പുറം നാമുൾപ്പെട്ട പ്രകൃതിയെ മനസിലാക്കുക, പ്രകൃതിയുടെ നിയമങ്ങൾ മനസിലാക്കുക, നിയമങ്ങൾക്കു വിധേയമായി ജീവിതം ക്രമീകരിക്കുക എന്നതാണ് ശാസ്ത്രത്തിന്റെ രീതി. പ്രകൃതിയെ കീഴടക്കുക എന്ന ഒരു പ്രയോഗം പലപ്പോഴും കണ്ടുവരാറുണ്ട്. അതും അബദ്ധജഡിലമായ ഒന്നാണ്. പ്രപഞ്ചത്തിന്റെ ഏതോ ഒരു കോണിലെ ക്ഷീരപഥം എന്ന ഗാലക്സിയിലെ കോടാനുകോടി നക്ഷത്രങ്ങളിൽ ഒരു ചെറു നക്ഷത്രമായ സൂര്യന്റെ ലക്ഷത്തിലൊന്നു പിണ്ഡമേ ഭൂമിക്കുള്ളൂ. ആ ഭൂമി വലുതാണെന്ന് മനുഷ്യനു തോന്നുന്നത് അവൻ തീരെ ചെറുതായതുകൊണ്ടാണ്. ഭൂഗോളത്തിനകത്തെ വെറും തടവുകാരാണ് മനുഷ്യർ; അതിൽനിന്നു പുറത്തുചാടാനുള്ള ചില ശ്രമങ്ങളുണ്ടെങ്കിൽപ്പോലും. മനുഷ്യൻ ഇന്നുവരെ കണ്ടിട്ടുള്ളതിൽ വച്ച് ഏറ്റവും ബുദ്ധിയുള്ള ജീവി അവൻ തന്നെയാണ് എന്നതുകൊണ്ടാണ് മനുഷ്യനാണ് എല്ലാം നിയന്ത്രിക്കുന്നത് എന്ന മിഥ്യാധാരണ ചിലർക്കുണ്ടായത്. അറിയും തോറും തിരിച്ചറിയുന്നത് അറിയാനുള്ളത് ഇതുവരെ വിചാരിച്ചതിനേക്കാൾ അധികമാണ് എന്നാണ്.

ക്ഷീരപഥത്തിനകത്ത് സൂര്യൻ 22കോടി വർഷംകൊണ്ട് ഒരു വട്ടം പ്രദക്ഷിണം വയ്ക്കും. സ്വന്തം അച്ചുതണ്ടിൽ അത് $25^1/_2$ ദിവസംകൊണ്ട് ഒരു പ്രാവശ്യം ചുറ്റും. ഗ്രഹങ്ങൾ, ഉപഗ്രഹങ്ങൾ, ലഘുഗ്രഹങ്ങൾ, ഛിന്നഗ്രഹങ്ങൾ, ധൂമകേതുക്കൾ തുടങ്ങി സൗരയൂഥത്തിലെ എല്ലാ

വസ്തുക്കളും സൂര്യന്റെ ഗുരുത്വാകർഷണത്തിനു വിധേയമാണ്. ഈ വസ്തുക്കളുടെ പിണ്ഡമെല്ലാം ചേർത്താലും കഷ്ടിച്ച് സൂര്യന്റേതിന്റെ നൂറിലൊന്നേ വരൂ.

സൂര്യനെ വലംവയ്ക്കുന്ന എട്ടു പ്രധാന ഗ്രഹങ്ങളിൽ നാലെണ്ണത്തെ അകംഗ്രഹങ്ങൾ (inner planets) എന്നും നാലെണ്ണത്തെ പുറം ഗ്രഹങ്ങൾ (outer planets) എന്നും പറയുന്നു. ബുധൻ, ശുക്രൻ, ഭൂമി, ചൊവ്വ എന്നീ ചെറുതും സാന്ദ്രതയേറിയതും ഭൂസമാനവുമായ (terrestrial) നാലെണ്ണമാണ് അകം ഗ്രഹങ്ങൾ. വ്യാഴം, ശനി, യൂറാനസ്, നെപ്ട്യൂൺ എന്നീ പുറം ഗ്രഹങ്ങൾ സൂര്യനിൽനിന്ന് അകന്നു സ്ഥിതിചെയ്യുന്ന വാതകഭീമന്മാർ (gas giants) എന്നറിയപ്പെടുന്ന ഭീമാകാരന്മാരുമാണ്. ജൂപ്പിറ്ററിനപ്പുറം (വ്യാഴം) സ്ഥിതിചെയ്യുന്ന സമാനഗ്രഹങ്ങളാകയാൽ ജോവിയൻ ഗ്രഹങ്ങളെന്നും (Jovian planets) ഇവ അറിയപ്പെടുന്നു.

എല്ലാ ഗ്രഹങ്ങളും സൂര്യനെ വലംവയ്ക്കുന്നത് ഏതാണ്ട് ഒരേ തലത്തിലും ഒരേ ദിശയിലുമാണ്. ഒരേ തലത്തിലാകയാൽ അതിന്റെ പ്രദക്ഷിണപഥങ്ങൾ ഒരു കടലാസിൽ അടയാളപ്പെടുത്തിയാൽ അതിൽ വലിയ മാറ്റം വരാനില്ല. അതുകൊണ്ടാണ് എല്ലാ ഗ്രഹങ്ങളും ഒരേ രാശികളിലൂടെ, രാശിചക്രത്തിലൂടെ (zodiac belt) കടന്നുപോകുന്നതായും അവിടെ എവിടെയെങ്കിലും സ്ഥിതിചെയ്യുന്നതായും നമുക്കു തോന്നുന്നത്. അടുത്തകാലംവരെ ഗ്രഹപദവിയുണ്ടായിരുന്ന പ്ലൂട്ടോയുടെ പഥം പക്ഷേ, ചരിവുള്ളതാണ്. മറ്റുള്ള ഗ്രഹങ്ങളുടെ പഥത്തിൽ നിന്ന് ഉയർന്നിട്ടോ താഴ്ന്നിട്ടോ ആയിരിക്കും അതിന്റെ നില. മുറിച്ചു കടക്കുമ്പോൾ മാത്രം അത് അതേ തലത്തിലായിരിക്കും.

ആറു ഗ്രഹങ്ങളും അതിന്റെ അച്ചുതണ്ടിൽ കറങ്ങുന്നത് നാഴികമണിയുടെ വിപരീത ദിശയിലാണ്. ഉത്തരധ്രുവത്തിനു മുകളിലുള്ള ഒരു തലത്തിൽനിന്ന് കീഴോട്ടു നോക്കുമ്പോഴുള്ള കാഴ്ചയാണിത്. ശുക്രൻ തിരിയുന്നത് നാഴികമണിയുടെ ദിശയിലാണ്. അതുകൊണ്ട് അവിടെ സൂര്യനുദിക്കുന്നത് പടിഞ്ഞാറാണ്. യൂറാനസ്സിന്റെ അച്ചുതണ്ടിന് 90 ഡിഗ്രിയോടടുത്തു ചരിവുള്ളതിനാൽ അത് തിരിഞ്ഞു പോകുന്നതായിട്ടല്ല, ഉരുണ്ടു പോകുന്നതായിട്ടാണ് തോന്നുക. ദീർഘവൃത്താകൃതിയുള്ള (elliptical) ഒരു പഥമാണ് ബുധനുള്ളത്; മറ്റുള്ള ഏഴു ഗ്രഹങ്ങൾക്കും വൃത്തത്തോടടുത്ത (near circular) ദീർഘവൃത്തപഥവുമാണ്.

ക്ഷീരപഥമെന്ന നമ്മുടെ ഗാലക്സിയിൽ ചെറുതും വലുതുമായ ഇരുപതിനായിരംകോടി നക്ഷത്രങ്ങളെങ്കിലുമുണ്ടെന്നാണു കണക്ക്. സൂര്യൻ അതിലൊരു ശരാശരി നക്ഷത്രമാണ്. അതിന്റെ വ്യാസം 14 ലക്ഷം കിലോമീറ്ററാണ് (ഭൂമിയുടേത് 13000). സൂര്യനിൽനിന്ന് ഭൂമിയിലേക്കുള്ള അകലം 15 കോടി കിലോമീറ്ററാണ്. പിണ്ഡം 20 ലക്ഷം കോടി ടൺ; അതിൽ നാലിൽ മൂന്നു ഹൈഡ്രജനും ബാക്കി ഹീലിയവും മറ്റു മൂലകങ്ങളും. സൂര്യന്റെ ഉൾക്കാമ്പിലെ താപനില 1.5 കോടി

ഡിഗ്രിയും.

എല്ലാ നക്ഷത്രങ്ങളിലേയുമെന്നതുപോലെ അണുസംലയനം എന്ന പ്രക്രിയയാണ് സൂര്യനിലും നടക്കുന്നത്. ഗുരുത്വാകർഷണം മൂലം ഹൈഡ്രജൻ ഉള്ളിലേക്കമർന്ന് ചൂടുപിടിച്ച് അണുകേന്ദ്രങ്ങൾ കൂടിച്ചേർന്ന് ഹീലിയത്തിന്റെ അണുകേന്ദ്രമുണ്ടാകുകയും താപം പ്രസരിക്കുകയും ചെയ്യുന്നു. കൺവെക്ഷനിലൂടെ ഈ താപം സൂര്യന്റെ പ്രതലത്തിലേക്കു ഗമിക്കുകയും അവിടെയുള്ള താരതമ്യേന ചൂടുകുറഞ്ഞ വാതകം പകരം ഉള്ളിലേക്കു ഗമിക്കുകയും ചെയ്യും. ഈ പ്രവർത്തനം തുടർന്നുകൊണ്ടിരിക്കും. സൂര്യന്റെ ഉപരിതലത്തിലെ താപനില 6000°C–ൽ താഴെ മാത്രമേ വരൂ. ഊഷ്മാവ് ഇതേ രീതിയിൽ സ്ഥിരമായി നിൽക്കുന്നതുകൊണ്ടാണ് സൂര്യന്റെ നിറം മഞ്ഞയായി തോന്നുന്നത്.

സൂര്യന്റെ പ്രഭാമണ്ഡലം ഇന്നും ഒരു പ്രഹേളികയാണ്. അതിന്റെ പ്രതലത്തിൽ കാണുന്ന കറുത്ത പുള്ളികളെ സൂര്യകളങ്കങ്ങൾ (sun spots) എന്നാണു വിളിക്കുന്നത്. ഇടയ്ക്കിടെ പ്രത്യക്ഷപ്പെടുകയും അപ്രത്യക്ഷമാകുകയും ചെയ്യുന്നത് ഇതിന്റെ പ്രത്യേകതയാണ്. പ്രഭാമണ്ഡലത്തിൽ ചിലയിടങ്ങളിൽ ചിലപ്പോൾ താപനില താഴുമ്പോഴാണ് അവിടം കറുത്തുകാണുന്നത് എന്നാണു കരുതുന്നത്. ഈ തണുക്കൽ പ്രക്രിയക്കുകാരണം സൂര്യന്റെ കാന്തികപ്രഭാവമാണെന്നും അഭിപ്രായമുണ്ട്. സൂര്യപ്രതലത്തിലെ പ്രവർത്തനം കുറഞ്ഞും കൂടിയും ഒരു വട്ടം പൂർത്തിയാക്കാൻ 11 വർഷമെടുക്കും. പ്രവർത്തനത്തിന്റെ പാരമ്യത്തിലെത്തുന്ന വർഷങ്ങളിൽ ഗോതമ്പുൽപ്പാദനം കൂടുതലായിരിക്കുമെന്നും താഴ്ന്ന സ്ഥിതിയിലുള്ള വർഷങ്ങളിൽ കുറവായിരിക്കുമെന്നുമുള്ള ഒരു നിരീക്ഷണമുണ്ട്. ഇവ തമ്മിൽ ബന്ധമുണ്ടോ അതോ യാദൃച്ഛികമാണോ എന്നത് മറ്റൊരു കാര്യം. എന്നാൽ, മരത്തടികളുടെ വാർഷികവലയങ്ങൾ പതിനൊന്നു വർഷത്തിലൊരിക്കൽ കരുത്താർജിക്കുന്നതും ശ്രദ്ധിക്കേണ്ടതാണ്.

സൗരോപരിതലത്തിനോടു ചേർന്ന് അതിനു വെളിയിൽ പ്രകാശമാനമായ ഒരു പരിവേഷമുള്ളത് സാധാരണ അവസരങ്ങളിൽ ദൃശ്യമല്ല. എന്നാൽ, പൂർണ സൂര്യഗ്രഹണമുണ്ടാകുമ്പോൾ ഇതൊരു മനോഹരദൃശ്യമായി കാണാം. ഇതിനെ കൊറോണ (corona) എന്നാണു പറയുക. സൂര്യന്റെ ഉപരിതലത്തിലേക്കാൾ ഉയർന്നതാണ് കൊറോണയുടെ താപനില. എന്നാൽ, സൂര്യനിൽ നിന്നുള്ള താപപ്രസരണത്തിൽ ഇതു വഹിക്കുന്ന പങ്ക് തുച്ഛമാണ്.

സോളാർ ഫ്ളെയർ (solar flare) എന്നത് സൂര്യനിലെ മറ്റൊരു പ്രതിഭാസമാണ്. ഭീമമായ തോതിൽ ഊർജം ഞൊടിയിടയിൽ ബഹിരാകാശത്തിലേക്കു പുറപ്പെടുവിക്കുന്നതാണിത്. 'സൂര്യമത്താപ്പ്' എന്നു വേണമെങ്കിൽ മൊഴിമാറ്റിപ്പറയാം. ഈ സമയത്ത് അവിടെനിന്ന് റേഡിയോ തരംഗങ്ങൾ, എക്സ്–റേ, അണുകണങ്ങൾ എന്നിവയുടെ അസാധാരണമായ പ്രസരണമുണ്ടാകുന്നു. ജീവരാശിയെ പ്രതികൂലമായി

FACTS ABOUT THE SOLAR SYSTEM

	Mercury	Venus	Earth	Mars	Jupiter	Saturn	Uranus	Neptune	Pluto
Average distance from Sun (Millions of kilometers)	57.9	108.2	149.6	227.9	778.3	1,429	2,875	4,504.	5,900
Revolution	88 Days	224.7 Days	365 Days	687 Days	11.86 Years	29.46 Years	84 Years	165 Years	248 Years
Rotation	59 Days	243 Days Retrograde	23 Hours 56minutes 1500 km/h	24 Hours 37minutes	9 Hours 55 minutes	10 Hours 39 minutes	17 Hours 18 minutes Retrograde	16 Hours 6 minutes	6 Days 9Hours 18 minutes Retrograde
Average orbital speed (Kilometers/second)	48	35	30 108000km/h	24	13	9.6	6.8	5.4	4.7
Equatorial diameter (kilometers)	4,880	12,100	12,756	6,794	142,984	120,536	51,100	49,500	2,300
Mass (Earth=1)	.055	.815	1	.107	317.9	95.2	14.54	17.2	.002

Density (Water=1)	5.4	5.3	5.5	3.9	1.3	.7	1.2	1.56	1.8
Surface Gravity (Earth=1)	.38	.91	1	.38	2.53	1.07	.91	1.16	.05 (?)
Known satellites (Major)	0	0	1	2	16	18	15	8	1
Axial Tilt	0	178°18'	23°24'	25°12'	3°06'	26° 42'	97°54'	29°36'	94°
Escape velocity Km/sec	4.3	10.3	11.2	5.0	61.0	35.6	21.2	23.6	1
Average surface Temperature (Apx)°c	300	405	22	-75	-150	-180	-210	-210	-230

ബാധിച്ചേക്കാവുന്ന ഈ രശ്മികൾ ഭൂമിയുടെ അന്തരീക്ഷത്തിലേക്കു പ്രവേശിക്കുമ്പോഴേക്കും അതിനെ തടഞ്ഞു നിറുത്തുവാനുള്ള കഴിവ് ഭൗമാന്തരീക്ഷത്തിനുണ്ട്. എങ്കിലും കാന്തികപ്രഭാവം കൂടുതലുള്ള ധ്രുവപ്രദേശങ്ങളിൽ ഈ സമയത്തുണ്ടാകുന്ന പ്രതിഭാസമാണ് ധ്രുവദീപ്തി (aurora). ഈ സമയത്ത് റേഡിയോ പ്രക്ഷേപണങ്ങളിൽ തടസമോ ശല്യമോ പ്രതീക്ഷിക്കാം. പേടകത്തിനു പുറത്തുള്ള ബഹിരാകാശ ചാരികൾക്ക് ഈ സമയത്ത് രശ്മികളേൽക്കാനുള്ള സാധ്യത കൂടുതലാണ്. സോളാർ ഫ്ളെയർ (solar flare) നടക്കുമ്പോൾ ടെലിസ്കോപ്പിലൂടെയോ അല്ലാതെയോ സൂര്യനെ നേരിട്ടു ഒട്ടും നോക്കാവുന്നതല്ല. അതു കണ്ണുകൾക്കു വൈകല്യങ്ങളുണ്ടാക്കും (ഗ്രഹണസമയത്ത് സൂര്യനെ നോക്കാനുള്ള പ്രവണത കൂടുതലുള്ളതുകൊണ്ട് അപ്പോഴും ഇക്കാര്യത്തിൽ പ്രത്യേകം ശ്രദ്ധവേണം.).

സൂര്യനുമായി ബന്ധപ്പെട്ട മറ്റൊരു കാര്യം സൂര്യഗ്രഹണമാണ്. ചന്ദ്രൻ സൂര്യന്റെയും ഭൂമിയുടെയും ഇടയിൽ നേർരേഖയിൽ വരുമ്പോഴാണ് ഇതു സംഭവിക്കുന്നത്. ഇതിനെക്കുറിച്ച് വിശദമായി പിന്നീട് പ്രതിപാദിക്കുന്നുണ്ട്. സൂര്യഗ്രഹണ സമയത്ത് ഒരാൾ ചന്ദ്രനിൽനിന്നു ഭൂമിയെ നോക്കിയാൽ അയാൾക്കത് 'ഭൂഗ്രഹണ'മായി അനുഭവപ്പെടും. വലയ സൂര്യഗ്രഹണം (annular eclips) ഭാഗിക സൂര്യഗ്രഹണം (partial eclipse) എന്നിവയെപ്പറ്റിയും വഴിയേ വിശദീകരിക്കുന്നുണ്ട്.

സൂര്യന്റെ ഭാവി

ഹൈഡ്രജൻ അണുകേന്ദ്രങ്ങൾ സംലയിച്ച് ഹീലിയം അണുകേന്ദ്രമുണ്ടാകുകയും ഊർജം പുറത്തുവിടുകയും ചെയ്യുന്ന പ്രവർത്തനമാണ് സൂര്യനിൽ നടക്കുന്നതെന്നു വിശദീകരിച്ചുവല്ലോ. അത്തരത്തിൽ സൂര്യനിൽ ഒരു സെക്കന്റിലുണ്ടാകുന്ന ഊർജം മതി ഇന്നത്തെ തോതിൽ പതിനായിരം വർഷത്തേക്ക് ഭൂമിയിലേക്കാവശ്യമായ വൈദ്യുതി ഉൽപ്പാദിപ്പിക്കാൻ. ഇതേ നിരക്കിൽ നൂറുനൂറ്റമ്പതു കോടി വർഷത്തേക്കുകൂടി സൂര്യന് ഊർജം നൽകാനുള്ള കെൽപ്പുണ്ട്. ക്രമേണ ഹൈഡ്രജന്റെ ലഭ്യത കുറയും. എങ്കിലും ഒരു മുന്നൂറ്റമ്പതു വർഷംകൂടി അതിന് നക്ഷത്രമായി തുടരുവാൻ കഴിയും. അതിനുശേഷം പ്രവർത്തനത്തിനാവശ്യമായ ഹൈഡ്രജൻ ഇല്ലാതെ വരികയും താപനില താഴുകയും സൂര്യൻ വികസിക്കാൻ തുടങ്ങുകയും ചെയ്യും. ചുവന്ന നിറത്തിൽ അതു വികസിച്ചുവികസിച്ച് ഭൂമിയെക്കൂടി വിഴുങ്ങിക്കളയാൻ തക്ക വ്യാസം കൈവരിക്കും. ചുരുക്കത്തിൽ അതൊരു ചുവന്ന രാക്ഷസൻ (red giant) ആയി മാറും. വികാസത്തിന്റെ ഒരു ഘട്ടമെത്തുമ്പോൾ അത് ചുരുങ്ങാൻ തുടങ്ങും. ചുരുങ്ങിച്ചുരുങ്ങി അതിന്റെ വലിപ്പം ഭൂമിയോളമോ അതിൽ ചെറുതോ ആയിത്തീരും. ഒരു വെള്ളക്കുള്ളനായി (white dwarf) അതു തുടരും.

15

ഗ്രഹങ്ങൾ

ഭൂകേന്ദ്രിതമായ പ്രപഞ്ചസങ്കൽപ്പത്തിന്റെ ഭാഗമായിരുന്നു ഭാരതത്തിലെ നവഗ്രഹസങ്കൽപ്പവും. ഇതനുസരിച്ച് സൂര്യനും ചന്ദ്രനും രാഹുവും കേതുവുമെല്ലാം ഗ്രഹങ്ങളാണ്. ജ്യോതിശാസ്ത്രസങ്കേതങ്ങൾ ഏറെ വികാസം പ്രാപിച്ച ആധുനികയുഗത്തിൽ ജ്യോതിഷികളുടെ നവഗ്രഹസങ്കൽപ്പത്തിനോ അതിന്റെ ഭാഗമായ അന്ധവിശ്വാസങ്ങൾക്കോ നിലനിൽപ്പില്ല. പ്രപഞ്ച പ്രതിഭാസങ്ങളുടെ ശാസ്ത്രീയമായ വിശദീകരണം അന്ധവിശ്വാസങ്ങളിൽ നിന്നുള്ള വിമോചനത്തിന്റെ താക്കോലാണ്. ബുധൻ (Mercury), ശുക്രൻ (Venus), ഭൂമി (Earth), ചൊവ്വ (Mars), വ്യാഴം (Jupiter), ശനി (Saturn), യുറാനസ് (Uranus), നെപ്ട്യൂൺ (Neptune) എന്നീ ഗ്രഹങ്ങളെക്കുറിച്ച് നമുക്കിന്ന് ശാസ്ത്രീയമായി അറിവുണ്ട്. സൗരയൂഥഗ്രഹങ്ങളെക്കുറിച്ച് സാമാന്യമായി മനസിലാക്കിയിരിക്കേണ്ടത് ശാസ്ത്രീയമായൊരു പ്രപഞ്ചവീക്ഷണം വികസിപ്പിച്ചെടുക്കുന്നതിൽ പ്രധാനമാണ്. നമുക്കവയെ ഓരോന്നായി പരിചയപ്പെടാം.

ബുധൻ (Mercury)

സൂര്യോദയത്തിനു മുൻപോ അസ്തമനത്തിനു ശേഷമോ അൽപ്പസമയത്തേക്കു മാത്രമേ ഈ ഗ്രഹത്തെ കാണാൻ കിട്ടാറുള്ളൂ. ഭൂമിയിൽ നിന്ന് അത്ര സുഗമമായി നിരീക്ഷിക്കാൻ കഴിയുന്നതല്ല അതിന്റെ സഞ്ചാരപാത. രാവിലെയും വൈകുന്നേരവും പ്രത്യക്ഷപ്പെടുന്നത് ഒരേ ഗ്രഹമാണെന്നു മനസിലാക്കാൻ കഴിയാതിരുന്ന യവനന്മാർ ഹെർമസ് എന്നും അപ്പോളോ എന്നുമുള്ള രണ്ടു പേരുകൾ അതിനു നൽകി.

ശുക്രനെ സംബന്ധിച്ചും ഇത്തരമൊരു പ്രതിഭാസം ബാധകമാണ്. ഇതിനു കാരണം ബുധനും ശുക്രനും സൂര്യന്റെയും ഭൂമിയുടെയും ഇട

യിൽ നിൽക്കുന്നു എന്നതാണ്. പകൽസമയത്ത് സൂര്യപ്രകാശം മൂലം അവയെ കാണാൻ കഴിയില്ല. ഭൂമിയിൽ രാത്രിയാകുന്ന വശത്തേക്ക് അതു വരികയുമില്ല—അതിന്റെ പഥം സൂര്യന്റെയും ഭൂമിയുടെയും ഇടയിലാകകൊണ്ട്. എന്തുകൊണ്ട് ബുധനെയും ശുക്രനെയും രാത്രി കാണാൻ കഴിയുന്നില്ല എന്ന ചോദ്യമാണ് കോപ്പർനിക്കസിനെ സൂര്യനാണ് പ്രപഞ്ചകേന്ദ്രമെന്ന നിഗമനത്തിലേക്കെത്തിച്ചത്.

ചന്ദ്രന്റേതിലെന്നപോലെ കുണ്ടും കുഴികളും നിറഞ്ഞ ഒരു പ്രതലമാണ് ബുധനുള്ളത്. 1974 ൽ നാസയുടെ 'മാരിനർ 10' എന്ന ഗവേഷണോപഗ്രഹമാണ് ബുധന്റെ സമീപമെത്തി ഉപരിതലത്തിന്റെ അനേകായിരം ചിത്രങ്ങളെടുത്തയച്ചത്. ചന്ദ്രന്റെ ഉപരിതലത്തിലുള്ള ആഴമേറിയ ഗർത്തങ്ങളുടെ അത്ര ആഴത്തിലുള്ളതല്ല ബുധനിലെ ഗർത്തങ്ങൾ. എങ്കിലും ഈ കുഴികളുണ്ടായത് ഉൽക്കാപാതങ്ങൾ മൂലമാണെന്നാണ് കരുതുന്നത്. സൗരയൂഥത്തിന്റെ രൂപീകരണകാലത്ത് അനവധിയുണ്ടായിരുന്ന അലയുന്ന വസ്തുക്കൾ ഉപരിതലത്തിൽ കണക്കില്ലാതെ പതിക്കാനിടയായത് അന്തരീക്ഷത്തിന്റെ അഭാവം മൂലമാണ്. അന്തരീക്ഷമുണ്ടായിരുന്നു എങ്കിൽ അതുമായുള്ള ഘർഷണംമൂലം പലതും കത്തി നശിക്കുമായിരുന്നു. കുഴികൾ പലതും കാറ്റിൽ വസ്തുക്കൾ വീണ് നികന്നുപോകുകയും ചെയ്യുമായിരുന്നു. ഇതെല്ലാം കുഴികൾ നിലനിൽക്കാനുള്ള കാരണങ്ങളാണ്.

സൂര്യനോട് ഏറ്റവും അടുത്തു സ്ഥിതിചെയ്യുന്ന ഈ ഗ്രഹം എട്ടു ഗ്രഹങ്ങളിൽവച്ച് ഏറ്റവും ചെറുതുമാണ്. സൂര്യനും ബുധനുമിടയിലെ ശരാശരി അകലം 58 ദശലക്ഷം കിലോമീറ്ററാണ്. ഏറ്റവും കുറഞ്ഞ സമയംകൊണ്ട് സൂര്യനെ പ്രദക്ഷിണം വയ്ക്കുന്നത് ഈ ഗ്രഹമാണ്. മണിക്കൂറിൽ 1,70,000 കിലോമീറ്ററാണ് ഇതിന്റെ സഞ്ചാരവേഗത. ഒരാവൃത്തി സൂര്യനെ ചുറ്റിവരാൻ ഇതിന് 88 ഭൗമദിനങ്ങളേ വേണ്ടിവരൂ. എന്നാൽ, ഇതിന്റെ തിരിയൽ (rotation) വേഗത താരതമ്യേന കുറവാണ്. 59 ഭൗമദിനങ്ങൾ കൊണ്ടാണ് ബുധൻ അതിന്റെ അച്ചുതണ്ടിൽ ഒരു വട്ടം തിരിയുന്നത്. ഭ്രമണപഥം ദീർഘവൃത്താകൃതിയിലായതുകൊണ്ട് ബുധനിൽനിന്ന് നോക്കുകയാണെങ്കിൽ സൂര്യൻ ചില കാലങ്ങളിൽ വലുതായും ചിലപ്പോൾ ചെറുതായുമാണ് കാണാൻ കഴിയുക.

ബുധന് കാന്തികവലയമുണ്ട്. അതുകൊണ്ട് അകക്കാമ്പിൽ ഇരുമ്പുണ്ട് എന്നനുമാനിക്കുന്നു. അതിന് അന്തരീക്ഷമില്ല; ഗ്രീൻഹൗസ് ഇഫക്റ്റുമില്ല. ഉഗ്രതാപനിലയുള്ള പകലുകളും അതിശൈത്യമുള്ള രാവുകളുമാണ് ബുധന്റെ പ്രത്യേകത. സൂര്യനിൽനിന്ന് കൂടുതൽ അകന്നു സ്ഥിതിചെയ്യുന്ന ശുക്രന്റെ താപനില ബുധന്റേതിൽനിന്നും ഉയർന്നതാണ്. അത് ശുക്രന് അന്തരീക്ഷമുള്ളതുകൊണ്ടും ഗ്രീൻഹൗസ് ഇഫക്റ്റ് (ഹരിത പ്രഭാവം) ഉള്ളതുകൊണ്ടുമാണ്.

ബുധന്റെ മറ്റൊരു പ്രത്യേകത അതിന്റെ ഭ്രമണപഥവുമായി ബന്ധപ്പെട്ടതാണ്. അതിന്റെ ഭ്രമണപഥത്തിന് ഓരോ തവണയും ചെറിയ വ്യതി

യാനമുണ്ട്. നൂറു വർഷമാകുമ്പോൾ സൂര്യനെ വലംവച്ച് സൂര്യനോട് ഏറ്റവും അടുത്തുവരുന്ന ബിന്ദുവിന്റെ (perihelian point) സ്ഥാനത്തിന് 43" (ആർക്ക് സെക്കന്റ്)* വ്യതിയാനമുണ്ടാകും. ആദ്യകാലശാസ്ത്രജ്ഞന്മാർക്ക് ഇതാലോചിച്ച് വലിയ തലവേദനകളാണുണ്ടായത്. അത് ന്യൂട്ടന്റെയും കെപ്ലറുടെയും നിയമങ്ങൾ ബുധൻ അനുസരിക്കാത്തതെന്തെന്ന സംശയമുണർത്തി. ആൽബർട്ട് ഐൻസ്റ്റൈന്റെ ആപേക്ഷികസിദ്ധാന്തത്തിലെ 'ഗുരുത്വാകർഷണം സ്ഥലകാലത്തെ വളയ്ക്കു'മെന്ന കണ്ടെത്തലിനു ശേഷമാണ് ശാസ്ത്രലോകത്തിന് ഇതു വിശദീകരിക്കാൻ കഴിഞ്ഞത്. സൂര്യന്റെ ഏറ്റവുമടുത്തു നിൽക്കുകയാൽ അതിന്റെ ഗുരുത്വം ഏറ്റവും കൂടുതൽ അനുഭവിക്കുന്ന ഗ്രഹം ബുധൻ ആണ്. സ്ഥലകാലവുമായി പൊരുത്തപ്പെടാനുള്ള ബുധന്റെ തത്രപ്പാടിന്റെ ഫലമാണ് ഈ

സൗരയൂഥം

വ്യതിയാനം. സൂര്യനിൽനിന്ന് അകന്നുപോകുന്തോറും മറ്റു ഗ്രഹങ്ങളിൽ ഈ പ്രതിഭാസം നമുക്കത്ര പ്രകടമായി തോന്നുകയില്ല.

ഐൻസ്റ്റൈന്റെ മാഹാത്മ്യം അദ്ദേഹത്തിന്റെ ഭാവനാവൈഭവവും ഗണിതപരമായ നിർധാരണശേഷിയുമായിരുന്നു. അദ്ദേഹംതന്നെ ഉദ്ദേശിക്കാത്ത പ്രതിഫലനങ്ങളാണ് അതുളവാക്കിയത്. തന്റെ തന്നെ സിദ്ധാന്തങ്ങളിൽ നിന്നുരുത്തിരിഞ്ഞ പുതിയ തിരിച്ചറിവുകൾ അദ്ദേഹത്തെത്തന്നെ വല്ലാതെ അത്ഭുതപ്പെടുത്തി. പ്രപഞ്ചം വികസിച്ചുകൊണ്ടിരിക്കുന്നു എന്ന അദ്ദേഹത്തിന്റെ കണ്ടെത്തൽ അദ്ദേഹംതന്നെ ആദ്യം വിശ്വസിച്ചില്ല. പിന്നീട് ഡോപ്ലർ പ്രഭാവത്തിലൂടെ ഗാലക്സികൾ അകന്നുപോകുകയാണെന്ന് തെളിയിക്കപ്പെട്ടതോടെയാണ് പ്രപഞ്ചം വികസിച്ചുകൊണ്ടിരിക്കുകയാണെന്ന യാഥാർഥ്യം സാർവത്രികമായി അംഗീകരിക്കപ്പെട്ടത്.

---

* ഒരു ആർക്ക് സെക്കന്റ് എന്നത് ഒരു ഡിഗ്രിയുടെ 3600 ൽ ഒന്നാണ്.

ശുക്രൻ (Venus)

സൂര്യനിൽനിന്ന് രണ്ടാമത്തേത്, ഭൂമിയോട് ഏറ്റവും അടുത്തുവരുന്നത്, സൂര്യന്റെ ഏറ്റവുമടുത്തുള്ള ബുധന്റെ ഉപരിതലത്തേക്കാൾ കൂടിയ താപനിലയുള്ളത്, ഉപരിതലത്തെ പൂർണമായും മറയ്ക്കുവാൻ തക്ക മേഘാവൃതമായ അന്തരീക്ഷമുള്ളത് എന്നെല്ലാമുള്ള വിശേഷണങ്ങൾക്കുടമയാണ് ശുക്രൻ. സൂര്യനെ വലംവയ്ക്കാൻ 225 ദിവസങ്ങളെടുക്കും. അച്ചുതണ്ടിൽ ഒരു പ്രാവശ്യം തിരിയാൻ 243 ദിവസമെടുക്കും. ശുക്രനിലെ ഒരു ദിവസത്തിന്റെ ദൈർഘ്യം അവിടത്തെ ഒരു വർഷത്തിലും കൂടുതൽ. തിരിയുന്നത് വിപരീതദിശയിലാണ്. ഭൂമിയെ അപേക്ഷിച്ച് കിഴക്കുനിന്ന് പടിഞ്ഞാറേക്ക്. ഭൂമിയോട് ഏറ്റവുമടുത്തു വരുമ്പോൾ 4 കോടി 50 ലക്ഷം കിലോമീറ്റർ അകലമുണ്ടായിരിക്കും.

ഭൂമിയുടെ സഹോദരി എന്ന് ശുക്രനെ വിശേഷിപ്പിക്കാറുണ്ട്. ഭൂമിയോടടുത്ത വലിപ്പവും ഭൂമിയോടൊപ്പം ഭാരവുമാണിതിനുള്ളത്. പക്ഷേ, മനുഷ്യനെ സംബന്ധിച്ചിടത്തോളം വിഷവാതകങ്ങൾ നിറഞ്ഞ ഒരു അന്തരീക്ഷമാണ് ശുക്രനുള്ളത്; കാർബൺ ഡയോക്സൈഡ് വാതകവും സൾഫ്യൂരിക് ആസിഡ് ബാഷ്പവും ചേർന്ന് പുകപോലെമൂടിയ ഒന്ന്. നൈട്രജന്റെയും ഓക്സിജന്റെയും ചെറിയ അംശങ്ങൾ മാത്രമേ ഇതിലുള്ളൂ. ഇതുമൂലം നിരീക്ഷകർക്ക് ശുക്രന്റെ പ്രതലം വേണ്ടപോലെ കാണുവാൻ കഴിയുമായിരുന്നില്ല. ഇന്ന് ഗവേഷണപേടകങ്ങളുപയോഗിച്ച് പലതും മനസിലാക്കാൻ കഴിയുന്നുണ്ട്.

ശുക്രന്റെ അന്തരീക്ഷത്തിൽത്തട്ടി സൂര്യപ്രകാശം പ്രതിഫലിക്കുന്നതുകൊണ്ടാണ് അത് അതീവ പ്രകാശമാനമായി കാണുന്നത്. ഏഴുമാസത്തിലൊരിക്കൽ ഏതാനും ആഴ്ചകളോളം സൂര്യാസ്തമനം കഴിയുമ്പോൾ ഇതിനെ പടിഞ്ഞാറെ ചക്രവാളത്തിൽ കാണാം. പൗരാണികർ ഇതിനെ സന്ധ്യാനക്ഷത്രമെന്നു വിളിച്ചു. മൂന്നരമാസം കഴിയുമ്പോൾ ഏതാനും ആഴ്ചകളോളം ഇതിനെ ഉദയത്തിനു മുൻപ് കിഴക്കേ ചക്രവാളത്തിൽ കാണാൻ കഴിയും—ഉദയതാരക. സൂര്യൻ ഉദിച്ചുകഴിഞ്ഞാലും കുറച്ചുസമയത്തേക്ക് കാണാൻ കഴിയാവുന്നത്ര പ്രകാശം ശുക്രന് ഉണ്ട്. ഭൂമിയിൽനിന്നു നോക്കുമ്പോൾ ചന്ദ്രന് വൃദ്ധിയും വൃദ്ധിക്ഷയവുമുള്ളതുപോലെ ദൂരദർശിനിയിലൂടെ നോക്കുമ്പോൾ ശുക്രനിലും അതുള്ളതായി കാണാം. ഗലീലിയോ ആണ് ഇത് ആദ്യം കണ്ടുപിടിച്ചത്. പകലും രാത്രിയിലും ശുക്രനെ കാണാൻ കഴിയാത്തതിന്റെ കാരണം ബുധനെക്കുറിച്ചു പറയുമ്പോൾ വ്യക്തമാക്കിയതാണ്. സൂര്യനാണ് പ്രപഞ്ചകേന്ദ്രത്തിൽ എന്ന് സ്ഥിരീകരിക്കാൻ ഗലീലിയോയെ പ്രേരിപ്പിച്ച കാര്യങ്ങളിലൊന്ന് ശുക്രന്റെയും ബുധന്റെയും ഈ പ്രത്യേകതകളാണ്.

ശുക്രന്റെ അന്തരീക്ഷം കനത്തതാണെന്നു പറഞ്ഞുവല്ലോ. അതുകൊണ്ട് അന്തരീക്ഷമർദവും വളരെ ഉയർന്ന തോതിലാണ്. കാർബൺ ഡയോക്സൈഡിന്റെ അളവ് കൂടുതലുള്ളതിനാൽ 'ഗ്രീൻഹൗസ്' പ്രഭാവവും അധികമാണ്. അതുകൊണ്ട് ശുക്രന്റെ അന്തരീക്ഷത്തിൽ ചൂടു

കൂടിക്കൂടി വരികയാണ്. സൂര്യനോടടുത്തു നിൽക്കുന്ന ബുധന്റെ ഉപരി തലത്തിലേക്കാൾ ഊഷ്മാവ് കൂടുതൽ ശുക്രനിലാണ്. 480°Cവരെ അതു യരും—ഈയം ഉരുകാൻ അത്രയും ഊഷ്മാവു മതി. ഭൂമിയുടെ അന്ത രീക്ഷത്തിൽ കാർബൺ ഡയോക്സൈഡിന്റെ അളവു വർധിക്കുകമൂല മുണ്ടാകുന്ന അതിന്റെ ആഗോളതാപനം മനുഷ്യസ്നേഹികളിൽ ഉത്കണ്ഠ ഉളവാക്കിയിട്ടുള്ളതും ഇവിടെ ഓർമിക്കാം. അമേരിക്കയുടെയും സോവിയറ്റ് യൂണിയന്റെയും പിന്നീട് റഷ്യയുടെയും ബഹിരാകാശ പേട കങ്ങൾ ശുക്രന്റെ അന്തരീക്ഷത്തിനകത്തു കയറി ചിത്രങ്ങളയച്ചിട്ടുണ്ട്.

ഭൂമിയുടെ രൂപീകരണവേളയിൽ ഇവിടത്തെ അന്തരീക്ഷത്തിലും കാർബൺ ഡയോക്സൈഡിന്റെ അളവ് കൂടുതലായിരുന്നിരിക്കണമെ ന്നാണ് ശാസ്ത്രജ്ഞന്മാർ അനുമാനിക്കുന്നത്. എന്നാൽ, അത് ജലത്തി ലലിഞ്ഞും കൽക്കരിയായും പെട്രോളായും മാർബിൾ പോലെയും സസ്യ ജാലങ്ങളായും രൂപാന്തരം പ്രാപിച്ചതുകൊണ്ടാണ് നിയന്ത്രിതമായി നിൽക്കുന്നത്. ഇതെല്ലാം ക്രമാതീതമായി എരിക്കുന്തോറും ഭൂമിയിൽ പ്രശ്നങ്ങൾ കൂടുകയാണെന്നും നാം തിരിച്ചറിയണം.

ഭൂമിയിലുള്ളതുപോലുള്ള പാറകൾ, പ്രത്യേകിച്ചും ലാവ ഉറഞ്ഞു ണ്ടാകുന്നതു പോലുള്ളത്, ശുക്രനിലും ഉള്ളതായി തെളിവു ലഭിച്ചിട്ടുണ്ട്. ശുക്രന്റെ ഭ്രമണത്തെക്കുറിച്ച്, ഉപരിതലത്തെക്കുറിച്ച്, അന്തരീക്ഷത്തെ ക്കുറിച്ച് എല്ലാംതന്നെ ഇപ്പോഴും പഠനങ്ങൾ തുടരുകയാണ്. കുന്നുകളും മലകളും പീഠഭൂമികളും അവിടെ ഉള്ളതായി തെളിവുകളുണ്ട്. ഭീമാകാ രങ്ങളായ ഉൽക്കകൾ ഇടിച്ചുണ്ടാക്കിയതെന്നു കരുതാവുന്ന ഗർത്തങ്ങ ളുമുണ്ട്. അത്തരം ആഘാതങ്ങൾമൂലം ഉള്ളിൽനിന്നു സ്രവിച്ചതെന്നു കരുതപ്പെടുന്ന ഉറഞ്ഞ ലാവയും പ്രതലത്തിൽ കണ്ടിട്ടുണ്ട്. അനവധി അഗ്നിപർവതങ്ങൾ ശുക്രനിലുണ്ട്. അവിടെ ഋതുഭേദങ്ങളില്ല, മഴയും മഞ്ഞുമില്ല. ചൂടും തണുപ്പും മാത്രം.

ചരിത്രകാരന് അശ്മകങ്ങൾ (fossil) പഠനവിഷയമാകുന്നതുപോ ലെയാണ് സൗരയൂഥശാസ്ത്രജ്ഞന്മാർക്ക് ശുക്രൻ. അതിന്റെ രൂപീകര ണത്തെക്കുറിച്ചുള്ള പഠനങ്ങൾക്ക് വിലപ്പെട്ട വിവരങ്ങൾ അവിടെനിന്നും ലഭിക്കുമെന്നാണ് പ്രതീക്ഷ.

ശുക്രനെ സംബന്ധിച്ചുള്ള മറ്റൊരു പ്രത്യേകത ശുക്രസംതരണ മാണ് (transit of Venus-TOV). സൂര്യഗ്രഹണത്തിനു സമാനമായ ഒന്ന്. സൂര്യബിംബത്തിനും ഭൂമിക്കുമിടയിൽ ശുക്രൻ വരുമ്പോഴാണ് ഇതു സംഭ വിക്കുന്നത്. ചന്ദ്രൻ ഭൂമിയുടെ അടുത്തു സ്ഥിതിചെയ്യുന്നതുകൊണ്ടാണ് സൂര്യഗ്രഹണം പ്രകടമാകുന്നത്. ശുക്രന് ചന്ദ്രനേക്കാൾ വലിപ്പമുണ്ടെ ങ്കിലും അത് അതിനേക്കാൾ വളരെ അകലെയായതുകൊണ്ടാണ് അത്ര ശ്രദ്ധിക്കപ്പെടാതെ പോകുന്നത്. ഭൂമിയിൽനിന്ന് ശുക്രനിലേക്കുള്ള ദൂരം അളക്കാൻ ആദ്യകാല ശാസ്ത്രജ്ഞന്മാർ ശുക്രസംതരണസമയം ഫല പ്രദമായി ഉപയോഗിച്ചിട്ടുണ്ട്. വിവിധ സ്ഥലങ്ങളിൽ നിന്ന് സംതരണ സമയമളന്നാണ് ഇത് നിർവഹിച്ചത്.

സൗന്ദര്യദേവതയുടെ പേരാണ് വീനസ് എന്നത്. ശുക്രന്റെ ഉപരിതലത്തിലെ കുന്നുകൾക്കും കുഴികൾക്കുമെല്ലാം അന്താരാഷ്ട്ര ജ്യോതിശാസ്ത്രയൂണിയൻ (International Astronomical Union - IAU) ദേവതകളുടെയോ വനിതകളുടെയോ പേരുകളാണ് നൽകിയിരിക്കുന്നത്. ഗ്രീക്ക്-റോമൻ ഇതിഹാസകഥാപാത്രങ്ങളുടെ പേരുകൾ മാത്രമല്ല ഇതിനു ഉപയോഗിച്ചിട്ടുള്ളത്. ആദിമ അറബികളുടെയും എസ്കിമോകളുടെയും ദേവതകളുടെ പേരുകളും അഗതാക്രിസ്റ്റി, എലിസബത്ത് ബാരറ്റ് തുടങ്ങിയ സാഹിത്യകാരികളുടെ പേരുകളും ഇതിൽ ഉൾപ്പെടും. ഉഷസ്സ് എന്ന ഒരു ഗർത്തവും ഇക്കൂട്ടത്തിലുണ്ട്.

ഭൂമി (Earth)

“ഈ നിത്യഹരിതയാം ഭൂമിയിലല്ലാതെ,
മാനസസരസുകളുണ്ടോ,
സ്വപ്നങ്ങളുണ്ടോ, പുഷ്പങ്ങളുണ്ടോ,
സ്വർണമരാളങ്ങളുണ്ടോ,
വസുന്ധരേ, വസുന്ധരേ,
മതിയാകുംവരെ ഇവിടെ ജീവിച്ചു മരിച്ചവരുണ്ടോ”
ഭൂമിയെക്കുറിച്ച്, വയലാർ

ഭൂമിയുടെ ഗ്രീക്കുനാമം ഗയിയ എന്നാണ്—യുറാനസിന്റെ ഭാര്യയും സിയൂസിന്റെ മാതാവുമായ ഇതിഹാസ കഥാപാത്രം. ജിയോ എന്ന വാക്ക് ഇതിൽനിന്നു രൂപംകൊണ്ടതാണ്. ഭാരതീയർക്കും ഭൂമി സ്ത്രീകഥാപാത്രമാണ്—ഭൂമിദേവി.

ഒരു ബഹിരാകാശസഞ്ചാരിക്ക് അതിമനോഹരമായ ഒരു ഗോളമായി ഭൂമിയെ കാണാൻ കഴിയും. നീലക്കടലുകൾ, ഇരുണ്ട കരകൾ, മഞ്ഞുതൊപ്പിയിട്ട വെള്ള ധ്രുവങ്ങൾ—എല്ലാം വേർതിരിഞ്ഞു കാണാം. ജീവന്റെ തുടിപ്പുകളാണ് അതിനു പ്രപഞ്ചത്തിൽ അതുല്യമായ ഒരു പദവി നൽകുന്നത്. അനേകമനേകം യാദൃച്ഛികതകളുടെ കൂടിച്ചേരലുകളും കുഴമറിച്ചിലുകളുമാണ് ജീവനു കളമൊരുക്കിയത്. അത്തരമൊരു ഭാഗ്യം പ്രപഞ്ചത്തിൽ ഭൂമിക്കു മാത്രമേ ഇന്നു നമ്മുടെ അറിവിലുള്ളൂ. അത്തരമൊരു ഭൂമിയിൽ ബുദ്ധിപരമായ ആധിപത്യം സ്ഥാപിക്കാൻ കഴിഞ്ഞ മനുഷ്യനും ഭാഗ്യവാനാണ്.

സചേതനവസ്തുക്കളും അചേതനവസ്തുക്കളും തമ്മിൽ അവരറിയാതെ നിലനിൽക്കുന്ന സൗഹാർദപൂർണമായ സഹവർത്തിത്വവും സഹജീവിതവുമാണ് ഭൂമിയിൽ ജീവൻ നിലനിർത്തുന്നത്. അറിവു കൂടുന്തോറും മനുഷ്യന്റെ സ്വാർഥത ഈ സഹവർത്തിത്വത്തിനു തുരങ്കം വയ്ക്കുന്നു എന്നതാണ് ഇന്നത്തെ തിരിച്ചറിവ്. ഓക്സിജൻ, കാർബൺ ഡൈയോക്സൈഡ്, നൈട്രജൻ എന്നിവ ജൈവലോകവുമായി പ്രവർത്തിച്ചും പ്രതിപ്രവർത്തിച്ചും ചാക്രികമായി നിലകൊള്ളുന്നത്, ദ്രവരൂപ

ത്തിൽ ജലം സ്ഥിതിചെയ്യുന്നത്, അന്തരീക്ഷ ഊഷ്മാവു വർധിച്ച് ധ്രുവങ്ങളിലെ ജലമുരുകി കര മുങ്ങാതിരിക്കുന്നത്, ഊഷ്മാവു കുറഞ്ഞ് ജലമെല്ലാം ഹിമമായി മാറാതിരിക്കുന്നത്, മാരകമായ അൾട്രാവയലറ്റ് രശ്മികളെ തടഞ്ഞുനിറുത്തത്തക്കവിധം ഓസോൺപാളി നിലനിൽക്കുന്നത്, ഭൂമിയുടെ അച്ചുതണ്ടിന്റെ ചെരിവിലൂടെ കാലാവസ്ഥകൾ മാറിമാറി വരുന്നത് — ഇതെല്ലാംതന്നെ ഭൂമിയെ അനുഗ്രഹിക്കപ്പെട്ട ഒരു ഗ്രഹമായി നിലനിറുത്തുന്നു.

ഭൂമിയിലുള്ള ജലത്തിന്റെ 97 ശതമാനവും ഉപ്പുവെള്ളമാണ്. ബാക്കി മൂന്നു ശതമാനത്തിൽ രണ്ടും ഹിമമാണ്. ഭൂമിയുടെ ഉപരിതലത്തിന്റെ 1/10 ഭാഗം ഹിമത്താൽ മൂടപ്പെട്ടിരിക്കുന്നു. നദികളിലും ഭൂഗർഭത്തിലും തടാകങ്ങളിലുമുള്ള വെള്ളമാകെ ഒരു ശതമാനമേ വരൂ. ഭൂമിയിലെ ഏറ്റവും വലിയ ശുദ്ധജലതടാകം കനഡ–യു എസ് അതിർത്തിയിലുള്ള 'ലേക് സുപ്പീരിയർ' ആണ്; 80000 ച. കിലോമീറ്റർ—കേരളത്തിന്റെ ഇരട്ടി വലിപ്പം.

അന്തരീക്ഷത്തിലെ ഓക്സിജൻ ഉൽപ്പാദിപ്പിക്കുന്നത് സസ്യങ്ങളാണ്— അവയിൽ 70 ശതമാനവും സമുദ്രത്തിൽ പൊങ്ങിക്കിടക്കുന്ന പായലുകളാണ്. മനുഷ്യൻ ഉൾപ്പെടെയുള്ള മൃഗങ്ങൾ ഉച്ഛ്വസിക്കുന്ന കാർബൺ ഡയോക്സൈഡിനെ സ്വീകരിച്ച് വിഘടിപ്പിച്ച് ഓക്സിജനും അന്നജവുമുണ്ടാക്കുന്നത് സസ്യങ്ങളാണ്. അതു ഭക്ഷിക്കുന്നതും മനുഷ്യനടക്കമുള്ള ജന്തുക്കളാണ്.

മലനിരകളും കൊടുമുടികളും സമുദ്രഗർത്തങ്ങളും മാത്രമല്ല മരുഭൂമികളും അഗ്നിപർവതങ്ങളും ഭൂമിയുടെ പ്രത്യേകതകളാണ്. അഞ്ഞൂറു കിലോമീറ്റർ വരെ ഉയരമുള്ള അന്തരീക്ഷം വിവിധ സ്വഭാവങ്ങളുടെ അടിസ്ഥാനത്തിൽ വിവിധ പാളികളാണ്. പത്തുകിലോമീറ്റർ വരെയുള്ള ട്രോപോസ്ഫിയറിനകത്താണ് മേഘങ്ങൾ പാറി നടക്കുന്നത്. 50 കിലോമീറ്ററിനു മുകളിൽ ഓസോൺപാളികളെവരെ ഉൾക്കൊള്ളുന്ന സ്ട്രാറ്റോസ്ഫിയർ, 100 കിലോമീറ്ററിനപ്പുറമുള്ള അയണോസ്ഫിയർ എന്നിവ അതിലെ മറ്റു പ്രധാന പാളികളാണ്.

സൂര്യനിൽനിന്നു മൂന്നാമത്തെ ഗ്രഹമായ ഭൂമി വ്യാഴവും ശനിയും പോലുള്ള ഭീമന്മാരുമായി താരതമ്യപ്പെടുത്തുമ്പോൾ വളരെ വളരെ ചെറുതാണ്. എല്ലാ ഗ്രഹങ്ങളുടെയും പിണ്ഡത്തിന്റെ ആകത്തുകയെടുത്താൽ സൂര്യന്റെ ഒരു ശതമാനമേ വരൂ. ആ ഒരു ശതമാനത്തിന്റെ 1/450 മാത്രമേ ഭൂമിക്കുള്ളൂ. ക്ഷീരപഥത്തിലെ സൂര്യന്റെ സ്ഥാനം (വലിപ്പം) ഒരു പൊടിയുടേതാണ്. ഭൂമിയുടെ വലിപ്പം പ്രപഞ്ചത്തിന്റേതു പോയിട്ട് ഈ ഗാലക്സിയിൽപ്പോലും അവഗണിക്കാവുന്നതേയുള്ളൂ. ഭൂമി വലുതാണ് എന്നു നമുക്കു തോന്നുന്നത് നാമത്രയ്ക്കും ചെറുതായതുകൊണ്ടാണ്. നാം നിസ്സാരന്മാരാണ് എന്ന തിരിച്ചറിവിലാണ് നമ്മുടെ വലിപ്പം. നമ്മുടെ ഈ വലിപ്പത്തെ കവച്ചുവയ്ക്കുന്ന മറ്റെന്തെങ്കിലുമുള്ളതായി നമുക്കറിവില്ല. പക്ഷേ, അങ്ങനെ എന്തെങ്കിലും പ്രപഞ്ചത്തിൽ എവിടെയെങ്കിലുമുണ്ടാകാനുള്ള സാധ്യത തള്ളിക്കളയാനുമാവില്ല.

വ്യാഴം (Jupiter)

സൗരയൂഥത്തിലെ ഏറ്റവും വലിയ ഗ്രഹമാണിത്. പുറംഗ്രഹങ്ങളായ നാലു വാതകഭീമന്മാരിൽ ഏറ്റവും വലുത്. ഒരു ചെറിയ നക്ഷത്രമായി മാറുവാൻ ഭാഗ്യമില്ലാതെ പോയ ഗ്രഹം. സ്വന്തം അച്ചുതണ്ടിൽ കറങ്ങുന്ന ഇതിന്റെ ഭ്രമണവേഗത മണിക്കൂറിൽ 45000 കിലോമീറ്ററാണ്. ഉയർന്ന മർദത്തിൽ വാതകങ്ങളുടെ ഒരു പുറംതോടും പ്രക്ഷുബ്ധമായ ഒരന്തരീക്ഷവും ഇതിനുണ്ട്. ഏതു നേരവുമുള്ള കൊടുങ്കാറ്റും ഇടിമിന്നലും ഇതിന്റെ പ്രത്യേകതയാണ്. വ്യാഴത്തിനു മൂന്നു വലയങ്ങളുണ്ടെങ്കിലും ശക്തിയേറിയ ദൂരദർശിനികൊണ്ടുപോലും തിരിച്ചറിയുവാൻ കഴിയില്ല. വോയജർ – 1 എന്ന ഗവേഷണപേടകമാണ് ആദ്യമായി അതു കണ്ടെത്തിയത്.

വ്യാഴത്തിന്റെ മധ്യഭാഗത്ത് പാറയുടെ ഒരുൾക്കാമ്പുണ്ട്. അവിടത്തെ താപനില ഏതാണ്ട് 25000°C ആണ്. അതിനുപുറമേ അതിശക്തമായ മർദത്തിനു വിധേയമായ ഹൈഡ്രജൻ, ഉരുകിയ ലോഹം പോലെ നിലകൊള്ളുന്നു. അതിനും പുറമേയാണ് ദ്രാവകാവസ്ഥയിലുള്ള ഹൈഡ്രജൻ. വ്യാഴത്തിൽ 88 ശതമാനം ഹൈഡ്രജനും 11 ശതമാനം ഹീലിയവുമാണ്. ഒരു ശതമാനം വരുന്ന മറ്റു മൂലകങ്ങളാണ് വ്യാഴത്തിന്റെ വർണ വൈവിധ്യത്തിനു ഹേതു. ഒരു നക്ഷത്രത്തിനു സമാനമായ ഉള്ളടക്കമാണ് വ്യാഴത്തിന്റേത്. സൂര്യനിൽനിന്ന് അതിനു ലഭിക്കുന്നതിനേക്കാൾ ഊർജം അതു പുറത്തേക്കു വിടുന്നുണ്ട്. പിറക്കാതെ പോയ നക്ഷത്രം, അർധനക്ഷത്രം എന്നെല്ലാം ഇതിനെ ശാസ്ത്രജ്ഞന്മാർ വിശേഷിപ്പിക്കാറുണ്ട്. അത് എന്നെങ്കിലും ഒരു നക്ഷത്രമായി മാറാനുള്ള സാധ്യതയും ചിലർ മുന്നോട്ടു വയ്ക്കുന്നുണ്ട്. ഏറ്റവും രസകരമായ മറ്റൊരു കഥയുമുണ്ട്! ഒരു കാലത്ത് വ്യാഴമായിരുന്നു സൗരയൂഥത്തിന്റെ അധിപൻ. സൂര്യൻ ഒരു ആക്രമണകാരിയെപ്പോലെ പുറമേ നിന്നു വന്ന് ആധിപത്യം സ്ഥാപിക്കുകയായിരുന്നു.

വലിപ്പത്തിൽ ഭൂമിയുടെ 13000 ഇരട്ടിവരുന്ന വ്യാഴത്തിന്റെ പിണ്ഡം 300 ഇരട്ടിയേ വരൂ. ഗുരുത്വാകർഷണം $2^{1}/2$ ഇരട്ടിയാണ്. ഒരു മനുഷ്യൻ അവിടെ ഇറങ്ങുന്നതായി സങ്കൽപ്പിച്ചാൽ അയാൾക്ക് അവിടെ നിൽക്കുവാനോ നടക്കുവാനോ കഴിയില്ല. കിടന്നിഴയാൻ വളരെ വിഷമിച്ചാൽ ഒരുപക്ഷേ, കഴിഞ്ഞേക്കും. മറ്റുള്ള എല്ലാ ഗ്രഹങ്ങളേയും ഉൾക്കൊള്ളുവാനുള്ള വലിപ്പമുണ്ടെങ്കിലും സ്വന്തം അച്ചുതണ്ടിൽ കറങ്ങുവാൻ അതിന് പത്തുമണിക്കൂർ മതി. മണിക്കൂറിൽ 45000 കി മീറ്റർ. ഉഗ്രമായ ഈ വേഗതമൂലം ഈ ഭീമൻ ഗ്രഹത്തിന്റെ ധ്രുവങ്ങൾ വല്ലാതെ പതിഞ്ഞതാണ്. സൂര്യനെ വലം വയ്ക്കുവാൻ അതിന് പന്ത്രണ്ടു വർഷം വേണം അതാണ് ഒരു വ്യാഴവട്ടം.

ദൂരദർശിനിയിലൂടെ നോക്കുമ്പോൾ വ്യാഴത്തിന്റെ ഉപരിതലത്തിൽ കാണുന്ന ചുവന്ന അടയാളം 30കോടി ചതുരശ്ര കിലോമീറ്റർ വലിപ്പമുള്ള ഒരു മേഘമാണ്. വ്യാഴത്തിന്റെ നാല് ഉപഗ്രഹങ്ങൾ ടെലസ്

കോപ്പിലൂടെ കണ്ടെത്തിയത് ഗലീലിയോ ആണ്. അതുകൊണ്ട് ഇവ ഗലീലിയൻ ഉപഗ്രഹങ്ങളെന്നാണ് അറിയപ്പെടുന്നത്. ഇയോ, യൂറോപ്പ, ഗാനിമേഡ്, കലിസ്റ്റോ എന്നിവയാണവ. വ്യാഴത്തെ ചുറ്റുന്ന അറുപത്തി മൂന്ന് ഉപഗ്രഹങ്ങളെ നമുക്കിന്ന് അറിയാം.

പയനിയർ, വോയജർ എന്നീ പദ്ധതികളിലൂടെയാണ് വ്യാഴത്തെക്കുറിച്ച് കൂടുതൽ മനസിലാക്കാൻ കഴിഞ്ഞത്. ശക്തമായ ഒരു കാന്തവലയമാണിതിനുള്ളത്. ശക്തമായ ഈ കാന്തമേഖലയിൽനിന്ന് വികിരണം ചെയ്യപ്പെടുന്ന റേഡിയേഷനുകളെ സിംക്രോട്രോൺ എന്നാണ് പറയുന്നത്. ഹബിൾ സ്പേസ് ടെലിസ്കോപ്പ് നിരന്തരമായി വ്യാഴത്തിന്റെ ചിത്രങ്ങളെടുക്കുന്നുണ്ട്.

ആകാശത്തു കാണുന്ന വളരെ പ്രകാശമാനമായ വസ്തുക്കളിൽ ഒന്നാണ് വ്യാഴം. ഒരു സാധാരണ ടെലിസ്കോപ്പിലൂടെ നിരീക്ഷിച്ചാൽ പോലും സുന്ദരമായ ഒരു കാഴ്ചയാണതു നൽകുക. എന്നാൽ, അതിന്റെ പ്രതലത്തിലെ ചുവന്ന അടയാളവും വെള്ളപ്പാടുകളും കറുത്ത പുള്ളികളും മറ്റും കാണണമെങ്കിൽ ശക്തിയേറിയ ദൂരദർശിനികൾ തന്നെ വേണം. ഈ പാടുകളെ കുറേനേരം തുടർച്ചയായി നിരീക്ഷിച്ചാൽ അത് ചുഴിപോലെ ചുറ്റുന്നതായി മനസിലാക്കാം.

ശനി (Saturn)

ഗ്രഹങ്ങളുടെ കൂട്ടത്തിലെ കൊടിയ പാപിയും ക്രൂരനുമായാണ് ജ്യോതിഷികൾ ശനിയെ കണക്കാക്കിപ്പോരുന്നത്. ടെലിസ്കോപ്പുകളുടെ കണ്ടുപിടുത്തത്തോടെയാണ് ഗ്രഹങ്ങളെ സംബന്ധിച്ചുള്ള ശാസ്ത്രീയമായ വിവരങ്ങൾ ലഭ്യമായത്. ഗലീലിയോയാണ് ശനിക്കു ചുറ്റുമുള്ള വലയങ്ങളെ ആദ്യമായി നിരീക്ഷിച്ചത്. പിന്നീടുവന്ന ക്രിസ്റ്റ്യൻ ഹൈജൻസ് എന്ന ശാസ്ത്രജ്ഞൻ അതിനെക്കുറിച്ച് കുറേക്കൂടി വ്യക്തവും വിശദവുമായി മനസിലാക്കി. ദൂരദർശിനിയിലൂടെ നോക്കുമ്പോൾ മൂന്നുവലയങ്ങൾ മാത്രമേ ദൃശ്യമാകൂ. എന്നാൽ വോയജർ, പയനിയർ എന്നീ ബഹിരാകാശ നൗകകൾ അയച്ച ചിത്രങ്ങളിൽനിന്നാണ് ഓരോ വളയവും നിരവധി വളയങ്ങളുടെ സമുച്ചയമാണെന്ന തിരിച്ചറിവു ലഭിച്ചത്. ശനിയുടെ വലയങ്ങളെ തരംതിരിച്ചത് ജിയോവാനി കസീനി എന്ന ശാസ്ത്രജ്ഞനാണ്.

ഹിമകണങ്ങളും പാറക്കഷണങ്ങളും ശനിയെ വലംവയ്ക്കുന്നതാണ് അതിനു ചുറ്റുമുള്ള വലയങ്ങളായി നമുക്കു തോന്നുന്നത്. തവളമുട്ടയുടേതു മുതൽ തിമിംഗലങ്ങളുടേതുവരെ പല വലിപ്പത്തിലുള്ളവയാണിവ. ചെറിയ ഉപഗ്രഹങ്ങളും ക്ഷുദ്രഗ്രഹങ്ങളും ധൂമകേതുക്കളും ഉടഞ്ഞു തവിടുപൊടിയായതാകാം ഇതെന്നും കൂടിച്ചേർന്നു ഘനീഭവിച്ച് ഒരു ഗ്രഹമോ ഉപഗ്രഹമോ ആയിമാറാൻ കഴിയാതിരുന്ന വസ്തുക്കളാണിതെന്നും അഭിപ്രായങ്ങളുണ്ട്. വലയങ്ങളോരോന്നും ശനിയിൽ നിന്നുള്ള ദൂരത്തിനനുസരിച്ച് ഓരോരോ വേഗതയിലാണ് ഭ്രമണം

ചെയ്യുന്നത്. നാസയുടെ കസീനി എന്ന ബഹിരാകാശോപകരണം ഇതിനെക്കുറിച്ച് കൂടുതൽ വിവരങ്ങൾ നൽകും. എല്ലാ വാതകഭീമന്മാർക്കും വലയങ്ങളുണ്ട്. ഇതിൽ വ്യാഴത്തിന്റേത് തീരെ വ്യക്തമല്ല. ശനിയുടേതാണ് ഏറ്റവും പ്രകടമായിട്ടുള്ളത്. ശനിയിൽനിന്നും മൂന്നുലക്ഷം കിലോമീറ്റർ അകലെവരെ ഈ വലയ പദാർഥങ്ങൾ വ്യാപിച്ചു കിടപ്പുണ്ട്. വലയങ്ങളെ എ ബി സി എന്നിങ്ങനെ തരംതിരിച്ചിട്ടുണ്ട്. പല വലയങ്ങളുടെയും ഭ്രമണപഥത്തിന് വൈകല്യങ്ങളുണ്ട്. ഇത് ചില ഉപഗ്രഹങ്ങളുടെ വലിവു മൂലമാണെന്ന് വിലയിരുത്തപ്പെടുന്നു. എ റിങ്ങിലേക്ക് 1,22,000, ബി യിലേക്ക് 92,000 സി യിലേക്ക് 72,000 ഇ യിലേക്ക് 1,80,000 എന്നീ കണക്കിൽ ശനിയിൽ നിന്നും കിലോമീറ്ററുകൾ അകലെയാണ് വലയങ്ങളുടെ നില. വാതകഭീമന്മാരുടെ ചുറ്റുമുള്ള വലയങ്ങളിൽ ഓരോന്നിലും ഒരു വലിയ കഷണം തലവനെപ്പോലെ സഞ്ചരിക്കുന്നുണ്ടെന്ന ഒരു പുതിയ നിരീക്ഷണം അടുത്ത കാലത്തുണ്ടായിട്ടുണ്ട്.

1781 ൽ യുറാനസ് കണ്ടുപിടിക്കപ്പെടുന്നതുവരെയുള്ള വിശ്വാസമനുസരിച്ച് ശനിയായിരുന്നു സൂര്യനിൽനിന്ന് ഏറ്റവും അകലെയുള്ള ഗ്രഹം. അതിവേഗതയിൽ തിരിയുന്ന അതിന്റെ ഒരു ദിവസത്തിന്റെ ദൈർഘ്യം 10 മണിക്കൂർ 40 മിനിറ്റാണ്. ധ്രുവപ്രദേശങ്ങൾ ചരിഞ്ഞതാണ്. ഒരു വർഷത്തിന്റെ ദൈർഘ്യം (സൂര്യനെ ഒരു വട്ടം വലംവയ്ക്കാൻ വേണ്ട സമയം) 30 വർഷമാണ്. അന്തരീക്ഷം ഹൈഡ്രജൻ, ഹീലിയം, മീഥേൻ എന്നീ വാതകങ്ങൾ നിറഞ്ഞതാണ്. ഗ്രഹത്തിന്റെ മൊത്തം സാന്ദ്രത ജലത്തിന്റേതിനേക്കാൾ കുറവാണ് (വെള്ളത്തിലിട്ടാൽ പൊന്തിക്കിടക്കും). 1500 കിലോമീറ്റർ വരെ വേഗതയിലുള്ള കൊടുങ്കാറ്റ് മധ്യരേഖാ പ്രദേശങ്ങളിൽ വീശിയടിച്ചുകൊണ്ടിരിക്കുന്നു. കാറ്റിന്റെ ദിശ കിഴക്കോട്ടാണ്—സൂര്യനുദിക്കുന്ന ദിക്കിലേക്ക്.

ഇരുപതോളം ഉപഗ്രഹങ്ങൾ ശനിയെ വലംവയ്ക്കുന്നുണ്ട്. ടൈറ്റൻ ആണ് ഏറ്റവും വലുത്. അതിന്റെ പ്രധാന ഘടകം നൈട്രജൻ ആണ്. പ്രൊമിത്യൂസ്, പൻഡോറ, അറ്റ്ലസ് തുടങ്ങി ഗ്രീക്ക് ഇതിഹാസ കഥാപാത്രങ്ങളുടെ പേരുകൾ തന്നെയാണ് ഉപഗ്രഹങ്ങൾക്കു നൽകിയിട്ടുള്ളത്. ഭൂമിയുടേതുപോലുള്ള കാന്തികബലം അതിനേക്കാൾ ശക്തിയായി ശനിയിലുണ്ട്. വ്യാഴത്തിലേതുപോലെ അകത്ത് ആണവ പ്രവർത്തനം നടക്കുന്നതുകൊണ്ട് അതിൽനിന്ന് കണങ്ങളുടെ പ്രവാഹവുമുണ്ട്. സൂര്യപ്രകാശം തട്ടി പ്രതിഫലിക്കുന്നതിനു പുറമേ ഈ കണങ്ങളും പ്രകാശകിരണങ്ങൾ പുറപ്പെടുവിക്കുന്നുണ്ട്.

യൂറാനസിനെ അറിയുക

ബുധൻ മുതൽ ശനി വരെയുള്ള അഞ്ചു ഗ്രഹങ്ങളെക്കുറിച്ചു മാത്രമേ പ്രാചീനർക്കറിവുണ്ടായിരുന്നുള്ളൂ. ഭൂമി ഒരു ഗ്രഹമാണെന്നവർ മനസിലാക്കിയിരുന്നില്ല. ഒരു നക്ഷത്രമായ സൂര്യനെയും ഉപഗ്രഹമായ

ചന്ദ്രനെയും ഗ്രഹങ്ങളായാണ് അവർ കരുതിപ്പോന്നത്. ഭാരതം, ചൈന എന്നീ സംസ്കാരങ്ങൾ രാഹു, കേതു എന്നീ രണ്ടു സങ്കൽപ്പഗ്രഹങ്ങളെക്കൂടി കണക്കിലെടുത്തു. ഗ്രഹണങ്ങളെ വിശദീകരിക്കാൻ വേണ്ടിയായിരുന്നു ഇത്. ഉപകരണങ്ങളുടെ സഹായമില്ലാതെ പ്രപഞ്ചപ്രതിഭാസങ്ങളെ നിരീക്ഷിക്കാനും വിശദീകരിക്കാനും നമ്മുടെ പൂർവികർ നടത്തിയ പരിശ്രമങ്ങൾ ശ്ലാഘനീയമാണ്. എന്നാൽ, പിന്നീടു വന്നവരുടെ കൈയിൽ ഈ നേട്ടങ്ങളെല്ലാം അന്ധവിശ്വാസങ്ങളായി അധഃപതിച്ചു.

ടെലിസ്കോപ്പുകളുടെ കണ്ടുപിടുത്തത്തോടെയാണ് കൂടുതൽ ഗ്രഹങ്ങളെ കണ്ടെത്താനുള്ള സാധ്യത തെളിഞ്ഞത്. ഉപകരണങ്ങൾ മനുഷ്യന്റെ കാഴ്ചയുടെയും കേൾവിയുടെയും സീമകളെ വികസ്വരമാക്കി. ആകാശ നിരീക്ഷണത്തിന് ടെലിസ്കോപ്പുകൾ ഉപയോഗിക്കുകവഴി ഗലീലിയോ ജ്യോതിശാസ്ത്രരംഗത്ത് വൻവിപ്ലവത്തിന്റെ വിത്തുകളാണ് വിതച്ചത്. വ്യാഴത്തിന്റെ നാലു ഉപഗ്രഹങ്ങളും ശനിയുടെ വളയങ്ങളും അദ്ദേഹം കണ്ടെത്തി. എന്നാൽ, പുതിയ ഗ്രഹങ്ങൾ കണ്ടെത്തിയത് പിന്നീടു വന്നവരാണ്.

പള്ളിപ്പാട്ടുകൾ ചിട്ടപ്പെടുത്തിയും ധ്യാനഗാനങ്ങൾക്കു പശ്ചാത്തലത്തിൽ ചവിട്ടു ഹാർമോണിയം വായിച്ചും പടിഞ്ഞാറൻ ഇംഗ്ലണ്ടിൽ ജർമനിയിൽ നിന്ന് കുടിയേറി ജീവിച്ചിരുന്ന ഒരു യുവാവാണ് വില്യം ഹെർഷൽ. ടെലിസ്കോപ്പുകളുണ്ടാക്കുകയും പരിഷ്കരിക്കുകയും വാനനിരീക്ഷണം ചെയ്യുകയും ചെയ്യുക അദ്ദേഹത്തിന്റെ ഒഴിവുസമയവിനോദം മാത്രമായിരുന്നു. ക്ഷീരപഥത്തിലെ ഇരട്ടനക്ഷത്രങ്ങളുടെ ആകാശപടമുണ്ടാക്കുകയായിരുന്നു ഒരു പ്രധാന ലക്ഷ്യം. 1781 മാർച്ച് 12 ചൊവ്വാഴ്ചയാണ് മിഥുനം രാശിയിൽ ഒരു 'കലങ്ങിയ' നക്ഷത്രത്തെ അദ്ദേഹം തന്റെ ആറിഞ്ചു ടെലിസ്കോപ്പിലൂടെ ദർശിച്ചത്. അതൊരു ധൂമകേതുവോ നെബുലയോ ആയേക്കാമെന്ന് അദ്ദേഹം സംശയിച്ചു. എന്നാൽ നാലാം ദിവസം സ്ഥാനം മാറിക്കണ്ടപ്പോൾ വാൽ വ്യക്തമാകാത്ത ധൂമകേതുവായിരിക്കും എന്ന വിശ്വാസത്തിൽ അദ്ദേഹമതു പ്രഖ്യാപിച്ചു. തുടർന്ന് നിരവധി ശാസ്ത്രജ്ഞന്മാർ അതിനെ ശ്രദ്ധാപൂർവം നിരീക്ഷിച്ചു. ധൂമകേതുവിന്റെ പാതയല്ല ഒരു ഗ്രഹത്തിന്റേതാണത് എന്നവർ തിരിച്ചറിഞ്ഞു. ഹെർഷൽ കണ്ടെത്തിയത് ഒരു പുതിയ ഗ്രഹമാണെന്ന വാർത്ത ചിന്താലോകത്തിൽ ഒരു 'ഭൂമികുലുക്ക'മുണ്ടാക്കി. ഭൂമി ഉരുണ്ടതാണെന്നും അതു സൂര്യനെ വലംവയ്ക്കുകയാണെന്നും കോപ്പർനിക്കസ് പറഞ്ഞപ്പോഴുണ്ടായതിനുശേഷം യാഥാസ്ഥിതിക വിശ്വാസങ്ങൾക്കേറ്റ ഏറ്റവും കനത്ത ആഘാതമായിരുന്നു അത്.

ഗ്രീക്ക്-റോമൻ ഇതിഹാസ നായകരുടെ പേരുകൾ ഗ്രഹങ്ങൾക്കു നൽകുക എന്ന പാശ്ചാത്യ പാരമ്പര്യമനുസരിക്കാനുള്ള തീരുമാനത്തോടെ പുതിയ ഗ്രഹത്തിന് 'യുറാനസ്' എന്ന പേരു നൽകി. ജൂപ്പിറ്ററിന്റെ അച്ഛൻ സാറ്റേണിന്റെയും അച്ഛൻ യുറാനസ്. ഹെർഷലിന് അനേകം ബഹുമതികൾ ലഭിച്ചു. ജോർജ് മൂന്നാമൻ രാജാവ് അദ്ദേഹ

ത്തിന് വിന്റ്സർ പാലസിനു സമീപം ഒരു വാനനിരീക്ഷണാലയം സ്ഥാപിച്ചു നൽകുകയും ആജീവനാന്ത പെൻഷൻ അനുവദിക്കുകയും ചെയ്തു. ഹെർഷലാകട്ടെ, മുഴുവൻസമയ വാനനിരീക്ഷകനാകുകയും സംഗീതത്തെ ഒഴിവുസമയ വിനോദമാക്കുകയും ചെയ്തു. യൂറാനസിന്റെ രണ്ടു ഉപഗ്രഹങ്ങളും അദ്ദേഹം കണ്ടുപിടിച്ചു- ടൈറ്റാനിയ, ഒബേറോൺ എന്നിവ.

വ്യാഴം, ശനി, യുറാനസ്, നെപ്ട്യൂൺ എന്നീ ഗ്രഹങ്ങൾ ഭീമാകാരങ്ങളാണ്. വളരെ ദൂരെ സ്ഥിതിചെയ്യുന്നതുകൊണ്ടാണ് ഇതു ചെറുതായി കാണുകയോ ഒട്ടും കാണാതിരിക്കുകയോ ചെയ്യുന്നത്. ഈ ഗ്രഹങ്ങളുടെ ഒരു പ്രധാന ഘടകം വാതകങ്ങളാകയാൽ വാതക ഭീമന്മാർ (gas giants) എന്നാണ് ഇവ പൊതുവേ അറിയപ്പെടുന്നത്. വ്യാഴം പന്ത്രണ്ടു വർഷം കൊണ്ടാണ് സൂര്യനെ വലംവയ്ക്കുന്നത്; ഒരു രാശിയിൽ ഒരു വർഷം. ശനിക്ക് സൂര്യനെ വലംവയ്ക്കാൻ ഇരുപത്തി ഒൻപതര വർഷം വേണം; ഒരു രാശിയിൽ $2^1/2$ വർഷം (കണ്ടകശനി കയറിയാൽ ഇറങ്ങാൻ താമസിക്കുമെന്ന് ജ്യോത്സ്യർ പറയാൻ കാരണമിതാണ്). യൂറാനസ് സൂര്യനെ വലംവയ്ക്കാൻ 84 വർഷവും നെപ്ട്യൂൺ 185 വർഷവുമെടുക്കും.

98 ഡിഗ്രി ചരിഞ്ഞാണ് നെപ്ട്യൂൺ തിരിയുന്നത്. അതുകൊണ്ട് ഒരു ഭാഗത്ത് 42 വർഷം പകലും 42 വർഷം രാത്രിയുമായിരിക്കും. ധ്രുവപ്രദേശങ്ങളിൽ 21 വർഷം വീതമുള്ള രണ്ടു വേനലും രണ്ടു മഞ്ഞുകാലവുമുണ്ടാകും. ഇതിന് പതിനഞ്ച് ഉപഗ്രഹങ്ങൾ ഇതുവരെയായി കണ്ടെത്തിയിട്ടുണ്ട്. അതിൽ അഞ്ചെണ്ണം മുൻപുതന്നെ ടെലിസ്കോപ്പിലൂടെ കണ്ടെത്തിയതാണ്. വോയജർ-2 ആണ് 1986 ൽ മറ്റു ഉപഗ്രഹങ്ങളെ കണ്ടെത്തിയത്.

പാറയും ഐസുമടങ്ങിയ ഒരു കാതലും അതിനുപുറമേ ചൂടുള്ള ജലമുള്ള കടലുമാണ് യൂറാനസിന്റെ പ്രധാന ഭാഗം. ഇതിനു പുറമേ പതിനായിരം കിലോമീറ്റർ ഉയരത്തിൽ വാതകങ്ങളുടെ അന്തരീക്ഷമുണ്ട്. ഹൈഡ്രജൻ, ഹീലിയം, മീഥേൻ (84:14:2) എന്നീ വാതകങ്ങളുടെ മിശ്രമാണത്. മീഥേൻ സൂര്യരശ്മിയിലെ ചുവന്ന കിരണങ്ങളെ ആഗിരണം ചെയ്യുന്നതുകൊണ്ട് പച്ചകലർന്ന നീലനിറത്തിലാണ് യൂറാനസ് കാണപ്പെടുക.

1977 ലാണ് യൂറാനസിന്റെ വലയങ്ങൾ ശ്രദ്ധയിൽപ്പെട്ടത്. അന്ന് ഒരു നക്ഷത്ര സംതരണം (ഗ്രഹം നക്ഷത്രത്തെ മറയ്ക്കുന്ന ഗ്രഹണം-occulation) നടക്കുന്നത് നിരീക്ഷിക്കുമ്പോൾ നക്ഷത്രത്തെ യൂറാനസ് പരിപൂർണമായി മറയ്ക്കുന്നതിനു മുൻപ് അഞ്ചു പ്രാവശ്യം അതിന്റെ (നക്ഷത്രത്തിന്റെ) പ്രകാശം ചഞ്ചലമായി. ഇതാണ് യൂറാനസിനു ചുറ്റുമുള്ള അഞ്ചു വലയങ്ങളുടെ കണ്ടെത്തലിലേക്കു നയിച്ചത്. വോയജർ-2 യൂറാനസിന്റെ മറ്റു ചില വലയങ്ങൾകൂടി കണ്ടുപിടിച്ചു.

ശനിയുടെയും യൂറാനസിന്റെയും നീല വലയങ്ങൾ

വർണരാജിയിലെ ചുവപ്പു ഭാഗത്താണ് ശനിയുടെയും യൂറാനസിന്റെയും വലയങ്ങൾ കാണപ്പെടുക. വാനനിരീക്ഷകർക്ക് ചിരപരിചിതമായ ഒന്നാണിത്. എന്നാൽ, ശനിയുടെയും യൂറാനസിന്റെയും ഏറ്റവും പുറമേയുള്ള ഒരു നീല വലയവും ഈയിടെ കണ്ടെത്തി. ഹവായ്യിൽ സ്ഥാപിച്ചിട്ടുള്ള കെക് ടെലിസ്കോപ്പാണ് യൂറാനസിന്റെ വലയങ്ങളെക്കുറിച്ചുള്ള വിവരങ്ങൾ നൽകിയത്. കസീനി ഹൈജൻസ് എന്ന പഠന ഉപഗ്രഹമാണ് ശനിയുടെ വലയങ്ങളെക്കുറിച്ച് മനസിലാക്കിയത്. വർണരാജിയുടെ നീലഭാഗത്ത് ഒരു വലയം പ്രതീക്ഷിക്കാതിരുന്നതുകൊണ്ടാണ് അതു കണ്ടെത്താൻ വൈകിയത്.

അതിസൂക്ഷ്മങ്ങളായ ധൂളികളാണ് ഈ വലയങ്ങൾക്ക് നീലനിറം നൽകുന്നത് എന്നാണ് വിദഗ്ധാഭിപ്രായം -- പൊടിപടലങ്ങളുള്ളതിനാലാണ്; ആകാശത്തിനു നീലനിറം എന്നതുപോലെ. ഈ വലയങ്ങളിൽ ഓരോ ഉപഗ്രഹങ്ങളുമടങ്ങിയിട്ടുണ്ട്. ശനിയുടെ വലയത്തിൽ 'എൻസലാഡസ്' യൂറാനസിന്റേതിൽ 'മാബ്' എന്നീ ഉപഗ്രഹങ്ങൾ. മഞ്ഞിൽ പുതഞ്ഞുകിടക്കുന്ന ഈ ഉപഗ്രഹങ്ങളിൽനിന്ന് ഉതിർന്നുപാറുന്ന മഞ്ഞുതരികളാണ് ഈ വലയത്തിനു കാരണമെന്നും അഭിപ്രായമുണ്ട്. ഉപഗ്രഹത്തിന്റെ പ്രതലത്തിൽ ഉൽക്കകൾ പതിക്കുമ്പോൾ പൊടിപടലങ്ങൾ ഉയർന്നു പാറുന്നതാണെന്നുള്ള മൂന്നാമതൊരഭിപ്രായവും നിലവിലുണ്ട്. ഗ്രഹങ്ങളുടെ വലയങ്ങളെക്കുറിച്ച് കൂടുതൽ വ്യക്തമായ നിരീക്ഷണങ്ങൾ നടത്താനായി ഹബിൾ സ്പേസ് ടെലസ്കോപ്പ് (HST) പരിഷ്കരിക്കുന്നതിനുള്ള സാധ്യതയും ആരായുന്നുണ്ട്.

2007–ാമാണ്ടിൽ യൂറാനസിന്റെ വലയങ്ങൾ ഭൂമിയെ അഭിമുഖീകരിക്കത്തക്കവിധം വരികയാൽ കൂടുതൽ വ്യക്തതയോടെ കാണാൻ അവസരമുണ്ടായി.

ഛിന്നഗ്രഹങ്ങൾ

സൂര്യനു പിറക്കാതെ അലസിപ്പോയ ഒരു ഗ്രഹം

ജാപ്പനീസ് പേടകം 2005 നവംബർ 27 ശനിയാഴ്ച ഒരു ഛിന്നഗ്രഹ (Asteroids) ത്തിലിറങ്ങി. അതിന്റെ ഉപരിതല ഭാഗങ്ങൾ ശേഖരിച്ചു. ജപ്പാൻ ബഹിരാകാശ പര്യവേക്ഷണ ഏജൻസി (ജാക്സ)യുടെ ആളില്ലാപേടകം 'ഹയാബുസ' പ്രതീക്ഷിക്കപ്പെടുന്നതുപോലെ ഭൂമിയിൽ തിരിച്ചെത്തിയാൽ ഛിന്നഗ്രഹരൂപീകരണത്തെക്കുറിച്ച് ഇന്ന് അജ്ഞാതമായ പലതും അറിയാനായേക്കും.

സൂര്യനെ വലംവയ്ക്കുന്ന എട്ടു ഗ്രഹങ്ങളുണ്ടെന്ന് ഇന്ന് എല്ലാവർക്കുമറിയാം. ബുധൻ മുതൽ നെപ്ട്യൂൺ വരെയുള്ള ഈ ഗ്രഹങ്ങൾ സൂര്യനെ വലംവയ്ക്കുകയാണെന്നുമറിയാം. ദൂരദർശിനിയുടെ കണ്ടുപിടുത്തത്തിനു ശേഷമാണ് യൂറാനസ്, നെപ്ട്യൂൺ, പ്ലൂട്ടോ എന്നീ ഗ്രഹങ്ങൾ കണ്ടുപിടിക്കപ്പെട്ടത്. അതിനുമുമ്പ് ആറുഗ്രഹങ്ങളെക്കുറിച്ചേ അ

റിവുണ്ടായിരുന്നുള്ളൂ (ചന്ദ്രൻ, രാഹു, കേതു എന്നിവ ഗ്രഹങ്ങളല്ല. സൂര്യൻ നക്ഷത്രവും ഭൂമി ഗ്രഹവുമാണ്). ഭൂമിയേക്കാൾ വളരെയേറെ വലിപ്പമേറിയ ഗ്രഹങ്ങളാണ് യൂറാനസും നെപ്ട്യൂണും. അകലക്കൂടുതൽ കൊണ്ടാണ് അവ നഗ്നനേത്രങ്ങൾക്കു ദൃശ്യമല്ലാത്തത്. സൂര്യനിൽ നിന്ന് ഓരോ ഗ്രഹത്തിലേക്കുമുള്ള അകലം ഒരു പ്രത്യേക ഗണിതനിയമം അനുസരിക്കുന്നുണ്ടെന്ന് ജോൺ ബോഡേ, ഡാനിയൽ ടിഷ്യസ് എന്നീ ശാസ്ത്രജ്ഞന്മാർ 1722 ൽ പ്രഖ്യാപിച്ചു. ഈ നിയമമനുസരിച്ച് ചൊവ്വയുടെയും വ്യാഴത്തിന്റെയും ഇടയിൽ ഒരു ഗ്രഹം കാണേണ്ടതാണ്. പക്ഷേ, ഈ നിയമം പൊട്ടക്കണ്ണന്റെ മാവേറുപോലുള്ള ഒരു യാദൃച്ഛികതയാണെന്ന് മറ്റു ശാസ്ത്രജ്ഞന്മാർ തള്ളിക്കളഞ്ഞു (1596 ൽത്തന്നെ ജോഹന്നാസ് കെപ്ലർ ചൊവ്വയും വ്യാഴവും തമ്മിലുള്ള അകലം ആനുപാതികമല്ല എന്നു നിരീക്ഷിച്ചിരുന്നു). എന്നാൽ 1781 ലെ യൂറാനസിന്റെ കണ്ടുപിടുത്തം ടിഷ്യസ്-ബോഡേ നിയമത്തെ ശരിവയ്ക്കുന്നതായിരുന്നു. പെട്ടെന്നുതന്നെ പ്രശ്നം സജീവമായി. ഒരു ഗ്രഹം കണ്ടേക്കാമെന്ന ധാരണയിൽ, വാനനിരീക്ഷകരുടെ ശ്രദ്ധ ചൊവ്വയുടെയും വ്യാഴത്തിന്റെയും ഇടയിലുള്ള പ്രദേശങ്ങളിലേക്കു തിരിഞ്ഞു.

1800 സെപ്തംബറിൽ ജർമനിയിലെ ലിലിയൻഥാൾ എന്ന സ്ഥലത്ത് ജോൺ ഷോർട്ടർ എന്ന ജ്യോതിശാസ്ത്രജ്ഞന്റെ നിരീക്ഷണകേന്ദ്രത്തിൽ ആറു ജ്യോതിശാസ്ത്രജ്ഞന്മാർ ഒരു കൂടിയാലോചന നടത്തി. ബഹിരാകാശത്ത് അലയുന്ന പിടികിട്ടാഗ്രഹങ്ങളെ തേടുകയായിരുന്നു ലക്ഷ്യം. 'ആകാശപ്പൊലീസ്' എന്ന് അവർ സ്വയം വിശേഷിപ്പിച്ചു. യോഗതീരുമാനമറിയുന്നതിനും മുമ്പ്, ആകാശപ്പൊലീസിലെ അംഗമാകുന്നതിനും മുമ്പുതന്നെ 1801 പുതുവർഷദിനത്തിൽ പിയാസി എന്ന വാനനിരീക്ഷകൻ ഒരു വസ്തുവിനെ ഇടവം രാശിയിൽ കണ്ടെത്തി. മങ്ങിയ നക്ഷത്രംപോലുള്ള ഒന്ന്. ഒരു ഗ്രഹത്തിന്റെ പഥം കൈക്കൊണ്ട അതിനെ ഫെബ്രുവരിയിൽ വീണ്ടും കണ്ടു. അതിന് 'സെറെസ്' എന്ന് അദ്ദേഹം നാമകരണം ചെയ്തു. പനിപിടിച്ച് കിടപ്പിലായതിനാൽ പിയാസിക്ക് നിരീക്ഷണം തുടരാൻ കഴിഞ്ഞില്ല. എന്നാൽ, രണ്ടു പ്രാവശ്യം അതിനെ കണ്ട ദിശവച്ച് കാറൽ ഗൗസ് എന്ന ജർമൻ ശാസ്ത്രജ്ഞൻ അതിന്റെ ഗതിയും സ്ഥാനവും കണക്കുകൂട്ടി പ്രഖ്യാപിച്ചു. അതനുസരിച്ചുള്ള നിരീക്ഷണത്തിൽ 1801 ഡിസംബറിൽ അനേകംപേർ അതിനെ കന്നിരാശിയിൽ കണ്ടു. ഇതിനകംതന്നെ ഹെൻറിക് ഒൽബേഴ്സ് എന്ന നിരീക്ഷകൻ അതേ ഭ്രമണപഥത്തിൽ മറ്റൊരു വസ്തുവിനെ കണ്ടു. അതിനെ 'പല്ലാസ്' എന്നു നാമകരണം ചെയ്തു. തുടർന്ന് 'ആകാശപ്പൊലീസുകാർ' അതേ പഥത്തിൽ ചെറുതും വലുതുമായ അനേകായിരം വസ്തുക്കളെ കണ്ടെത്തി. ഈ വസ്തുക്കളെല്ലാംതന്നെ അത്ഭുതകരമാം വിധം ടിഷ്യസ്-ബോഡേ നിയമം അനുസരിക്കുന്നുണ്ടായിരുന്നു. ഉരുളക്കിഴങ്ങുപോലെ തോന്നിക്കുന്ന വടിവില്ലാത്ത ഉരുണ്ട വസ്തുക്കളാണിതെല്ലാം. ഇതിൽ ഏറ്റവും വലിയതിന്റെ (സെറെസ്) വ്യാ

സം 913 കിലോമീറ്ററാണ്; ഏറ്റവും ചെറുതിന്റേത് 9 മീറ്ററും. നൂറു കിലോമീറ്ററിലേറെ വ്യാസമുള്ളവ വിരലിലെണ്ണാവുന്നതേയുള്ളൂ. വലിയതിനെല്ലാം പേരുകൾ നൽകിയിട്ടുണ്ട്. അസ്റ്ററോയ്ഡുകൾ എന്നോ മൈനർ പ്ലാനറ്റുകൾ എന്നോ അറിയപ്പെടുന്ന ഇവയെ ക്ഷുദ്രഗ്രഹങ്ങൾ, അധമഗ്രഹങ്ങൾ, വിലക്ഷണ ഗ്രഹങ്ങൾ എന്നെല്ലാം വിളിക്കാവുന്നതാണ്. അസ്റ്ററോയ്ഡുകൾ വലയം ചെയ്യുന്ന പ്രസ്തുത മേഖല 'അസ്റ്ററോയ്ഡ് ബെൽറ്റ്' എന്നാണറിയപ്പെടുന്നത്. ഒരു പ്രാവശ്യം സൂര്യനെ പ്രദക്ഷിണം ചെയ്യാൻ ഇവ ശരാശരി അഞ്ചുവർഷമെടുക്കും.

ഒരു ഗ്രഹം ചിന്നിച്ചിതറിയതാണിത് എന്നാണ് ഒൽബേഴ്സ് സിദ്ധാന്തിച്ചത്. ഛിന്നഗ്രഹമെന്നു പേരുവരാനിതു കാരണമായി. എന്നാൽ കൂടിച്ചേർന്ന് ഒന്നാകാൻവേണ്ട ഗുരുത്വാകർഷണം സ്വരൂപിക്കാൻ കഴിയാതെ അലഞ്ഞുതിരിയാൻ വിധിക്കപ്പെട്ട വസ്തുക്കളാണിതെന്നാണ് ഭൂരിപക്ഷം ശാസ്ത്രജ്ഞന്മാരും വിശ്വസിക്കുന്നത്. വ്യാഴത്തിന്റെ ഗുരുത്വം അലസിപ്പിച്ചു കളഞ്ഞ ഒരു ജന്മം. വ്യാഴത്തിന്റെ ആകർഷണശക്തിയാൽ വലിക്കപ്പെടുന്ന ചിലത് ഒരു ഉപഗ്രഹമെന്നപോലെ വ്യാഴത്തെയും വലംവയ്ക്കുന്നുണ്ട്. സൗരയൂഥത്തിലെ ഗ്രഹങ്ങളെ വലംവയ്ക്കുന്ന ചെറിയ ഉപഗ്രഹങ്ങളിൽ പലതും ഇത്തരത്തിൽ ആകർഷണവലയത്തിൽപ്പെട്ടുപോകുന്ന ഛിന്നഗ്രഹങ്ങളാണ്. ഭൂമിയുടെ ഭ്രമണാതിർത്തിക്കകത്തുകൂടെയും പലപ്പോഴും ഇത്തരം വസ്തുക്കൾ കടന്നുപോകുന്നതു കാണാറുണ്ട്.

അകലം കൂടുതലുള്ളതിനാൽ ഇത്തരം വസ്തുക്കളുടെ ഉപരിതലത്തെക്കുറിച്ചുള്ള പഠനം ദൂരദർശിനിയിലൂടെ അസാധ്യമാണ്. വ്യാഴത്തെക്കുറിച്ചു പഠിക്കാൻ വിക്ഷേപിച്ച 'ഗലീലിയോ' എന്ന വാഹനം ഗാസ്പ്ര, ഇഡ എന്നീ അസ്റ്ററോയ്ഡുകളെക്കുറിച്ചുള്ള ചില വിവരങ്ങളയയ്ക്കുകയുണ്ടായിട്ടുണ്ട്.

നെപ്ട്യൂൺ

പ്ലൂട്ടോക്ക് ഗ്രഹപദവി നഷ്ടമായ അവസ്ഥയിൽ നെപ്ട്യൂണാണ് സൗരയൂഥത്തിലെ അവസാനഗ്രഹം; എട്ടാമത്തേത്. ഇതു കണ്ടുപിടിച്ചതിനു പിന്നിൽ ഒരു ചരിത്രമുണ്ട്. ഏതു ഗ്രഹമായാലും അതു സഞ്ചരിക്കുന്നത് ചില നിയമങ്ങൾക്കു വിധേയമായിട്ടാണ്. ഈ നിയമങ്ങളേതെന്ന് കെപ്ലർ മനസിലാക്കുകയും ന്യൂട്ടൻ അതിനെ കൂടുതൽ പുഷ്കലമാക്കുകയും സാമാന്യവൽക്കരിക്കുകയും ചെയ്തിട്ടുണ്ട്. യുറാനസിന്റെ പഥം നിരീക്ഷിച്ചപ്പോൾ അത് നിയമങ്ങളിൽനിന്നു വ്യതിചലിക്കുന്നതായി അനുഭവപ്പെട്ടു. മറ്റേതോ ഒരു ഗ്രഹത്തിന്റെ ഗുരുത്വാകർഷണംകൊണ്ടുള്ള വലിവാകാം അതെന്ന് ജോൺ കോച്ച് ആദം, ലവരിയർ എന്നീ ശാസ്ത്രജ്ഞന്മാർ നിഗമനം ചെയ്തു. മാത്രമല്ല അങ്ങനെ ഒരു ഗ്രഹമുണ്ടെങ്കിൽ അതുണ്ടായേക്കാവുന്ന സ്ഥാനവും അവർ കണക്കുകൂട്ടി കണ്ടുപിടിച്ചു. അതനുസരിച്ചുള്ള നിരീക്ഷണ

ത്തിൽ ബർലിൻ നിരീക്ഷണകേന്ദ്രത്തിലെ ജോൺ ഗാലേ, ഹെയിൻ റിച്ച് അറെസ്റ്റ് എന്നീ നിരീക്ഷകർ നെപ്ട്യൂണിനെ കണ്ടെത്തി. ഈ കണ്ടുപിടുത്തം, ന്യൂട്ടന്റെ ചലന/ഭ്രമണ നിയമങ്ങൾക്കുള്ള മറ്റൊരു അംഗീകാരംകൂടിയാകുകയും ചെയ്തു.

നിരീക്ഷണപേടകങ്ങളിൽനിന്നും, ശക്തിയേറിയ ദൂരദർശിനിക ളിൽനിന്നും മറ്റുമുള്ള വിവരങ്ങൾക്കനുസരിച്ച് യൂറാനസിനു സമാന മായ ഒന്നാണ് നെപ്ട്യൂൺ. ഭൂമിയുടെ വലിപ്പത്തിനോടടുത്ത ഒരു പാറ യാണ് ഉൾക്കാമ്പിലുള്ളത്. ജലം, മീഥേൻ, അമോണിയ എന്നിവ ഉറ ഞ്ഞുകൂടിയ ഒരു കവചവും അതിനു പുറമേ ഹൈഡ്രജനും ഹീലിയവു മടങ്ങിയ സാന്ദ്രമായ അന്തരീക്ഷവുമുണ്ട്. ഈ അന്തരീക്ഷത്തിന് ഇരു പതിനായിരം കിലോമീറ്റർ ആഴമുണ്ട്. ഇതുകൂടാതെ മീഥേൻ വാതകത്തിന്റെ അംശവും അന്തരീക്ഷത്തിലുണ്ട്. ഭൂമിയുടെ നാൽപ്പതി രട്ടി വലിപ്പമുള്ള നെപ്ട്യൂൺ സൂര്യനിൽനിന്ന് ഭൂമിയിലേക്കുള്ളതിന്റെ മുപ്പതിരട്ടി ദൂരെ സ്ഥിതിചെയ്യുന്നു.

പ്രധാനപ്പെട്ട എട്ടു ഉപഗ്രഹങ്ങളാണ് നെപ്ട്യൂണിനുള്ളത്. ട്രിടോൺ ആണ് ഏറ്റവും വലുത്; അടുത്തത് നെറീഡ്. ഭൂമിയിൽനിന്നും ചന്ദ്രനിലേക്കുള്ള ദൂരമാണ് ഏകദേശം നെപ്ട്യൂണിൽനിന്ന് ട്രിടോണി ലേക്ക്. ഒരു പ്രാവശ്യം വലംവയ്ക്കുവാൻ ഇതിന് ആറു ദിവസം മതി. സൗരയൂഥത്തിലെ മറ്റു ഉപഗ്രഹങ്ങൾ മാതൃഗ്രഹങ്ങളെ വലംവയ്ക്കുന്ന തിനു വിപരീതദിശയിലാണ് ഇതിന്റെ പാത. സൗരയൂഥത്തിലെ ഏറ്റവും തണുത്ത വസ്തുക്കളിലൊന്നാണ് ട്രിടോൺ: ഊഷ്മാവ് – 230°C. നെറീ ഡിന്റെ പാത ദീർഘവൃത്തമാണ്. അടുത്തുവരുമ്പോൾ $1\frac{1}{2}$ ലക്ഷം കി ലോമീറ്ററും ഏറ്റവുമകലുമ്പോൾ ഒരു കോടി കിലോമീറ്ററുമാണ് മാതൃ ഗ്രഹത്തിൽനിന്ന് നെറീഡിലേക്കുള്ള ദൂരം. 360 ദിവസംകൊണ്ടാണ് ഇത് മാതൃഗ്രഹത്തെ ഒരുവട്ടം വലംവയ്ക്കുന്നത്. ഏതാണ്ട് ഭൂമി സൂര്യനെ വലംവയ്ക്കുന്നതിനു തുല്യമായ സമയം.

നെപ്ട്യൂണിനു സൂര്യനെ വലംവയ്ക്കുവാൻ 165 വർഷങ്ങൾ വേണം. സ്വന്തം അച്ചുതണ്ടിൽ കറങ്ങുവാൻ 18 മണിക്കൂർ. ശക്തിയേറിയ ദൂരദർശിനികൾ കൊണ്ടുപോലും അതിനെ മങ്ങിയേ കാണൂ. വോയ ജർ–2 നെപ്ട്യൂണിന്റെ വിവിധ ചിത്രങ്ങൾ ഭൂമിയിലേക്കയച്ചു. യൂറാന സിന്റേതുപോലെയുള്ള ഘടന തന്നെയാണ് നെപ്ട്യൂണിന്റെയും. നീലരാ ശിയുള്ളത് മീഥേന്റെ സാന്നിധ്യം മൂലമാണ്. വ്യാഴത്തിലെ ചുവന്ന മേ ഘം പോലെയുള്ള ഒന്ന് ഇരുണ്ട നിറത്തിൽ നെപ്ട്യൂണിലും കാണാം. ചുറ്റിത്തിരിയുന്ന കൊടുങ്കാറ്റിന്റെ ഫലമാണിതെന്നു കരുതപ്പെടുന്നു.

പ്ലൂട്ടോ എങ്ങനെ ഗ്രഹമല്ലാതായി?

പുതിയ അറിവുകൾ ഉണ്ടാകുമ്പോൾ പഴയ ധാരണകൾ പലതും പരിഷ്കരിക്കേണ്ടിവരും. ഭൂമി പരന്നതാണെന്നും ഗ്രഹങ്ങളും നക്ഷത്ര ങ്ങളും ഭൂമിയെ വലംവയ്ക്കുന്നു എന്നും ആദിമമനുഷ്യൻ കരുതി. തങ്ങ

ളുടെ പരിമിതമായ പരിതഃസ്ഥിതികൾക്കും വിഭവങ്ങൾക്കും അകത്തു നിന്നുകൊണ്ട് പരമാവധി കുറ്റമറ്റ ഒരു പ്രപഞ്ചചിത്രവും വീക്ഷണവും രൂപീകരിക്കുവാൻ അവർക്കു കഴിഞ്ഞു. എന്നാൽ, അവരുടെ സിദ്ധാന്തങ്ങളുടെ പരിമിതികൾ പിന്നീടുവന്ന ചിന്തകന്മാരും ശാസ്ത്രകാരന്മാരും മനസിലാക്കി.

ഭൂമിക്കു ഗോളാകൃതിയാണെന്നും അത് സൂര്യനെ വലംവയ്ക്കുന്ന ഒരു ഗ്രഹം മാത്രമാണെന്നും ചന്ദ്രൻ ഭൂമിയുടെ ഉപഗ്രഹമാണെന്നുമുള്ള അറിവുകൾ 17-ാം നൂറ്റാണ്ടിനെ പിടിച്ചുകുലുക്കി. ഈ ആശയങ്ങൾ പ്രചരിപ്പിച്ച ബ്രൂണോ വധശിക്ഷയ്ക്കു വിധേയനാക്കപ്പെട്ടു. ഗലീലിയോ തടവിലായി. പക്ഷേ, ബൗദ്ധികലോകത്തിന് കാലക്രമേണ ശാസ്ത്രസത്യങ്ങൾ അംഗീകരിക്കാതെ നിവൃത്തിയില്ലെന്നു വന്നു. എന്നാൽ, സൂര്യനാണ് പ്രപഞ്ചകേന്ദ്രമെന്ന വിശ്വാസമാണ് പിന്നീടും ഏറെക്കാലം ശാസ്ത്രലോകത്തെയും ഭരിച്ചത്.

സൂര്യകേന്ദ്രിതമായ പ്രപഞ്ചചിത്രത്തിന് പല ഭൗതിക പ്രതിഭാസങ്ങളെയും വിശദീകരിക്കാൻ കഴിയുമായിരുന്നില്ല. അപ്പോഴേക്കും ദൂരദർശിനികൾ പരിഷ്കൃതമാകുകയും ശാസ്ത്രശാഖകൾ വികസിക്കുകയും ചെയ്തു. ഇരുപതാം നൂറ്റാണ്ടോടെ സൂര്യനാണ് പ്രപഞ്ചകേന്ദ്രമെന്ന ധാരണ ശാസ്ത്രലോകം തള്ളിക്കളഞ്ഞു. ക്ഷീരപഥം (Milky Way) എന്ന ഗാലക്സിയിലെ അനേക കോടി നക്ഷത്രങ്ങളിൽ ഇടത്തരത്തിൽപ്പെട്ട ഒന്നു മാത്രമാണ് സൂര്യൻ എന്ന് വ്യക്തമായി. ഇന്ന് ഹബിൾ/ചന്ദ്ര ടെലിസ്കോപ്പുകളും മറ്റനേകം ബഹിരാകാശഗവേഷണപേടകങ്ങളും ഭൂനിലയങ്ങളും അനുനിമിഷം നൽകുന്ന ചിത്രങ്ങളും വിവരങ്ങളും പുതിയ നിഗമനങ്ങളിലേക്കു നമ്മെ നയിക്കും.

ഒരു ഗ്രഹത്തിന്റെ പദവി ഉയരുകയോ നഷ്ടപ്പെടുകയോ ചെയ്തിട്ടുള്ളത് പ്ലൂട്ടോയുടെ കാര്യത്തിൽ മാത്രമല്ല. സൂര്യന്റെ പദവി ഗ്രഹത്തിൽ നിന്ന് നക്ഷത്രത്തിലേക്കുയരുകയും ചന്ദ്രന്റെ പദവി ഗ്രഹത്തിൽ നിന്ന് ഉപഗ്രഹത്തിലേക്കു താഴുകയും ചെയ്യുന്ന സ്ഥിതി മുൻപും സംഭവിച്ചിട്ടുണ്ട്.

പ്ലൂട്ടോ വളരെ ചെറിയ ഒരു ആകാശഗോളമാണ്. ചെറിയൊരു ഗ്രഹമായ ഭൂമിയുടെ ഉപഗ്രഹമായ ചന്ദ്രനേക്കാൾ ചെറുത്. ഇതു കണ്ടെത്തിയ ടോംബാഗ് അതിനുവേണ്ടി നടത്തിയ പ്രയത്നത്തിന്റെ പ്രതിഫലമായിട്ടുകൂടിയാണ് പ്ലൂട്ടോക്കു ഗ്രഹപദവി നൽകിയത്. കുയിപ്പർ ബെൽറ്റ് എന്ന ഇരുണ്ട വിദൂരമേഖലയിൽ സ്ഥിതിചെയ്യുന്ന ഇതിന് അധോലോകദേവതയുടെ പേരായ പ്ലൂട്ടോ എന്നത് നന്നായി ചേരും. പ്ലൂട്ടോയിൽ നിന്നു നോക്കിയാൽ സൂര്യൻ ഒരു വലിയ നക്ഷത്രംപോലെ മാത്രമേ കാണൂ. ഉപരിതല ഊഷ്മാവ് $^{-}230^{o}C$ ആണ്; വേനൽക്കാലത്ത് ഇത് $^{-}200^{o}C$ വരെ ഉയരാം. സൂര്യനോട് താരതമ്യേന അടുത്തുകഴിയുന്ന ബുധൻ, ശുക്രൻ, ഭൂമി, ചൊവ്വ, എന്നീ സാന്ദ്രഗ്രഹങ്ങളുമായോ, അകന്നു കഴിയുന്ന വ്യാഴം, ശനി, യുറാനസ്, നെപ്ട്യൂൺ എന്നീ വാതകഭീമന്മാ

രുമായോ ഇതിനു യാതൊരു സാദൃശ്യവുമില്ല. പാറകൾക്കു സമാനമായ കാതലും അതിനുമീതെ ജലവും മീഥേനും ഉറഞ്ഞുകൂടിയ പുറന്തോടുമാണുള്ളത്. ഭൂമിയുടെ ആറിലൊന്നു വ്യാസം മാത്രമുള്ള പ്ലൂട്ടോയുടെ ഒരു ദിവസത്തിന്റെ ദൈർഘ്യം 153 മണിക്കൂറും ഒരു വർഷത്തിന്റേത് (സൂര്യനെ ഒന്നു വലംവയ്ക്കാൻ) ഭൂമിയിലെ 248 വർഷവുമാണ്.

സൗരയൂഥത്തിൽ നെപ്ട്യൂണിനപ്പുറം പല വലിപ്പത്തിലുള്ള വസ്തുക്കൾ മേഞ്ഞു നടക്കുന്ന ഒരു വെളിപ്രദേശമുണ്ട് — ഇതാണ് കുയിപ്പർ ബെൽറ്റ്. ഇതിലെ വലിയ വസ്തുക്കളാണ് പ്ലൂട്ടോയും അതിന്റെ ഉപഗ്രഹമായ ചാരോണും (Charon). നെപ്ട്യൂണിന്റെ ഒരു ഉപഗ്രഹമായ 'ട്രിടോണി'നെ അത് ഈ മേഖലയിൽനിന്ന് ആകർഷിച്ചു പിടിച്ചെടുത്തതാണെന്ന ഒരഭിപ്രായമുണ്ട്. പ്രധാന ഗ്രഹങ്ങളും ഉപഗ്രഹങ്ങളും ഉരുത്തിരിഞ്ഞതിനുശേഷമുള്ള അവശിഷ്ട വസ്തുക്കളാണ് ഈ പ്രദേശത്ത് അലയുന്നത്. ഇതിനെല്ലാംതന്നെ ധൂമകേതുക്കളുടെ പദാർഥഘടനയാണുള്ളത്. കുയിപ്പർ ബെൽറ്റിനപ്പുറമാണ് 'ഊർട് മേഘമേഖല' എന്നറിയപ്പെടുന്ന ഉറഞ്ഞ മഞ്ഞുമേഘങ്ങളുടെ മേഖല. ധൂമകേതുക്കളുടെ ജന്മദേശമിതാണ്.

എണ്ണിയാലൊടുങ്ങാത്ത ഹിമകണങ്ങളുണ്ടെങ്കിലും ഗ്രഹങ്ങളെന്നു വിളിക്കാവുന്നതൊന്നുംതന്നെ ഈ മേഖലയിൽ കാണാനിടയില്ല. ഈ മേഖലയെക്കുറിച്ച് കൂടുതൽ പഠിക്കാനായി 'പുതിയ ചക്രവാളങ്ങൾ' (New Horizons) എന്ന ഒരു ബഹിരാകാശയാനം യാത്രയിലാണ്. 2006 ജനുവരി 19 വ്യാഴാഴ്ച അറ്റ്ലസ് 5 റോക്കറ്റ് മുഖാന്തിരമാണ് നാസ അത് കേപ്കനാവറൽ സ്റ്റേഷനിൽനിന്നു വിക്ഷേപിച്ചത്. 2015 ൽ ഇത് പ്ലൂട്ടോയുടെ അടുത്തെത്തും.

2006 ആഗസ്ത് രണ്ടാം പകുതിയിൽ ചെക് റിപ്പബ്ലിക്കിലെ പ്രാഗിൽ സമ്മേളിച്ച ഇന്റർനാഷണൽ അസ്ട്രോണമിക്കൽ യൂണിയന്റെ (IAU) സമ്മേളനം സൗരയൂഥത്തെക്കുറിച്ചു പൊതുവെയും അതിനകത്തെ വസ്തുക്കളെക്കുറിച്ച് വെവ്വേറെയും കൂലങ്കഷമായ ചർച്ചകൾ നടത്തുകയുണ്ടായി. ഇതിനു പ്രേരിപ്പിക്കത്തക്കവിധമുള്ള പുതിയ അറിവുകൾ ഈ രംഗത്ത് ഇക്കഴിഞ്ഞ ഒരു കാലയളവിലുണ്ടായിട്ടുണ്ട്. ദൃഷ്ടിഗോചരമായ പ്രകാശത്തെ മാത്രമല്ല ഇന്ന് ആശ്രയിക്കുന്നത്. റേഡിയോ, എക്സ്റേ, ഗാമാറേ തുടങ്ങി വൈദ്യുതകാന്തികസ്പെക്ട്രത്തിലെ മുഴുവൻ മേഖലകളെയും പ്രയോജനപ്പെടുത്തുന്ന അതിസങ്കീർണമായ ടെലിസ്കോപ്പുകളാണ് ഇന്ന് ഭൂമിയിലും ആകാശത്തും നിലയുറപ്പിച്ചിരിക്കുന്നത്. ഇതിൽനിന്നു ലഭിക്കുന്ന വിവരങ്ങളെയെല്ലാം അതിസൂക്ഷ്മമായി വിശകലനം ചെയ്യുന്ന കമ്പ്യൂട്ടറുകളും രൂപകൽപ്പന ചെയ്തിട്ടുണ്ട്.

ഗ്രഹങ്ങളുടെ നിർവചനം ഉദാരമാക്കുകയോ കർശനമാക്കുകയോ ചെയ്യേണ്ടുന്ന ഒരു സ്ഥിതിയാണുണ്ടായിരുന്നത്. ഉദാരമാക്കിയാൽ ഗ്രഹപദവിക്കുള്ള 'സ്ഥാനാർഥി'കളുടെ ബാഹുല്യവും ശുപാർശക്കാരുടെ ശ

ല്യവും മൂലം നട്ടംതിരിയേണ്ടി വരുമെന്ന് സംഘടന തിരിച്ചറിഞ്ഞു. എന്തുകൊണ്ടെന്നാൽ കുയിപ്പർ മേഖലയിൽ ഒർക്കസ്, ഇസ്കിയോൺ, വരുണ, TX 300, EL61, FY9, AW197 എന്നീ എട്ടു വസ്തുക്കളും കുയിപ്പർ മേഖലയ്ക്കു പുറത്തുള്ള ഊർട് മേഘമേഖലയിൽ സെഡ്നയും ഛിന്നഗ്രഹമേഖലയിൽ ഹിഗേ, വെസ്റ്റ, പല്ലാസ് എന്നീ മൂന്നെണ്ണവും ഗ്രഹപദവി കാത്തു കിടക്കുകയായിരുന്നു. ഭാവിയിൽ ഉണ്ടാകാവുന്ന അപേക്ഷകളുടെ കാര്യവും മുൻകൂട്ടി കാണണം.

പ്ലൂട്ടോയുടെ ഉപഗ്രഹമായ ചാരോൺ മറ്റു ഉപഗ്രഹങ്ങളുടെ ചലന നിയമങ്ങളല്ല പാലിക്കുന്നത്. ഇരട്ട നക്ഷത്രങ്ങളെപ്പോലെ പ്ലൂട്ടോയും ചാരോണും അതിനു വെളിയിലുള്ള ഒരു ബിന്ദുവിനെ ആധാരമാക്കി പരസ്പരം ഭ്രമണം ചെയ്യുകയാണു ചെയ്യുന്നത്.

വളരെ കർശനമായ ഒരു നിർവചനമാണ് അവസാന യോഗത്തിൽ അംഗീകരിക്കപ്പെട്ടത്. ഇതനുസരിച്ച് (a) സൂര്യനു ചുറ്റും പ്രദക്ഷിണം വയ്ക്കുന്നതും (b) ആവശ്യത്തിനു പിണ്ഡമുള്ളതും ഗുരുത്വാകർഷണത്തിലൂടെ ദൃഢതയാർന്ന ഉരുണ്ട ആകൃതി കൈവരിക്കാൻ കഴിഞ്ഞതും (c) അന്യവസ്തുക്കളില്ലാതെ തെളിഞ്ഞ ഭ്രമണപഥമുള്ളതുമായ ആകാശവസ്തുക്കളാണ് ഗ്രഹങ്ങൾ.

വാമനഗ്രഹങ്ങൾ എന്നോ, കുള്ളൻ ഗ്രഹങ്ങൾ എന്നോ വിളിക്കാവുന്ന മറ്റൊരു വിഭാഗത്തിലേക്ക് പ്ലൂട്ടോയെ തരംതാഴ്ത്തി. ആകൃതിയും ഗുരുത്വവുമെല്ലാമുള്ളതുകൊണ്ടാണ് പ്ലൂട്ടോക്ക് ഈ പരിഗണനയെങ്കിലും ലഭിച്ചത്. ഗ്രഹങ്ങൾ, ഉപഗ്രഹങ്ങൾ, വാമനഗ്രഹങ്ങൾ എന്നിവയ്ക്കു പുറമേ 'ഹ്രസ്വ സൗരവസ്തുക്കൾ' എന്ന നാലാമതൊരു വിഭാഗം കൂടി നിലവിൽ വരും. നിർവചനങ്ങൾക്കും മാർഗനിർദേശങ്ങൾക്കുമനുസരണമായി വാമനഗ്രഹങ്ങളെയും ഹ്രസ്വസൗരവസ്തുക്കളെയും തരംതിരിക്കുന്നതിനായി IAU ഒരു കമ്മിറ്റി രൂപീകരിച്ചു.

പ്ലൂട്ടോക്ക് അയോഗ്യതയുണ്ടാകാനിടയായ കാരണങ്ങളിതാണ്.

1. അത് ചാരോൺ എന്ന മറ്റൊരു സമാനഗ്രഹവുമായി പരസ്പരം ഭ്രമണം ചെയ്യുന്നതുമൂലം ഭ്രമണപഥം ചഞ്ചലമാണ്.

2. അത് ഒരു അംഗീകൃത ഗ്രഹമായ നെപ്ട്യൂണിന്റെ ഭ്രമണപഥത്തിനകത്തേക്കു കടന്നുകയറുന്നു.

3. മറ്റെല്ലാ ഗ്രഹങ്ങളും സൂര്യനെ ഭ്രമണം ചെയ്യുന്ന തലത്തിൽനിന്ന് പ്ലൂട്ടോ വളരെയേറെ വ്യതിചലിച്ചു പോകുന്നു.

4. സൗരയൂഥത്തിലുള്ള അനവധി ഉപഗ്രഹങ്ങൾപോലും പ്ലൂട്ടോയേക്കാൾ വലിയതാണ്.

5. ചാരോണുമൊത്ത് പരസ്പരം ഭ്രമണം ചെയ്യുകയാൽ ഏതാണു ഗ്രഹം ഏതാണ് ഉപഗ്രഹമെന്ന് വ്യക്തമാകാത്ത അവസ്ഥയുണ്ട്.

നെപ്ട്യൂണിന്റെ പഥവുമായി അകലത്തിലുള്ള ഒരു തലത്തിലാണെങ്കിൽപ്പോലും അടുത്തടുത്തു വരുന്ന ഏതെങ്കിലുമൊരവസരത്തിൽ പ്ലൂട്ടോയെയും ചാരോണിനെയും നെപ്ട്യൂൺ ആകർഷിച്ചെടുത്ത്

ഉപഗ്രഹമാക്കാനുള്ള സാധ്യതയും തള്ളിക്കളയാനാവില്ല. ഒരു കാലത്തു ഗ്രഹമായിരുന്ന ട്രിടോണിനെ നെപ്ട്യൂൺ ആകർഷിച്ചു വലയത്തിലാക്കി ഉപഗ്രഹമാക്കിയതാണെന്ന അഭ്യൂഹം നിലനിൽക്കുന്നുമുണ്ടല്ലോ.

ഉൽക്കകൾ

ചൂടുള്ള കല്ലുകൾ ആകാശത്തു സഞ്ചരിക്കുന്നുണ്ട് എന്നു ഗ്രീക്കുകാർ കരുതിയിരുന്നു. ഭൂമിയിൽ പതിക്കുന്ന ഉൽക്കകൾ അത്യന്തം ചൂടുള്ളതാണെന്ന് അവർ മനസിലാക്കി. ബി സി-467 ൽ ഗ്രീസിലെ ത്രേസ് എന്ന സ്ഥലത്ത് ഒരു ഉൽക്ക വീണതായി രേഖപ്പെടുത്തിയിട്ടുണ്ട്. അരിസ്റ്റോട്ടിൽ ജനിച്ചത് ഈ സ്ഥലത്താണ്.

നിലാവില്ലാത്ത, മേഘലങ്ങളില്ലാത്ത, തെളിഞ്ഞ രാത്രികളിൽ ആകാശത്ത് നക്ഷത്രങ്ങളുടെ പശ്ചാത്തലത്തിൽനിന്ന് പ്രകാശത്തിന്റെ ഒരു ചീള് പൊടുന്നനവേ പൊട്ടിവീഴുന്നതായിക്കാണാം. ഇതിനെ കൊള്ളിമീൻ, ഉൽക്കാപാതം എന്നെല്ലാമാണ് പറയുക; മെറ്റിയർ, ഷൂട്ടിങ് സ്റ്റാർ എന്നീ പേരുകൾ ഇംഗ്ലീഷിലും. സൗരയൂഥത്തിലെ ഗ്രഹങ്ങൾക്കിടയിൽ പാറപോലെയും മറ്റുമുള്ള പദാർഥങ്ങൾ അലഞ്ഞുതിരിഞ്ഞ് ചിലപ്പോൾ ഭൂമിയുടെ ആകർഷണ വലയത്തിലാകുന്നു. ഇത് അന്തരീക്ഷത്തിലൂടെ ഭൂമിയിലേക്ക് അതിവേഗം ഉരസിവീഴുമ്പോൾ വായുവിന്റെ ഘർഷണം മൂലം ഊഷ്മാവുയർന്ന് കത്തിയെരിയുന്നതാണ് നാം കൊള്ളിമീനായി കാണുന്നത്. മണിക്കൂറിൽ നാലായിരം കിലോമീറ്ററാണ് ഇതിന്റെ ശരാശരി വേഗത. ഭൂമിയോടടുക്കുന്നതിനനുസരിച്ച് അതു വർധിക്കുകയും ചെയ്യും.

സാധാരണ ഗതിയിൽ, ദൂരദർശിനികൾ കൊണ്ടുപോലും കാണാൻ കഴിയാത്ത ഇത്തരം വസ്തുക്കൾ പ്രകാശത്തോടെ എരിയുമ്പോഴാണ് ദൃഷ്ടിഗോചരമാകുന്നത്. ഭൂമിയുടെ ഉപരിതലത്തിലെത്തുന്നതിനു മുൻപുതന്നെ ഇത് എരിഞ്ഞുതീരും. ഉൽക്കകളുണ്ടാകുന്നതിന്റെ കാരണം പത്തൊൻപതാം നൂറ്റാണ്ടിന്റെ ആരംഭത്തിൽ മാത്രമേ മനുഷ്യൻ മനസിലാക്കിയുള്ളൂ.

ഒരു വർഷത്തിൽ ഭൂമിയിലേക്ക് ആയിരം ടണ്ണോളം വസ്തുക്കൾ ഇത്തരത്തിൽ പതിക്കുന്നുണ്ട്. വളരെ വലിയ അപൂർവം ചിലവ ഭൂമിയിലെത്തിയാലും കത്തിത്തീരുന്നില്ല. അത് ഭൂമിയുടെ പ്രതലത്തിൽ ആഴമേറിയ കുഴികളുണ്ടാക്കിക്കൊണ്ട് നിപതിക്കും. ഭൂമിയുടെ ഉള്ളിലേക്ക് 200 മീറ്റർ തുളച്ചുകയറിയ 'ബാരിംഗർ ക്രേറ്റർ' ആണ് അറിയപ്പെടുന്നതിൽ ഏറ്റവും വലുത്. ആയിരക്കണക്കിനു വർഷങ്ങൾക്കു മുൻപ് അമേരിക്കയിലെ അരിസോണയിലാണിതുണ്ടായത്. ആസ്ട്രേലിയയിലെ വുൾഫ് ക്രേറ്റ്, ടെക്സാസിലെ ഒഡേസ, അർജന്റീനയിലെ കാംപോ ഡെൽ സീലോ എന്നിവയും വലിയ ഗർത്തങ്ങളാണ്.

ഉൽക്കാശിലകൾ പ്രധാനമായും മൂന്നുവിധമുണ്ട്; ശില, ഇരുമ്പുശില, ഇരുമ്പ് എന്നിങ്ങനെ. സൂര്യനു ചുറ്റും സഞ്ചരിക്കുന്ന ഇവയ്ക്ക്

അസ്റ്ററോയ്ഡുകളുമായി (ഛിന്നഗ്രഹങ്ങൾ) സാമ്യമുണ്ട്. ഭൂമിയുടെ ഭ്രമണപഥത്തോടടുക്കുകയും അതിന്റെ ആകർഷണത്തിൽപ്പെടുകയും ചെയ്യുമ്പോഴാണ് ഇത് അന്തരീക്ഷത്തിലേക്കു പതിക്കുന്നത്. ഇതിന് 400 കോടിയിലധികം വർഷം പ്രായമുണ്ടെന്നാണ് കണക്കാക്കിയിട്ടുള്ളത്. അതായത്, സൗരയൂഥത്തിലെ മറ്റ് അംഗങ്ങളോടൊപ്പംതന്നെ ജനിച്ചു വളർന്ന് വഴിപിഴച്ചുപോയവ. ഭൂമിയിൽ മാത്രമല്ല, മറ്റു ഗ്രഹങ്ങളിലും ഉൽക്കകൾ പതിക്കുക പതിവാണ്.

ഉൽക്ക പതിച്ച് മനുഷ്യമരണങ്ങളുണ്ടായതായി ചരിത്രരേഖകളില്ല. 1991 ആഗസ്ത് 31–ന് അമേരിക്കയിലെ ഇന്ത്യാനയിൽ നോബ്ലസ്‌വില്ലെ എന്ന സ്ഥലത്ത് ഉൽക്ക പതിച്ചപ്പോൾ സമീപം കളിച്ചുകൊണ്ടുനിന്ന രണ്ടു കുട്ടികൾ ഭാഗ്യത്തിനു രക്ഷപ്പെട്ടു. 1991 ൽത്തന്നെ ഇംഗ്ലണ്ടിലെ പീറ്റർബറോ എന്ന സ്ഥലത്ത് ഒരു തോട്ടത്തിൽ പണിചെയ്തിരുന്ന മനുഷ്യനുസമീപം ഒരു ഉൽക്ക വീണതായി രേഖപ്പെടുത്തിയിട്ടുണ്ട്. 1992 ഒക്ടോബറിൽ ന്യൂയോർക്കിൽ, പാർക്കു ചെയ്തിരുന്ന ഒരു കാറിനു മുകളിൽ ഉൽക്കവീണ് അതു തകർന്നിട്ടുണ്ട്.

അങ്ങിങ്ങ് ഒറ്റപ്പെട്ട് ഏതു ദിശയിൽ നിന്നുമുണ്ടാകാവുന്ന ഉൽക്കാപതനങ്ങൾ കൂടാതെ ചില പ്രത്യേക കാലങ്ങളിലാണ് ഉൽക്കമഴയുണ്ടാകുന്നത്. ഇത് ധൂമകേതുക്കളുമായി ബന്ധപ്പെട്ടുണ്ടാകുന്നതാണ്. ധൂമകേതുക്കളുടെ സഞ്ചാരപഥത്തിൽ അത് അവശേഷിപ്പിച്ചുപോയ ധൂളീപദാർഥങ്ങൾ തങ്ങിനിൽക്കും. ഭൂമി അതിനെ മുറിച്ചു കടന്നുപോകുമ്പോഴാണ് ഉൽക്കമഴയുണ്ടാകുന്നത്. ഈ പദാർഥങ്ങളെ ഭൂമി ആകർഷിക്കുകയാൽ ഭൂമിയുടെ അന്തരീക്ഷത്തിലൂടെ അത് താഴോട്ടു പതിക്കുന്നതാണ് ഇതിനു കാരണം. ഓരോ ധൂമകേതുക്കളുടെയും വീഥികൾ നിശ്ചിതമാണ്. ഭൂമി എപ്പോഴാണ് അതിനെ മുറിച്ചു കടക്കുന്നതെന്ന് കണക്കുകൂട്ടി മനസിലാക്കുവാനും കഴിയും. ഉൽക്കമഴയ്ക്ക് പശ്ചാത്തലമായി കാലത്തിനനുസരിച്ച് ഒരു രാശി (constellation) ഉണ്ടായിരിക്കും. അതുകൊണ്ട് പ്രസ്തുത രാശിയുടെ പേരിലായിരിക്കും ഓരോ പ്രത്യേക ഉൽക്കമഴയും അറിയപ്പെടുന്നത്.

ഡിസംബർ 7 മുതൽ 17 വരെ 'ജമിനൈഡ്സ്' എന്നു പേരുള്ള ഉൽക്കമഴ കാണാം. മിഥുനം രാശിയിൽനിന്നു വരുന്നതായി തോന്നുകയാലാണ് ഈ പേരു നൽകിയിരിക്കുന്നത്. 14–ാം തീയതിയായിരിക്കും ഇതിന് ഏറ്റവും ശക്തിയുണ്ടാകുക. ജനുവരി 1 മുതൽ 5 വരെയുണ്ടാകുന്നതിന് 'ക്വാഡ്രാന്റിഡ്സ്' എന്നാണു പേര്. ജനുവരി മൂന്നിനായിരിക്കും അതിന്റെ പാരമ്യം.

ഏറ്റവും ശക്തമായ ഉൽക്കമഴ 'പെർസീഡ്സ്' എന്ന പേരിൽ ജൂലൈ–ആഗസ്തിലുണ്ടാകുന്നതാണ് – ജൂലൈ 17 മുതൽ ആഗസ്ത് 24 വരെ നീണ്ടുനിൽക്കുന്ന ഇതിന്റെ പാരമ്യം ആഗസ്ത് 12 നാണ്. കണ്ണിനു കാണാവുന്നത് ചുരുക്കമാകയാൽ പേരു സൂചിപ്പിക്കുന്നതുപോലുള്ള ഒരു കാഴ്ച ഉൽക്കമഴയിൽ പ്രായോഗികമല്ല.

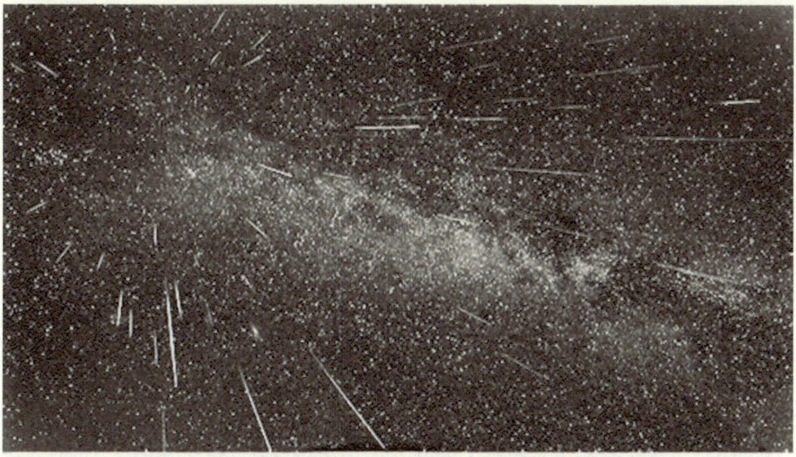

ഉൽക്കമഴ. നാസയുടെ ചിത്രം

ചില പ്രധാനപ്പെട്ട ഉൽക്കകൾ		
പേര്	**കാലം**	**പാരമ്യം**
ക്വാഡ്രാന്റിഡ്സ്	1–5 ജനുവരി	3 ജനുവരി
ഇറ്റാ അക്വാറൈഡ്സ്	19 ഏപ്രിൽ 28 മേയ്	3 മേയ്
ഡെൽറ്റാ അക്വാറൈഡ്സ്	8 ജൂലൈ 19 ആഗസ്ത്	28 ജൂലൈ
പെർസീഡ്സ്	17 ജൂലൈ 24 ആഗസ്ത്	12 ആഗസ്ത്
ഓറിയൊണൈഡ്സ്	2 ഒക്ടോബർ17 നവംബർ	21 ഒക്ടോബർ
ജമിനൈഡ്സ്	7–17 ഡിസംബർ	14 ഡിസംബർ

ധൂമകേതുക്കൾ

പൗരാണികകാലം മുതൽതന്നെ ധൂമകേതുക്കൾ മനുഷ്യന്റെ ശ്രദ്ധ ആകർഷിച്ചിരുന്നു. ആകാശത്തിലെ പ്രതിഭാസങ്ങൾക്ക് അത്ഭുതങ്ങളുടെയും അതിഭൗതികതയുടെയും പരിവേഷമുണ്ടായിരുന്ന അക്കാലത്ത് ലോകത്തിന്റെ ഓരോരോ ഭാഗത്തു ജീവിച്ചിരുന്നവർ അതിനെക്കുറിച്ച് അവരവരുടെ ഭാവനയ്ക്കനുസരിച്ച കഥകൾ മെനഞ്ഞിരുന്നു. വീരസ്വർഗം പൂകിയ യുദ്ധവീരന്മാരുടെ സ്വർഗയാത്രയായിട്ടാണ് റോമാക്കാരതിനെ കണ്ടത്. ജൂലിയസ് സീസറിന്റെ മരണത്തിനു തൊട്ടുശേഷം ഉദിച്ച പ്രകാശമേറിയ ധൂമകേതു അദ്ദേഹത്തിന്റെ ആത്മാവ് സ്വർഗത്തിലേക്കു യാത്ര ചെയ്യുന്നതായിട്ടാണ് റോമാക്കാർ ധരിച്ചത്. വരാനിരിക്കുന്ന കാലക്കേടിന്റെയും പകർച്ചവ്യാധിയുടെയും മുന്നറിയിപ്പായിട്ടാണ് മറ്റു ചിലർ അതിനെ കണ്ടത്. 1577 ൽ അതിദീപ്തമായ ഒരു ധൂമകേതു പ്രത്യക്ഷപ്പെടുകയുണ്ടായി. അന്നു ഡെൻമാർക്കിൽ ജീവിച്ചിരുന്ന ടൈക്കോ ബ്രാഹേ എന്ന അതിപ്രശസ്തനായ ജ്യോതിശാസ്ത്രജ്ഞൻ അത്

ചന്ദ്രനേക്കാളും അകലെയാണെന്ന് സ്ഥാപിച്ചു. കടുത്ത ദൈവഭക്തനും മതവിശ്വാസിയുമായിരുന്നിട്ടുപോലും അദ്ദേഹം പറഞ്ഞത് ധൂമകേതുവിന് ഭൂമിയിലെ അത്യാഹിതങ്ങളുമായി ബന്ധമൊന്നുമില്ലെന്നാണ്. ധൂമകേതുവിന്റെ വാലിന് വിഷാംശമുള്ളതിനാൽ അത് മനുഷ്യരിൽ വിഷം തീണ്ടുമെന്ന വിശ്വാസം നിലനിന്നിരുന്നതിനാൽ 1910 ൽ ഹാലിയുടെ വാൽനക്ഷത്രം പ്രത്യക്ഷപ്പെട്ട കാലത്ത്, വിഷത്തിനെതിരെ പ്രതിരോധ ഗുളികകളുണ്ടാക്കി വിറ്റ് യൂറോപ്പിൽ ചിലർ കോടീശ്വരന്മാരായി.

ലോഹങ്ങളടങ്ങിയ കടുത്ത പാറയാണ് ധൂമകേതുവിന്റെ കാതലായ ഭാഗം. അതിനുപുറത്ത് ജലബാഷ്പം, മീഥേൻ, അമോണിയ, കാർബൺ ഡയോക്സൈഡ് എന്നിവയുടെ ഉറഞ്ഞുകട്ടിയായ മിശ്രിതമാണ്. ഇത്തരം പദാർഥങ്ങളടങ്ങിയ മേഘങ്ങളിൽ നിന്നുതന്നെയാണ് സൗരയൂഥം രൂപംകൊണ്ടത്. അതിന്റെ അവശിഷ്ടങ്ങളിൽനിന്ന് ഉടലെടുക്കുന്നതാണ് ധൂമകേതുക്കൾ. അതിദൂരത്തുനിന്നും ആരംഭിച്ച് അതിദീർഘ വൃത്താകൃതിയിൽ സഞ്ചരിച്ച് സൂര്യനെ പ്രദക്ഷിണം ചെയ്ത് അത് തിരിച്ചുപോകുന്നു. വീണ്ടും വന്ന് സൂര്യനെ പ്രദക്ഷിണം ചെയ്യാൻ ഏതാനും വർഷങ്ങളോ നൂറുകണക്കിനു വർഷങ്ങളോ എടുത്തെന്നു വരാം. അകലെ, അകലെയെവിടെയോ നിന്ന് ഒരു മുന്നറിയിപ്പുമില്ലാതെ പൊടുന്നനവേ പ്രത്യക്ഷപ്പെടുന്ന ചില ധൂമകേതുക്കളുണ്ട്. രണ്ടുമൂന്നാഴ്ചകൊണ്ട് സൂര്യനെ വലംവച്ച് അത് തിരികെ മടങ്ങുന്നു — വിദൂരതയിലേക്ക്; ഇങ്ങിനി വരാത്തവണ്ണം.

അറിയപ്പെടുന്ന ധൂമകേതുക്കൾതന്നെ നൂറുകണക്കിനുണ്ട്. മറ്റാവശ്യങ്ങൾക്കുവേണ്ടി ആകാശനിരീക്ഷണം നടത്തുമ്പോൾ വാനനിരീക്ഷകർ യാദൃച്ഛികമായി കണ്ടെത്തുന്ന ധൂമകേതുക്കളും അനവധിയാണ്. പത്തുവർഷത്തിലൊരിക്കലെങ്കിലും അത്തരമൊന്നിനെ കണ്ടുകിട്ടും. നഗ്നനേത്രങ്ങൾക്കു കാണാൻ കഴിയാത്തവയും ധാരാളമുണ്ട്. പ്രധാനപ്പെട്ടവയ്ക്കെല്ലാം പേരുകൾ നൽകിയിട്ടുണ്ട്. പേരുകൾ അതു കണ്ടുപിടിച്ചയാളുടെയോ, അതിന്റെ പഥം കണക്കു കൂട്ടിയ ആളുടെയോ അതുമല്ലെങ്കിൽ അതു കണ്ടുപിടിച്ച സ്ഥാപനത്തിന്റേതുമാകാം. ഹാലി, ഷൂമാക്കർ ലെവി, ടെമ്പിൾ, എൻ കെ മാർക്കോസ്, ഉകേയ-സാകി, ക്രൊമേലിൻ ബൊവെൽ, കൊഹൂടെക് എന്നിവ ചില പ്രധാനപ്പെട്ട ധൂമകേതുക്കളാണ്.

ധൂമകേതുവിനു വാലുണ്ടാകുന്നത് അതു സൂര്യനോടടുക്കുമ്പോഴാണ്. തല സൂര്യനോടടുത്തും വാൽ സൂര്യനിൽ നിന്നകന്നുമാണ് കാണുക. സൂക്ഷിച്ചു നോക്കിയാൽ (ദൂരദർശിനിയിലൂടെ) രണ്ടുവാലുള്ളതായി കാണാം. ഒന്ന് പൊടിപടലങ്ങളടങ്ങിയതാണ്. മറ്റേത് വൈദ്യുതി ചാർജുള്ള വാതകങ്ങളുടേതും. പൊടിപടലങ്ങളിൽ തട്ടി പ്രതിഫലിക്കുന്നത് മഞ്ഞരാശിയിലും വാതകത്തിൽ തട്ടിവരുന്നത് നീലരാശിയിലും കാണാം. സൂര്യനോട് ഏറ്റവും അടുത്തു വരുമ്പോഴായിരിക്കും വാലിന് ഏറ്റവും നീളക്കൂടുതൽ.

ഓരോ പ്രാവശ്യവും ഒരു ധൂമകേതു സൂര്യനെ വലംവയ്ക്കുമ്പോഴും അതിലെ പദാർഥങ്ങൾക്കു ശോഷണം സംഭവിക്കുന്നു. അത് ചെറുതായി ചെറുതായി ഒരിക്കൽ ഇല്ലാതെയാകും. എന്നാൽ, അതിന്റെ സ്ഥാനത്ത് പുതിയവ ഉണ്ടായിക്കൊണ്ടുമിരിക്കും.

ധൂമകേതുക്കൾ അതിദീർഘ വൃത്താകൃതിയിൽ സൂര്യനെ വലംവയ്ക്കുന്ന ഒന്നാണെന്ന് ആദ്യം മനസിലാക്കിയത് ന്യൂട്ടനാണ്. അദ്ദേഹത്തിന്റെ ചങ്ങാതിയായിരുന്ന ജ്യോതിശാസ്ത്രജ്ഞനായിരുന്നു എഡ്മണ്ട് ഹാലി. ഹാലിയുടെ ബാല്യകാലസ്മരണയിൽ 1607 ൽ ഉദിച്ച ഒരു ധൂമകേതു ഉണ്ടായിരുന്നു. 1682 ൽ വാർധക്യകാലത്തും അതുപോലൊരു ധൂമകേതു വരികയുണ്ടായി. ജിജ്ഞാസുവായ അദ്ദേഹം പഴയ ഏടുകൾ പരിശോധിക്കുമ്പോൾ 1531 ലും അത്തരമൊരു ധൂമകേതു ഉദിച്ചിരുന്നതായി രേഖകൾ കണ്ടെത്തി. ഓരോന്നും തമ്മിൽ 76 വർഷത്തിന്റെ വ്യത്യാസം ഇതു തമ്മിലുണ്ടായിരുന്നു. 1758 ൽ ഈ ധൂമകേതു വീണ്ടും ഉദിക്കുമെന്ന് അദ്ദേഹം പ്രവചിച്ചു. പക്ഷേ, ആ പ്രവചനം ശരിയാണെന്നു തെളിഞ്ഞതു കാണാൻ 1758 ൽ അദ്ദേഹമുണ്ടായിരുന്നില്ല. ഹാലീസ് കോമറ്റ് എന്ന പേരിൽ അത് ഇന്നറിയപ്പെടുന്നു. അവസാനം അത് പ്രത്യക്ഷപ്പെട്ടത് 1985–86 ലാണ്; ഇനി 2061 ൽ. (അന്ന് അതു കാണാൻ ഈ ലേഖകനുമില്ല.)

ബഹിരാകാശ ഗവേഷണ പദ്ധതികളിലൂടെയാണ് ഇന്ന് ധൂമകേതുക്കളെക്കുറിച്ചുള്ള പഠനം നടക്കുന്നത്. റഷ്യയും ജപ്പാനും നാസയും ഈസയും (ESA–യൂറോപ്യൻ സ്പേസ് ഏജൻസി) ഇതിൽ മുന്നിലാണ്. 1978 ൽ ജിയാക്കോബിനെ–സിന്നെർ, 1986 ൽ ഹാലി, 1992 ൽ ഗ്രിഗി–സ്ജെല്ലെരുപ് എന്നീ ധൂമകേതുക്കളെക്കുറിച്ച് പഠനങ്ങൾ നടക്കുകയുണ്ടായിട്ടുണ്ട്. ഈയിടെ നാസയുടെ 'ഡീപ് ഇംപാക്റ്റ്' എന്ന പദ്ധതിയുടെ 'ഒഡ്സ്സേസ്' എന്ന ഉപകരണം 'ടെംപിൾ' എന്ന ധൂമകേതുവുമായി കൂട്ടിയിടിച്ച് പരീക്ഷണങ്ങൾ നടത്തുകയുണ്ടായി, പരീക്ഷണ വിവരങ്ങൾ ശേഖരിച്ച് പഠിച്ച് അവസാന നിഗമനങ്ങളിലെത്താനിരിക്കുന്നതേയുള്ളൂ.

വരാനിരിക്കുന്ന ധൂമകേതുക്കളെക്കുറിച്ചു പഠിക്കാനുള്ള പദ്ധതികളുടെ അണിയറ പ്രവർത്തനങ്ങൾ ഈസയിൽ സജീവമാണ്.

ഷൂമാക്കർ ലെവി – 9

1993–ൽ കണ്ടെത്തിയ ഷൂമാക്കർ ലെവി – 9 എന്ന ധൂമകേതു വളരെ വ്യത്യസ്തമായ ഒന്നായിരുന്നു. വ്യാഴത്തിന്റെ ഗുരുത്വം അതിനെ അതിന്റെ ചുറ്റുമുള്ള ഒരു ദീർഘവൃത്ത പഥത്തിലേക്ക് വലിച്ചെടുത്തു. ഗുരുത്വാകർഷണത്തിന്റെ പാരമ്യത്തിൽ ധൂമകേതു ഇരുപതു കഷണമായി ചിതറി ഒരു പേൾമാലപോലെ വ്യാഴത്തെ പ്രദക്ഷിണം ചെയ്യാൻ തുടങ്ങി. 1994 ജൂലൈ അവസാനം അത് വ്യാഴത്തിൽ പതിച്ചു തകർന്നു. അന്ന് ആദ്യമായിട്ടാണ് ഒരു ധൂമകേതു ഒരു ഗ്രഹത്തിലിടിച്ചിറങ്ങുന്നത് ശാസ്ത്രജ്ഞന്മാർ നിരീക്ഷിക്കുന്നത്.

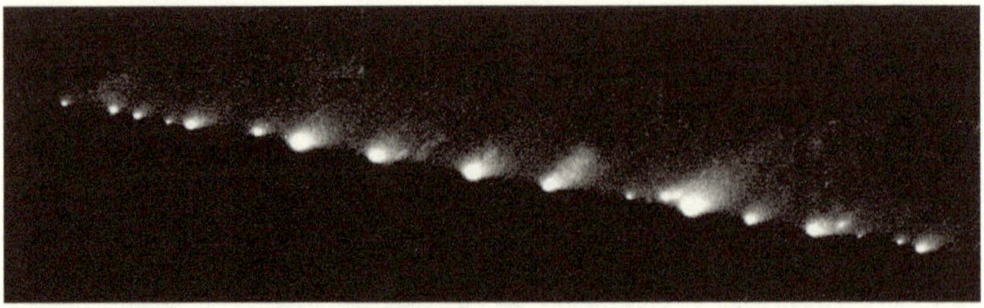

ഷൂമാക്കർ ലെവി

ഐസോൺ വന്നു; പോയി

ഇക്കഴിഞ്ഞ (2013) നവംബർ–ഡിസംബർ 'ഐസോൺ' എന്ന ഒരു ധൂമകേതുവിനെ ശാസ്ത്രലോകം പ്രതീക്ഷിച്ചതു പോലെതന്നെ വന്നു. പക്ഷേ, അതിന് തിരിച്ചുപോകാൻ കഴിഞ്ഞില്ല. സൂര്യന്റെ താപം മൂലം അതിന്റെ പുറംപാളികൾ ബാഷ്പമാകുകയും ശേഷിച്ചത് ഗുരുത്വാകർഷണത്താൽ സൂര്യനിൽ വീണെരിഞ്ഞു പോകുകയും ചെയ്തു. അതിന്റെ ശാസ്ത്രനാമം E2012/SI എന്നായിരുന്നു.

സോവിയറ്റ് യൂണിയൻകാരായിരുന്ന നോവിച്ചനോക്ക്, വിതാലി നേവ്സ്കി എന്നിവർ ചേർന്നാണ് 2012 സെപ്തംബറിൽ ഇത് ആദ്യമായി ടെലസ്കോപ്പിലൂടെ കണ്ടത്. ഇന്റർനാഷണൽ സൈന്റിഫിക് ഒപ്ടിക്കൽ നെറ്റ്വർക്കിന്റെ (ISON) ഭാഗമായ ആകാശനിരീക്ഷണത്തിലാണ് ഇതുകണ്ടെത്തിയതെന്നതിനാൽ ഐസോൺ എന്ന പേരു നൽകി. സോവിയറ്റ് യൂണിയൻ വിഘടിച്ചപ്പോൾ റഷ്യയിൽ നിന്നു പുറത്തു പോകേണ്ടി വന്ന ശാസ്ത്രജ്ഞരുടെ ഒരു കൂട്ടായ്മാ സംരംഭമാണിത്.

അതിദീർഘവൃത്താകൃതിയിലുള്ള ഒരു സഞ്ചാരപഥമായിരുന്നു ഐസോണിന്റേത്. 2013 നവംബർ അവസാനമാണ് അതിനെ സൂര്യൻ ആവാഹിച്ചെടുത്തത്. സൂര്യനോട് ഇത്രയും അടുത്തെത്തിയ മറ്റൊരു ധൂമകേതു ചരിത്രത്തിലില്ല. 11.6 ലക്ഷം കിലോമീറ്റർ വരെ സൂര്യനോടടുത്തെത്തിയ ശേഷം തിരിച്ചുപോയേക്കുമെന്നു പ്രതീക്ഷിച്ചിരുന്നെങ്കിലും അതു നടന്നില്ല. തിരിച്ചു പോകുമ്പോൾ അതിനെ അത്ഭുതത്തോടെ കാണാമെന്നു പ്രതീക്ഷിച്ച് ടെലസ്കോപ്പുകളുമായി കാത്തിരുന്ന ശാസ്ത്രകുതുകികൾ നിരാശരായതു മിച്ചം.

ഊർട്ടുമേഘമേഖലയിൽ നിന്നുള്ള ഐസോണിന്റെ യാത്ര പതിനയ്യായിരം വർഷം മുമ്പ് ആരംഭിച്ചതാണ്. സൗരയൂഥം ഉണ്ടായ കാലത്തെ ആദിമപദാർഥങ്ങൾ ഇതിൽ കലർപ്പില്ലാതെ അടങ്ങിയിരുന്നു എന്നാണ് കരുതുന്നത്. കാരണം ഇതതിന്റെ കന്നിയാത്രയായിരുന്നു; അവസാനയാത്രയും അതുതന്നെയായി.

ധൂമകേതുക്കൾ പലപ്പോഴും പ്രവചനങ്ങൾക്കതീതമാണ്. പ്രതീക്ഷിക്കാതെ ചിലപ്പോൾ അത് വിസ്മയമുണർത്താം. പ്രതീക്ഷ ഉണർത്തിയശേഷം നിരാശ അവശേഷിപ്പിക്കുന്ന അവസ്ഥയുമുണ്ടാകാം. ഐസോണിന്റെ കാര്യത്തിലുണ്ടായത് രണ്ടാമത്തേതാണ്.

16

ഗ്രഹങ്ങളെത്തേടി ഒരു ആകാശയാത്ര

ആകാശം എക്കാലവും മനുഷ്യന് അത്ഭുതങ്ങളുടെ ഖജനാവാണ്. രാത്രിയിലെ തെളിഞ്ഞ ആകാശം മനസിന്റെ ഉള്ളറകളിൽ അജ്ഞാതമായ സങ്കടങ്ങളുടെയും കൊച്ചുകൊച്ചു സന്തോഷങ്ങളുടെയും വേലിയേറ്റങ്ങളും വേലിയിറക്കങ്ങളും ഉണ്ടാക്കാൻ പോന്നതാണ്. മതങ്ങളും തത്വചിന്തകളും കലയും ശാസ്ത്രവും അനന്തമായ ആകാശദൃശ്യത്തിൽനിന്ന് പ്രചോദനം ഉൾക്കൊണ്ടിട്ടുണ്ട്. ഏതറിവുകളെയും മതവും വിശ്വാസങ്ങളുമായി യോജിപ്പിക്കാനുള്ള പൗരാണിക വാസന ജ്യോതിശാസ്ത്രത്തെയും വെറുതെ വിട്ടില്ല. ഭൂമി ഭൗതികതയുടെയും ആകാശം ആത്മീയതയുടെയും പ്രതീകമായി.

ആകാശഗോളങ്ങളുടെ ചലനങ്ങൾ നഗ്നനേത്രങ്ങൾകൊണ്ടു നിരീക്ഷിച്ചാണ് ആദ്യ തലമുറകൾ ജ്യോതിശാസ്ത്രപരമായ വിജ്ഞാനം സ്വരൂപിച്ചത്. സഞ്ചാരികൾക്ക് ദിക്കറിയാനും സമയമറിയാനും ഇത് അത്യന്താപേക്ഷിതമായിരുന്നു. പ്രാചീന സംസ്കാരങ്ങൾ തനതായും പരസ്പര ആശയവിനിമയത്തിലൂടെയും തങ്ങളാലാവുംവിധം ജ്യോതിശാസ്ത്രത്തെ പരിപോഷിപ്പിച്ചുവന്നു.

നഗ്നനേത്രങ്ങൾകൊണ്ട് സ്വരൂപിച്ചെടുക്കാവുന്ന പ്രപഞ്ചചിത്രം ഭൂമിയെ കേന്ദ്രമാക്കിക്കൊണ്ടുള്ളതായിരുന്നു. സൂര്യൻ, ചന്ദ്രൻ, ചൊവ്വ, ബുധൻ, വ്യാഴം, വെള്ളി, ശനി എന്നീ ഏഴു ഗ്രഹങ്ങൾ ഭൂമിയെ ചുറ്റുന്നു എന്നതായിരുന്നു ധാരണ. ഇന്ത്യക്കാരെ സംബന്ധിച്ചിടത്തോളം രാഹു, കേതു എന്നീ രണ്ട് അസുരഗ്രഹങ്ങളുമുണ്ട്. സൂര്യ–ചന്ദ്ര ഗ്രഹണങ്ങൾക്കു കാരണമായ നിഴലുകൾക്ക് തെറ്റിദ്ധാരണമൂലം നൽകപ്പെട്ട 'ഗ്രഹസ്ഥാശ്രമ'മത്രേ അത്!

ബുധൻ, ശുക്രൻ (വെള്ളി) എന്നീ ഗ്രഹങ്ങളുടെ ചലനം നിരീക്ഷിച്ചതാണ് കോപ്പർനിക്കസിനെ മറിച്ചു ചിന്തിക്കാൻ പ്രേരിപ്പിച്ചത്. എന്തു

കൊണ്ടാണ് ബുധനെയും ശുക്രനെയും രാത്രികാലങ്ങളിൽ കാണാൻ കഴിയാത്തത് എന്ന അന്വേഷണമാണ് ഇതിലേക്കെത്തിച്ചത്. പ്രപഞ്ച കേന്ദ്രം സൂര്യനാണെന്നും സൂര്യൻ ഒരു നക്ഷത്രമാണെന്നും ഭൂമി ഒരു ഗ്രഹം മാത്രമാണെന്നും അത് സ്വയം കറങ്ങുന്നുണ്ടെന്നും ചന്ദ്രൻ ഭൂമിയെ ചുറ്റുന്ന ഉപഗ്രഹമാണെന്നും അദ്ദേഹം മനസിലാക്കി. പ്രപഞ്ചവിജ്ഞാനീയത്തിലെ ഒരു വഴിത്തിരിവായിരുന്നു അത്.

ടെലിസ്കോപ്പുകളുടെ കണ്ടുപിടുത്തം മറ്റൊരു വിപ്ലവത്തിനു വഴി തെളിച്ചു. ടൈക്കോബ്രാഹേ, ഗലീലിയോ, കെപ്ലർ എന്നീ ശാസ്ത്രജ്ഞന്മാർ ജ്യോതിശാസ്ത്രത്തെ വളരെയേറെ പരിപോഷിപ്പിച്ചു. സൂര്യനും ചന്ദ്രനും ഗ്രഹങ്ങളുടെ പട്ടികയിൽനിന്ന് നീക്കപ്പെടുകയും ഭൂമിയെ അവിടെ പ്രതിഷ്ഠിക്കുകയും ചെയ്തു. ഭൂമിക്ക് ചന്ദ്രൻ എന്നപോലെ ചൊവ്വ, വ്യാഴം എന്നീ ഗ്രഹങ്ങൾക്കും ഉപഗ്രഹങ്ങളുള്ളതായി മനസിലാക്കി. എന്നാൽ, ശനിക്കപ്പുറം ഗ്രഹങ്ങളേതെങ്കിലും ഉണ്ടെന്ന ഒരു ധാരണ അവർക്കില്ലായിരുന്നു.

ടെലിസ്കോപ്പുകളുടെ പരിഷ്കരണങ്ങളിലൂടെ അതിന്റെ ദർശന പരിധി വർധിക്കാൻ തുടങ്ങിയതോടെ ജിജ്ഞാസുക്കൾക്ക് അടങ്ങിയിരിക്കാൻ കഴിയാതായി. ആറു ഗ്രഹങ്ങൾക്കിടയിലോ അവയ്ക്കപ്പുറമോ വേറെയും ഗ്രഹങ്ങളുണ്ടോ എന്ന അന്വേഷണമാണ് പിന്നീടു നടന്നത്. അതിന്റെ വിജയപരാജയങ്ങളുടെ ഉദ്വേഗജനകമായ കഥയാണിവിടെ പറയുന്നത്.

സൂര്യനിൽ ചില കറുത്തപാടുകളുടെ ചലനം ശാസ്ത്രജ്ഞന്മാർ നിരീക്ഷിച്ചു വന്നിരുന്നു. ഇത് ഏതെങ്കിലും ഗ്രഹങ്ങളുടെ സഞ്ചാരമായിരിക്കുമോ എന്നവർ സംശയിച്ചു. സൂര്യനും ബുധനും ഇടയിൽ വൾക്കൻ എന്നൊരു ഗ്രഹമുള്ളതായി ഒരു പ്രചരണവുമുണ്ടായി. എന്നാൽ പതിനെട്ടാം നൂറ്റാണ്ടായപ്പോഴേക്കും സൂര്യനും ഭൂമിക്കുമിടയ്ക്ക് ബുധനും വെള്ളി(ശുക്രൻ)യുമല്ലാതെ മറ്റു ഗ്രഹങ്ങളില്ല എന്ന് സ്ഥിരീകരിക്കപ്പെട്ടു. അതോടെ ശ്രദ്ധ അറിയപ്പെട്ടിരുന്നതിൽ വച്ച് അകലെയുള്ള ശനിയുടേയുമപ്പുറത്തേക്കായി.

ദൂരദർശിനികളുണ്ടാക്കുന്നതും അതിലൂടെ ആകാശനിരീക്ഷണം നടത്തുന്നതും വില്യം ഹെർഷൽ എന്ന ബ്രിട്ടീഷ് സംഗീതജ്ഞന്റെ ഒഴിവുസമയ വിനോദമായിരുന്നു. ക്ഷീരപഥത്തിലെ ഇരട്ട നക്ഷത്രങ്ങളായിരുന്നു അദ്ദേഹത്തിന്റെ പ്രധാന ലക്ഷ്യം. വ്യവസ്ഥാപിത നിരീക്ഷണകേന്ദ്രങ്ങൾ ശനിക്കപ്പുറമുള്ള. ഗ്രഹങ്ങളെ ലക്ഷ്യമാക്കിയപ്പോൾ, അതിനുമപ്പുറം ഗ്രഹങ്ങളുണ്ടെന്ന് ഹെർഷൽ വിശ്വസിച്ചിരുന്നില്ല.

1781 മാർച്ച് 13ന് രാത്രി പത്തരമണി. ഇടവം രാശിയിലുള്ള നക്ഷത്രങ്ങളെ നിരീക്ഷിക്കാൻ ഹെർഷൽ തന്റെ ടെലസ്കോപ്പു തിരിച്ചു. അത്ഭുതമെന്നു പറയട്ടെ, മിഥുനം രാശിയോടടുത്ത് ഒരു അസാധാരണ വസ്തുവിനെ അദ്ദേഹം ദർശിച്ചു. അതൊരു ഉപഗ്രഹമോ ധൂമകേതുവോ നെബുലയോ ആയേക്കാമെന്നേ അദ്ദേഹം കരുതിയുള്ളൂ. എന്നാൽ സ്ഥാനഭ്രംശം സംഭവിച്ച നിലയിൽ നാലാം ദിവസം അതിനെ വീണ്ടും ദർശിച്ചപ്പോൾ വാൽ വ്യക്തമാകാത്ത ധൂമകേതുവാണോ അതെന്നു നി

രീക്ഷിക്കാൻ തീരുമാനിച്ചു. സഞ്ചാരപഥം ദീർഘവൃത്താകൃതിയുള്ള ധൂമകേതുക്കളുടേതുമായി അതിനു പൊരുത്തമില്ലെന്നു മനസിലായതോടെ അതൊരു ഗ്രഹമാണെന്നു സ്ഥിരീകരിക്കപ്പെട്ടു. അവസാന ഗ്രഹമെന്നു ധരിച്ചിരുന്ന ശനിക്ക് സൂര്യനിൽനിന്നുള്ളതിന്റെ ഇരട്ടി ദൂരത്തിലായിരുന്നു പുതിയ ഗ്രഹത്തിന്റെ ഭ്രമണം. ഗ്രഹങ്ങളുടെ എണ്ണം ഏഴാകുകയും സൗരയൂഥത്തിന്റെ വ്യാസം ഇരട്ടിയാകുകയും ചെയ്തു എന്നു ചുരുക്കം. പുതിയ ഗ്രഹത്തിന് ഹെർഷൽ നൽകിയ പേര് 'ജോർജ് മൂന്നാമൻ' എന്നാണ്; അന്നത്തെ ബ്രിട്ടീഷ് രാജാവിന്റെ പേര്. അമേരിക്കൻ കോളനികൾ നഷ്ടപ്പെട്ട് ഖിന്നനായിരുന്ന അദ്ദേഹത്തിന്റെ മനോവിഷമം ഒരു പരിധിവരെ ഇതിലൂടെ ലഘൂകരിക്കപ്പെട്ടു. പിന്നീടാണ് ശാസ്ത്രജ്ഞന്മാർ കൂടിയാലോചിച്ച് കൂടുതൽ ഉചിതമായ ഒരു പേരു നൽകിയത് — യൂറാനസ്. ഗ്രീക്കു പുരാണത്തിലെ ജൂപ്പിറ്റർ (വ്യാഴം) ദേവന്റെ മുത്തച്ഛനും സാറ്റേണിന്റെ (ശനി) അച്ഛനുമാണ് 'യൂറാനസ്.'

സൂര്യനിൽനിന്നും ഓരോ ഗ്രഹത്തിലേക്കുമുള്ള ദൂരം അസ്ട്രോനോട്ടിക്കൽ യൂണിറ്റിൽ (AU – 15 കോടി കിലോമീറ്റർ) നൽകുമ്പോൾ അത് ഗണിതപരമായ ഒരു നിയമം അനുസരിക്കുന്നുണ്ടെന്ന് ജോൺ ബോഡോ എന്ന ഒരു ശാസ്ത്രജ്ഞൻ കണ്ടുപിടിച്ചു. ഡാനിയേൽ ടിഷ്യസ് എന്ന മറ്റൊരാളും ഇതറിയാതെതന്നെ ആ ബന്ധം മനസിലാക്കിയിരുന്നു. അതിനാൽ, ഇത് ഇന്ന് ടിഷ്യസ് ബോഡോ നിയമമെന്നാണ് അറിയപ്പെടുന്നത്. സംഖ്യാപരമായ ഒരു യാദൃച്ഛികത എന്നുവിളിച്ച് ശാസ്ത്രജ്ഞന്മാർ തള്ളിക്കളഞ്ഞ ഒരു നിയമമായിരുന്നു അത്. എന്നാൽ എല്ലാവരേയും അത്ഭുതപ്പെടുത്തുമാറ് 'യൂറാനസ്' ഈ നിയമം അനുസരിക്കുന്നുണ്ടായിരുന്നു.

ടിഷ്യസ് ബോഡേ നിയമം

0, 3, 6, 12, 24, 48, 96.....എന്നിങ്ങനെ ഇരട്ടിക്കുന്ന സംഖ്യകളെടുത്ത് ഓരോന്നിനോടും 4 കൂട്ടി 10 കൊണ്ട് ഹരിക്കുക. അപ്പോൾ 0.4, 0.7, 1, 1.6, 2.8, 5.2, 10... എന്ന ശ്രേണി കിട്ടും. ഇത്രയും അസ്ട്രോണമിക്കൽ യൂണിറ്റായിരിക്കും സൂര്യനിൽനിന്നും ഓരോ ഗ്രഹത്തിലേക്കുമുള്ള ദൂരം. സൂര്യനിൽനിന്ന് ഭൂമിയിലേക്കുള്ള ദൂരമാണ് ഒരു അസ്ട്രോണമിക്കൽ യൂണിറ്റ് (Au)– ഏകദേശം 15 കോടി കിലോമീറ്റർ. ശനിവരെയുള്ള ഗ്രഹങ്ങൾ ഈ നിയമം അനുസരിക്കുന്നു. യൂറാനസും ഇതനുസരിക്കുന്നുണ്ട്. ഛിന്നഗ്രഹങ്ങളുടെ കാര്യത്തിലും ഇതുശരിയായി. എന്നാൽ നെപ്ട്യൂണിന്റെ കാര്യത്തിൽ ഇത് പാളിപ്പോയി.

സൂര്യനു പിറക്കാതെ പോയ ഒരു ഗ്രഹം

ടിഷ്യസ് – ബോഡോ നിയമമനുസരിച്ച് ചൊവ്വയ്ക്കും വ്യാഴത്തിനുമിടയിൽ ഒരു ഗ്രഹം കാണേണ്ടതാണ്. യൂറാനസിന്റെ കണ്ടുപിടുത്തം

വാനനിരീക്ഷകരിൽ ആവേശം പകരുകയും അന്വേഷണങ്ങൾക്ക് ആക്കം കൂട്ടുകയും ചെയ്തു. അവരുടെ ശ്രദ്ധ പെട്ടെന്നു തിരിഞ്ഞത് ചൊവ്വയ്ക്കും വ്യാഴത്തിനുമിടയിലേക്കാണ്.

1800 സെപ്തംബറിൽ ജർമനിയിലെ ലിലിയൻഥാൾ എന്ന സ്ഥലത്ത് ആറു ജ്യോതിശാസ്ത്രജ്ഞന്മാർ ഒത്തുചേർന്ന് ഇതിനായി ഒരു കൂടിയാലോചന നടത്തി. ഒരു കൂട്ടായ്മയിലൂടെ മാത്രമേ അതു സാധ്യമാകൂ എന്നവർ വിലയിരുത്തി. പന്ത്രണ്ടു രാശികളിൽ ഓരോന്നിനേയും രണ്ടായി വിഭജിച്ച് ഇരുപത്തിനാലുപേർക്ക് ചുമതല നൽകാൻ തീരുമാനിച്ചു. അതിലൊരാളായി ഇറ്റാലിയൻ ശാസ്ത്രജ്ഞനായ ജിയൂസെപ്പേ പിയാസിയെയും കണ്ടുവച്ചു.

യോഗതീരുമാനമറിയുന്നതിനു മുൻപുതന്നെ 1801 പുതുവർഷ ദിനത്തിൽ പിയാസി ഇടവരാശിയിൽ ഒരു വസ്തുവിനെ ദർശിച്ചു; മങ്ങിയ നക്ഷത്രംപോലെ ഒന്ന്. ഒരു ഗ്രഹത്തിന്റെ പഥം കൈക്കൊണ്ട അതിനെ 'സെറെസ്' എന്ന് നാമകരണം ചെയ്തു. പിന്നീട് ഫെബ്രുവരിയിൽ അതിനെ വീണ്ടും കണ്ടു. പനിപിടിച്ചു കിടപ്പായതിനാൽ പിയാസിക്ക് നിരീക്ഷണം തുടരാൻ കഴിഞ്ഞില്ല. എന്നാൽ, രണ്ടുപ്രാവശ്യം അതുകണ്ട ദിശവച്ച് ഗൗസ് എന്ന ജർമൻ ശാസ്ത്രജ്ഞൻ അതിന്റെ ഏകദേശ ഗതിയും സ്ഥാനവും കണക്കുകൂട്ടി പ്രഖ്യാപിച്ചു. അതനുസരിച്ചുള്ള നിരീക്ഷണത്തിൽ 1801 ഡിസംബറിൽ അനവധിപേർ അതിനെ കന്നിരാശിയിൽ ദർശിച്ചു.

യുറാനസ് കണ്ടുപിടിച്ചപ്പോഴുണ്ടായതുപോലുള്ള ഒരു വിജയാഘോഷം ടിഷ്യസ് ബോഡോയെ തേടിവന്നു. അവരുടെ പ്രവചനംപോലെ ചൊവ്വയ്ക്കും വ്യാഴത്തിനുമിടയ്ക്ക് ദൂരത്തിന്റെ കാര്യത്തിലും കൃത്യത പാലിക്കുന്ന ഒന്നായിരുന്നു 'സെറസ്.' ഇതിനിടെ അതേ ഭ്രമണപഥത്തിൽ മറ്റൊരു വസ്തുവിനെ ഒൽബേഴ്സ് എന്ന ശാസ്ത്രജ്ഞൻ കണ്ടെത്തി. ലിലിയൻഥാൾ സമ്മേളനത്തിൽ പങ്കെടുത്ത ആറുപേരിൽ ഒരാൾ ഇദ്ദേഹമായിരുന്നു. ഇതിനദ്ദേഹം 'പല്ലാസ്' എന്നു പേരിട്ടു. അതേത്തുടർന്ന് അതേ പഥത്തിൽ വലുതും ചെറുതുമായ അനേകായിരം വസ്തുക്കളെ കണ്ടെത്തി. നമ്മുടെ പഴയ സുഹൃത്ത് ഹെർഷൽ അത് ഗ്രഹങ്ങളല്ല എന്നും 'അസ്റ്ററോയ്ഡു'കളാണെന്നും പറഞ്ഞു. വലിയ വസ്തുക്കൾക്കെല്ലാം പേരു നൽകി. അസ്റ്ററോയ്ഡുകളാൽ വലയം ചെയ്യപ്പെടുന്ന ആ മേഖല ഇന്ന് അസ്റ്ററോയ്ഡ് ബെൽറ്റ് എന്നാണറിയപ്പെടുന്നത്. ഒരെണ്ണം സൂര്യനെ വലംവയ്ക്കാൻ അഞ്ചുവർഷമെടുക്കും. ഒരു ഗ്രഹം ചിന്നിച്ചിതറിയതാണിതെന്നാണ് ഒൽബേഴ്സ് സിദ്ധാന്തിച്ചത്. എന്നാൽ, കൂടിച്ചേർന്ന് ഒന്നായി ഒരു ഗ്രഹമായിത്തീരാൻ വേണ്ടുവോളമുള്ള ഗുരുത്വാകർഷണം സ്വരൂപിക്കാൻ കഴിയായ്കമൂലം അലഞ്ഞുതിരിയാൻ വിധിക്കപ്പെട്ടതാണിതെന്നാണ് ഭൂരിപക്ഷം ശാസ്ത്രജ്ഞന്മാരും കരുതുന്നത്. വ്യാഴത്തിന്റെ ശക്തിയേറിയ ഗുരുത്വംമൂലം അലസിയ ഒരു ജന്മം.

എട്ടാമത്തെ ഗ്രഹത്തെത്തേടി ഒരു വേട്ട

പ്രകൃതിയുടെ നിലനിൽപ്പ് നിയമാധിഷ്ഠിതമായിട്ടാണ്. അത് അച്ചടക്കത്തോടെ പരിപാലിക്കപ്പെടുന്നതുമാണ്. പ്രകൃതിനിയമങ്ങളെ നിർദ്ധാരണം ചെയ്യലാണ് ശാസ്ത്രജ്ഞന്റെ അടിസ്ഥാനപരമായ കടമ. ഗലീലിയോ കണ്ടെത്തിയ ഭൗമനിയമങ്ങളും കെപ്ലർ കണ്ടെത്തിയ ഭ്രമണ നിയമങ്ങളും ക്രോഡീകരിച്ച് സാർവലൗകികമാക്കിയത് ന്യൂട്ടനാണ്. ന്യൂട്ടന് ശാസ്ത്രത്തിലുള്ള സ്ഥാനം അതുല്യമാണ്.

ഏഴാമത്തെ ഗ്രഹമായ യുറാനസിന്റെ ഭ്രമണത്തിൽ ചില വൈകല്യങ്ങൾ ശാസ്ത്രജ്ഞന്മാർ കണ്ടെത്തി. അത് കെപ്ലറുടെയും ന്യൂട്ടന്റെയും ചില നിയമങ്ങൾ ലംഘിക്കുന്നതായി അവർ ശ്രദ്ധിച്ചു. ശാസ്ത്രജ്ഞന്മാർക്ക് ഇതു വലിയ തലവേദനയ്ക്കു കാരണമായി. 1845 ൽ ജോർജ് ബിഡൽ എയറി എന്ന ബ്രിട്ടീഷ് ശാസ്ത്രജ്ഞൻ ഇതിനെ സംബന്ധിച്ച ഒരു പ്രബന്ധം പ്രസിദ്ധീകരിച്ചു. യുറാനസിന്റെമേൽ ഏതോ ബാഹ്യശക്തി സ്വാധീനം ചെലുത്തുന്നുണ്ട് എന്നായിരുന്നു അതിന്റെ സാരം. ജോൺ കോച്ച് ആദം എന്ന അപ്രശസ്തനായ ഒരു ഗണിതജ്ഞനാണ് ഈ പ്രശ്നത്തെ അഭിസംബോധന ചെയ്തത്. അറിവിൽപ്പെടാത്ത മറ്റൊരു ഗ്രഹത്തിന്റെ ഗുരുത്വാകർഷണമാണ് യുറാനസിനെ സ്വാധീനിക്കുന്നതെന്നും അതിന്റെ ഗതി തിരിക്കുന്നതെന്നും അദ്ദേഹം അനുമാനിച്ചു. അങ്ങനെ ഒന്നുണ്ടെങ്കിൽ അതിന്റെ സ്വരൂപവും സ്വഭാവവും ദിശയും വരെ അദ്ദേഹം കണക്കുകൂട്ടി നിർണയിച്ചു. തന്റെ ഗവേഷണഫലങ്ങളുമായി പ്രശ്നാവതാരകനായ ബിഡൽ എയറിയെ അദ്ദേഹം സമീപിച്ചു. എന്നാൽ, പ്രശസ്തനല്ലാത്ത കോച്ച് ആദമുമായി സംവദിക്കാൻപോലും തലക്കനം എയറിയെ അനുവദിച്ചില്ല. യുറാനസിന്റെ അനുസരണക്കേട് മറ്റൊരു ഗ്രഹത്തിന്റെ സാമീപ്യം കൊണ്ടല്ല എന്നും അഥവാ ആണെങ്കിൽത്തന്നെ അതു കണ്ടുപിടിക്കാൻ കഴിയുകയില്ലെന്നും പറഞ്ഞ് ആദമിനെ ഒഴിവാക്കുകയും ചെയ്തു. ബ്രിട്ടീഷുകാർക്ക് അഭിമാനിക്കാൻ വകനൽകിയേക്കുമായിരുന്ന ഒരവസരം ഇതിലൂടെ നഷ്ടമാവുകയായിരുന്നു.

ജീൻ ജോസഫ് ലെവറിയർ എന്ന ഒരു ഫ്രഞ്ചു ശാസ്ത്രജ്ഞൻ എട്ടാമത്തെ ഗ്രഹത്തെ പ്രവചിക്കുന്ന ഒരു രേഖ പ്രസിദ്ധീകരിച്ചത് എയറിയുടെ ശ്രദ്ധയിൽപ്പെട്ടു. പണ്ട് കോച്ച് ആദം നൽകിപ്പോയ കണക്കുകളുമായി അതിനുള്ള സാദൃശ്യം അദ്ദേഹം ശ്രദ്ധിച്ചു. മിഥ്യാഭിമാനിയായ അദ്ദേഹം സ്വന്തം നിരീക്ഷണശാല ഉപയോഗിക്കാതെ കേംബ്രിഡ്ജിലെ ഒരു വാനനിരീക്ഷകനായ ജെയിംസ് ചള്ളിസിനോട് പുതിയൊരു ഗ്രഹമുണ്ടോ എന്നു നിരീക്ഷിക്കുവാനാവശ്യപ്പെട്ടു. ചള്ളിസാകട്ടെ കോച്ച് ആദമിന്റെ അപേക്ഷപ്രകാരം അതാരംഭിച്ചും കഴിഞ്ഞിരുന്നു. ഒരു മാസത്തിനിടെ രണ്ടുപ്രാവശ്യം അതു കണ്ടെങ്കിലും അത് അന്വേഷണവിധേയമായ ഗ്രഹമാണെന്ന്, നിർഭാഗ്യവശാൽ ചള്ളിസ് തിരിച്ചറിഞ്ഞില്ല.

ഫ്രാൻസിൽ ലെവറിയറും അസ്വസ്ഥനായിരുന്നു. കേംബ്രിഡ്ജിൽ ചള്ളിസ് നടത്തുന്ന ശ്രമങ്ങളെക്കുറിച്ച് അദ്ദേഹത്തിനറിവില്ലായിരുന്നു. അറിയപ്പെടുന്ന നിരീക്ഷണശാലകളിലേക്കെല്ലാം അദ്ദേഹം ഇതേ

ക്കുറിച്ച് അഭ്യർഥന നടത്തി. ഇതു കാണാനിടയായ ഗോട്ടിഫ്രൈഡ് ഗാലേ എന്ന, ബർലിൻ നിരീക്ഷണശാലയിലെ ശാസ്ത്ര വിദ്യാർഥി ആവേശഭരിതനായി. മേലധികാരികളുടെ എതിർപ്പുകൾ വകവയ്ക്കാതെ തന്നെ അയാൾ 1846 ൽ പുതിയ ഗ്രഹത്തിനു വേണ്ടിയുള്ള അന്വേഷണമാരംഭിച്ചു. ലെവറിയറുടെ കണക്കുകൂട്ടലുകൾക്കനുസരിച്ച് പ്രസ്തുത ഗ്രഹം ഉണ്ടാകാനിടയുള്ള മകരം-കുംഭം രാശികളെ ലക്ഷ്യമാക്കി ഗാലേ തന്റെ ഒമ്പതിഞ്ചു ദൂരദർശിനി തിരിച്ചുവച്ചു. പുതിയ ഒരു വസ്തു അദ്ദേഹത്തിന്റെ ദൃശ്യത്തിലുൾപ്പെട്ടു. കൈയിലുള്ള നക്ഷത്രപടങ്ങളുമായി ഒത്തുനോക്കിയപ്പോൾ അതിലൊന്നും ഉൾപ്പെടാത്തതാണ് ഇതെന്നും അദ്ദേഹത്തിനു മനസിലായി. ഉടനെതന്നെ ഈ വിവരം അദ്ദേഹം മറ്റു നിരീക്ഷണശാലകളെ അറിയിച്ചു.

ജീൻ ജോസഫ്

പിറ്റേന്നും പ്രസ്തുത വസ്തുവിനെ തലേദിവസം കണ്ടതിൽനിന്നും അൽപ്പം മാറിയ സ്ഥാനത്ത് കണ്ടു. അതുവരെ അറിയപ്പെടാതിരുന്ന മറ്റൊരു ഗ്രഹമാണതെന്ന് അദ്ദേഹം തിരിച്ചറിഞ്ഞു- എട്ടാമത്തെ ഗ്രഹം. പുതിയ ഗ്രഹത്തിനു പേരു നൽകിയത് ലെവറിയറാണ്. സമുദ്രദേവതയായ നെപ്ട്യൂണിന്റെ പേരാണ് ആകാശസാഗരത്തിലെ പുതിയ അതിഥിക്ക് നൽകിയത്.

ഗാലേയെ തന്റെ സംരംഭത്തിൽനിന്നു വിലക്കിയമേലധികാരി അദ്ദേഹത്തിനെഴുതി. “ഉജ്ജ്വലമായ ഈ നേട്ടത്തിന് ഞാൻ താങ്കളെ അഭിനന്ദിക്കുന്നു. ന്യൂട്ടന്റെ സാർവത്രിക ഗുരുത്വാകർഷണ സിദ്ധാന്തത്തെ ഒരിക്കൽക്കൂടി തെളിയിക്കുന്നതിനു നൽകിയ സംഭാവനകൾക്ക് ശാസ്ത്രലോകം എന്നും താങ്കൾക്കുകടപ്പെട്ടിരിക്കും.”

പുതിയ ഗ്രഹത്തെ ഒരു ജർമൻകാരൻ കണ്ടുപിടിച്ച വിവരം ഇടിവെട്ടുകൊണ്ടതുപോലെയാണ് ചള്ളിസ് അറിഞ്ഞത്. നെപ്ട്യൂൺ ആഡംസിനും ലവറിയർക്കും പ്രസിദ്ധി നേടിക്കൊടുത്തുവെങ്കിലും ന്യൂട്ടൻ കൂടുതൽ ആരാധ്യനായി. ഗുരുത്വാകർഷണസിദ്ധാന്തം സംശയാതീതമായി തെളിയിക്കപ്പെട്ടു.

‘ഒൻപതാമൻ’ പ്ലൂട്ടോ

ചൊവ്വ ഗ്രഹത്തിലെ ജീവികളെ കണ്ടെത്തുകയായിരുന്നു പെർസി

വൽ ലോവെൽ എന്ന അമേരിക്കൻ ശാസ്ത്രജ്ഞന്റെ ജീവിതലക്ഷ്യം. തന്റെ ദൗത്യം അടുത്തൊന്നും വിജയിക്കാൻ പോകുന്നില്ല എന്നു തിരിച്ചറിഞ്ഞപ്പോഴാണ് അദ്ദേഹം ഒൻപതാമത്തെ ഗ്രഹം കണ്ടെത്തുക എന്ന ലക്ഷ്യത്തിലേക്കു തിരിഞ്ഞത്. യുറാനസിന്റെ അനുസരണയില്ലായ്മ നെപ്ട്യൂണിനെ കണ്ടുപിടിക്കാൻ സഹായിച്ചതുപോലെ നെപ്ട്യൂണിനും ഇത്തരത്തിലുള്ള വല്ല അനുസരണക്കേടുമുണ്ടോ എന്നറിയുകയായിരുന്നു ആദ്യപടി.

1915 മാർച്ച് 19, ഏപ്രിൽ 7 എന്നീ തീയതികളിൽ ഫ്ളാഗ് സ്റ്റാഫ് ലോവെൽ നിരീക്ഷണകേന്ദ്രത്തിലെ ഒൻപതിഞ്ചു ദൂരദർശിനിയുടെ ഫോട്ടോഗ്രാഫിക് പ്ലേറ്റുകളിൽ ലോവെൽ പകർത്തുകയുണ്ടായ രണ്ടു ചിത്രങ്ങളിൽ പതിഞ്ഞിരുന്ന ചെറിയ പാട് ആരും ശ്രദ്ധിച്ചില്ല. ലോവെൽ വിരിച്ച വലയിൽ വീണ് അതിൽനിന്നു രക്ഷപ്പെട്ട ഒൻപതാമതു ഗ്രഹമായിരുന്നു അത്. ജീവിതലക്ഷ്യമൊന്നും നിറവേറാതെ അസംതൃപ്തമായ മനസോടെ ലോവെൽ 1916 നവംബറിൽ ഹൃദയാഘാതംമൂലം മരിച്ചു.

മിഡ്വെസ്റ്റിലെ ഒരു തോട്ടം സൂക്ഷിപ്പുകാരനായ ക്ലൈഡ് ടോംബാഗ് (Tombaugh) എന്ന ഇരുപത്തിരണ്ടു വയസുള്ള ഒരു ചെറുപ്പക്കാരൻ വാനനിരീക്ഷണത്തിൽ ആകൃഷ്ടനായി. സ്വന്തമായി നിർമിച്ച ടെലിസ്കോപ്പിലൂടെ അദ്ദേഹം ആകാശനിരീക്ഷണം നടത്തിവന്നു. ഇത് ലോവെൽ നിരീക്ഷണകേന്ദ്രത്തിന്റെ പുതിയ മേധാവി മെൽവിൻ സ്ലിഫറിന്റെ ശ്രദ്ധയിൽപ്പെട്ടു. അയാളെ നിരീക്ഷണശാലയിലേക്കു ക്ഷണിക്കാനും ഗൗരവമേറിയ ദൗത്യമേൽപ്പിക്കാനും അദ്ദേഹം ആഗ്രഹിച്ചു. ടോംബാഗ് അതു സമ്മതമാണെന്നറിയിക്കുകയും ചെയ്തു. കാനാസിൽനിന്ന് അരിസോണയിലേക്ക് തീവണ്ടികയറുമ്പോൾ യാത്രയയയ്ക്കാനെത്തിയ അച്ഛൻ ഉപദേശിച്ചു: “അരിസോണയിലെ സുന്ദരികളുടെ വലയിൽ നീ വീണുപോകരുത്.”

കൂടുതൽ വിസ്തീർണമുള്ള പ്രദേശം നിരീക്ഷിക്കാൻ കഴിവുള്ള ഒരു പതിമൂന്നിഞ്ചു ഫോട്ടോഗ്രാഫിക് ടെലസ്കോപ്പാണ് ടോംബാഹിനു ലഭിച്ചത്; അന്നു ലഭ്യമായതിൽ ഏറ്റവും മെച്ചപ്പെട്ട ഒന്ന്. 1929 ഏപ്രിൽ മാസത്തിലാണ് ടോംബാഗ് ദൂരദർശിനിയുടെ നിയന്ത്രണമേറ്റെടുത്തത്. മിഥുനം രാശിയുടെ പടമെടുക്കുമ്പോൾ അന്വേഷണവിധേയമായ ഗ്രഹത്തിന്റെ ചിത്രം പതിഞ്ഞിരുന്നു -- അന്നും അതു തിരിച്ചറിഞ്ഞില്ല. ടോംബാഗ് പുതിയൊരു തന്ത്രം മെനഞ്ഞു; ദിവസേന ഓരോ രാശിയുടെ മുമ്മൂന്നു പടങ്ങളെടുത്തു പരിശോധിക്കുക. കുംഭം–മീനം രാശിയും തുടർന്ന് മേടം–ഇടവം രാശിയും നിരീക്ഷണ വിധേയമായി. 1930 ജനുവരി 21 ന് മിഥുനം രാശിയിലെ ‘ഡെൽട്ട ജമിനോറം’ എന്ന ഭാഗത്തിന്റെ പടമെടുത്തു. 23, 29 തീയതികളിലും അതു തുടർന്നു. ഒരു പുതിയ വസ്തുവിന്റെ മങ്ങിയ ഛായ അതിലെല്ലാമുണ്ടായിരുന്നു. ആശ്ചര്യഭരിതനായ ടോംബാഗ്, സ്ലിഫറുടെ ഓഫീസിലേക്ക് ഓടിക്കയറി വിളിച്ചു പറഞ്ഞു:

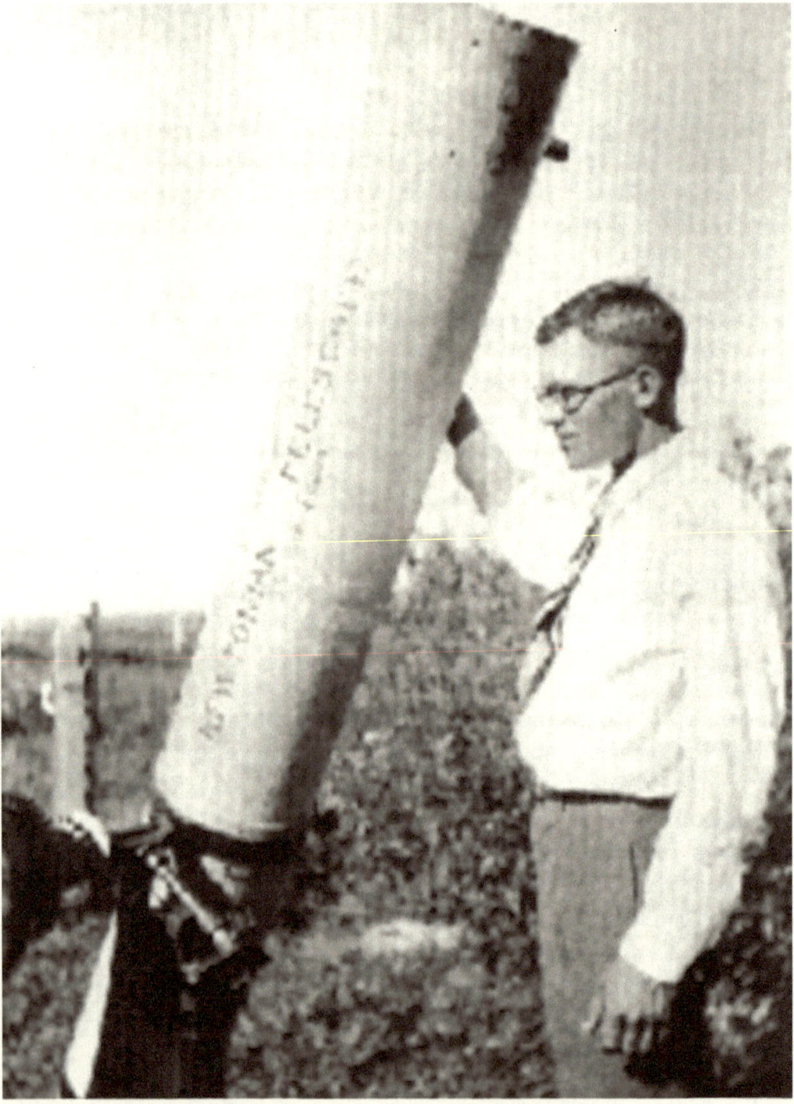

ക്ലൈഡ് ടോംബാഗ് സ്വയം നിർമിച്ച ടെലിസ്കോപ്പിനരികെ

“ഞാനവനെ പിടിച്ചു!” അരിസോണയിലെ സുന്ദരിമാരുടെ വലയിൽ വീണുപോയില്ല എന്നു മാത്രമല്ല, പിടികിട്ടാപ്പുള്ളിയായ ഒരു ഗ്രഹം അദ്ദേഹത്തിന്റെ വലയിൽ വന്നു വീഴുകയും ചെയ്തു.

പിറ്റേന്നു രാത്രി മേഘങ്ങൾമൂലം മിഥുനം രാശി മറഞ്ഞിരുന്നു.

ഫെബ്രുവരി 20 ന് കുറേക്കൂടി വലിയ ദൂരദർശിനിയിലൂടെ അദ്ദേഹം അതിനെ കൂടുതൽ വ്യക്തതയോടെ കണ്ടു. ലോവെൽ പ്രവചിച്ചതിന്റെ പത്തിലൊന്നു വെളിച്ചം മാത്രമേ അതിനുണ്ടായിരുന്നുള്ളൂ; നെപ്ട്യൂണിന്റെ നൂറിലൊന്ന്.

1930 മാർച്ച് പതിമൂന്നിന്, ലോവെലിന്റെ 75–ാം പിറന്നാളും യൂറാനസ് കണ്ടുപിടിച്ചതിന്റെ 149–ാം വാർഷികവും ഏകീഭവിക്കുന്ന ദിവസം, നെപ്ട്യൂണിനുമപ്പുറം ഒരു പുതിയ ഗ്രഹത്തെ കണ്ടുപിടിച്ച പ്രഖ്യാപനം നടന്നു. അത് പ്രധാനപത്രങ്ങളിൽ മുൻപേജിൽത്തന്നെ നാലുകോളം വാർത്തയായി വരികയും ചെയ്തു.

പുതിയ ഗ്രഹത്തിന് നാമകരണം ചെയ്യുവാൻ ആയിരക്കണക്കിനു പേരുകൾ നിർദേശിക്കപ്പെട്ടു. ലോവെലിന്റെ ഭാര്യ കോൺസ്റ്റാൻസ് അതിന് ലോവെലിന്റെ പേരു നൽകണമെന്ന് വാശിപിടിച്ചു. എന്നാൽ, ചുരുക്കിയ നാമാവലിപ്പട്ടികയിൽ മൂന്നുപേരേ അവശേഷിച്ചുള്ളൂ — മിനർവ, ക്രോണസ്, പ്ലൂട്ടോ. വിവേകത്തിന്റെ ദേവതയായ മിനർവയുടെ പേര് ഇതിനകംതന്നെ ഒരു അസ്റ്ററോയ്ഡിനു നൽകിക്കഴിഞ്ഞിരുന്നു. അതുകൊണ്ടതൊഴിവാക്കി. യൂറാനസിന്റെ മകനും നെപ്ട്യൂണിന്റെ അച്ഛനുമായ ക്രോണസിന്റെ പേരു നിർദേശിച്ച ജാഫേഴ്സൺ ജാക്സൺ ഭൂമിയാണ് പ്രപഞ്ചകേന്ദ്രമെന്ന് അന്നും വിശ്വസിച്ചിരുന്ന ഒരു യാഥാസ്ഥിതികനായിരുന്നു. അതല്ലെങ്കിൽ ആ പേര് സ്വീകരിക്കപ്പെടുമായിരുന്നുവത്രേ! പ്ലൂട്ടോ എന്ന പേര് സ്ഥിരീകരിക്കപ്പെട്ടു — അധോലോകദേവത. പെർസിവൽ ലോവെലിന്റെ പേരിന്റെ ആദ്യാക്ഷരങ്ങൾ അടങ്ങിയിട്ടുമുണ്ട്.

ഒരു ഉപഗ്രഹമായ ചന്ദ്രനേക്കാൾ വലിപ്പക്കുറവുള്ള പ്ലൂട്ടോക്ക് ഗ്രഹത്തിന്റെ പദവി നൽകുന്നതിന് പല ശാസ്ത്രജ്ഞന്മാരും അന്നുതന്നെ എതിരായിരുന്നു. സ്രാവെന്നു കരുതി വലവിരിച്ച് മത്തിയെ ലഭിച്ചതുപോലെ. മെൽവിൻ സ്ലിഫറിന്റെ മേൽനോട്ടത്തിലും നിർദേശങ്ങൾക്കനുസരിച്ചുമാണ് ടോംബാഗ് എല്ലാ ജോലികളും നിർവഹിച്ചിരുന്നത്. പക്ഷേ, അംഗീകാരവും അനുമോദനങ്ങളും മുഴുവനായും ലഭിച്ചത് ടോംബാഗിനാണ്. ഇതിൽ സ്ലിഫർ ഖിന്നനായി.

1943 വരെ ടോംബാഗ് പുതിയ ഗ്രഹങ്ങൾക്കുവേണ്ടിയുള്ള അന്വേഷണം തുടർന്നു. അരിസോണ സ്റ്റേറ്റ് കോളേജ്, വൈറ്റ് സാന്റ് മിസൈൽ റേഞ്ച്, ന്യൂ മെക്സിക്കോ സ്റ്റേറ്റ് യൂണിവേഴ്സിറ്റി എന്നീ സ്ഥാപനങ്ങളിൽ സേവനമനുഷ്ഠിച്ചു. 1980 ൽ *അന്ധകാരത്തിൽ നിന്ന് ഒരു ഗ്രഹം: പ്ലൂട്ടോ* എന്ന ഗ്രന്ഥം പ്രസിദ്ധീകരിച്ചു.

മറ്റു നക്ഷത്രങ്ങളുമായി ബന്ധപ്പെട്ട സൗരയൂഥങ്ങളും ഇന്ന് നിരീക്ഷണ വിധേയമാണ്. അത്തരം സൗരയൂഥങ്ങളിൽ ജീവജാലങ്ങളോ, മനുഷ്യനെപ്പോലെ ബുദ്ധിയുള്ള ജീവികളോ ഉണ്ടോ എന്നതും അന്വേഷണവിഷയമാണ്. ചക്രവാളം അറിയുംതോറും അടുക്കുംതോറും അകലുന്ന ഒന്നാണ്; ഒരു മാരീചനെപ്പോലെ.

17

ഭൂമിയിൽനിന്നുള്ള ആകാശക്കാഴ്ച

രാത്രിയിൽ ആകാശമൊരു നക്ഷത്രക്കൂടാരമാണ്. രത്നങ്ങളും വൈരങ്ങളും പതിച്ച ഒരു നീല മേലാപ്പ്. ആ നക്ഷത്രക്കുഞ്ഞുങ്ങൾ ഊഹിക്കാവുന്നതിലും വലിയ രാക്ഷസീയ ഗോളങ്ങളാകാം, ഊഹിക്കാവുന്നതിനുമപ്പുറമുള്ള വിദൂരതയിലുമാകാം. ദൈവം അബ്രഹാമിനെ അനുഗ്രഹിച്ചതിങ്ങനെയായിരുന്നു: "നിന്റെ സന്തതിയെ ഞാൻ ആകാശത്തിലെ നക്ഷത്രങ്ങൾ പോലെയും കടൽക്കരയിലെ മണൽത്തരികൾ പോലെയും അത്യധികം വർധിപ്പിക്കും" (*ഉൽപ്പത്തി പുസ്തകം* 22,17). പക്ഷേ, ഏറിയാൽ ആറായിരത്തോളം നക്ഷത്രങ്ങളെ മാത്രമേ നമുക്ക് നഗ്നനേത്രങ്ങൾകൊണ്ടു കാണാൻ കഴിയൂ. അബ്രഹാമും അത്രമാത്രമേ കണ്ടു കാണാനിടയുള്ളൂ. എന്നാൽ, സങ്കീർണമായൊരു ദൂരദർശിനിയിലൂടെ നോക്കിയാൽ കോടിക്കണക്കിനു നക്ഷത്രങ്ങളാണിന്നു കാഴ്ചയിൽ തെളിയുക.

എല്ലാ നക്ഷത്രങ്ങളും ഒരേ വിതാനത്തിലാണെന്നു തോന്നുമെങ്കിലും അവ തമ്മിൽത്തമ്മിലുള്ള അകലം നമുക്കു മനസിലാക്കാവുന്നതല്ല; ഊഹിക്കാവുന്നതുമല്ല. അത് ആയിരക്കണക്കിന് പ്രകാശവർഷങ്ങളാകാം. സൂര്യൻ ആണ് നാം കാണുന്ന ഏറ്റവും പ്രകാശമുള്ള വസ്തു. വാസ്തവത്തിൽ അത് ക്ഷീരപഥത്തിലെ ഒരു ഇടത്തരം നക്ഷത്രമാണ്. പകൽ സമയത്ത് നക്ഷത്രങ്ങളെ കാണാൻ കഴിയാത്തത് സൂര്യപ്രകാശത്തിന്റെ പ്രഭാവം മൂലമാണ്. രാത്രിയിൽ നാം കാണുന്ന ഏറ്റവും പ്രകാശമാനമായ വസ്തു ചന്ദ്രനാണ്. ചന്ദ്രനോ മറ്റു ഉപഗ്രഹങ്ങൾക്കോ ഗ്രഹങ്ങൾക്കോ സ്വയം പ്രകാശമില്ല — സൂര്യവെളിച്ചം തട്ടി പ്രതിഫലിക്കുന്നതു കൊണ്ടാണ് നാം അവയെ കാണുന്നത്. ചന്ദ്രൻ ഭൂമിയോട് ഏറ്റവും അടുത്തുള്ള ഗോളമായതിനാലാണ് വലിപ്പവും പ്രകാശവും കൂടുതൽ തോന്നിക്കുന്നത്. ഭൂമിയെ വലം വയ്ക്കുന്ന ഒരേയൊരു ഗോളവും

ചന്ദ്രനാണ്.

ഭൂമിയടക്കം എല്ലാ ഗ്രഹങ്ങളും സൂര്യനെയാണ് വലംവയ്ക്കുന്നത്. ഈ തിരിച്ചറിവിന് പ്രചാരം ലഭിച്ചത് കോപ്പർനിക്കസിന്റെ ജീവിതശേഷവും ഗലീലിയോയുടെ ജീവിതകാലത്തുമാണ്; 17–ാം നൂറ്റാണ്ടിൽ. ഇന്ത്യൻ ജ്യോതിശാസ്ത്രജ്ഞനായിരുന്ന ആര്യഭടൻ ഒൻപതാം നൂറ്റാണ്ടിൽത്തന്നെ ഇതു തിരിച്ചറിഞ്ഞെങ്കിലും മുഖ്യധാരാ ജ്യോതിഷികൾ ഇത് അംഗീകരിച്ചില്ല എന്നു മാത്രമല്ല, തമസ്കരിക്കുകയും ചെയ്തു.

ഭൂമി പ്രപഞ്ചകേന്ദ്രമല്ല എന്നു സിദ്ധാന്തിച്ചതിന് കോപ്പർനിക്കസിന് പഴി കേൾക്കേണ്ടി വരികയും അദ്ദേഹത്തിന്റെ ആശയങ്ങൾ പ്രചരിപ്പിച്ചതിന് ബ്രൂണോ വധശിക്ഷയ്ക്കു വിധേയനാക്കപ്പെടുകയും ചെയ്തു. ഇവരുടെ ആശയങ്ങളെ പിന്താങ്ങിയതിന് ഗലീലിയോ വിചാരണ ചെയ്തു തടവിലാക്കപ്പെട്ടു.

രണ്ടുനൂറ്റാണ്ടുകൾക്കുശേഷം ഡാർവിൻ പരിണാമ സിദ്ധാന്തം അവതരിപ്പിച്ചപ്പോഴും യാഥാസ്ഥിതികർ ഇളകി. കാലം മാറുന്നതിനോടൊത്ത് നീതിസങ്കൽപ്പങ്ങൾ മാറുകയാൽ ഡാർവിൻ ശിക്ഷിക്കപ്പെട്ടില്ല.

ദിവസത്തിലൊരു പ്രാവശ്യം ഭൂമി അതിന്റെ സാങ്കൽപ്പിക അച്ചുതണ്ടിൽ കറങ്ങുന്നുണ്ട്. ഭൂമധ്യരേഖയോടടുത്ത് അതിന്റെ വേഗത ഏതാണ്ട് മണിക്കൂറിൽ 1500 കിലോമീറ്ററാണ്. ഭൂമിയിൽ ദിനരാത്രങ്ങളുണ്ടാകാനുള്ള കാരണമിതാണ്. ഭൂമി പടിഞ്ഞാറുനിന്ന് കിഴക്കോട്ടാണ് തിരിയുന്നത്. അതുകൊണ്ടാണ് ആകാശഗോളങ്ങൾ ദിവസത്തിലൊരു പ്രാവശ്യം കിഴക്കുനിന്നു പടിഞ്ഞാറേക്കു പോകുന്നതായി നമുക്കു തോന്നുന്നത്.

വർഷത്തിലൊരിക്കൽ ഭൂമി സൂര്യനെ ഒരുവട്ടം വലംവയ്ക്കും. അതിന്റെ വേഗതയാകട്ടെ, മണിക്കൂറിൽ 1,08,000 കിലോമീറ്ററാണ്. മറ്റൊരു രീതിയിൽ പറഞ്ഞാൽ ഭൂമി എന്ന വാഹനത്തിൽ മനുഷ്യൻ സൂര്യനെ വർഷത്തിൽ ഒരു വട്ടം പ്രദക്ഷിണം ചെയ്യും. അതിനിടെ സഞ്ചരിക്കുന്ന ദൂരമാകട്ടെ, 100കോടി കിലോമീറ്ററും. തനിക്ക് അറുപതു വയസായി എന്ന് ഒരാൾ പറഞ്ഞാൽ അതിനർഥം അയാൾ ഇതുവരെ സൂര്യനെ അറുപതുവട്ടം വലംവച്ചു കഴിഞ്ഞു എന്നാണ്. എന്നാൽ, തലങ്ങനെയും വിലങ്ങനെയും അതിവേഗം സഞ്ചരിച്ചുകൊണ്ടിരിക്കുന്നതായി ഒരാൾക്കും തോന്നുകയില്ല. എന്താണിതിനു കാരണം?

നമ്മുടെ എല്ലാ കാഴ്ചകളും ആപേക്ഷികമാണ്. തീവണ്ടിയിൽ സഞ്ചരിക്കുമ്പോൾ, അല്ലെങ്കിൽ ബോട്ടിൽ സഞ്ചരിക്കുമ്പോൾ ചുറ്റുപാടുകൾ പിറകോട്ടു സഞ്ചരിക്കുന്നതായിട്ടാണ് നമുക്കു പലപ്പോഴും അനുഭവപ്പെടുന്നത്. തീവണ്ടി സാവധാനം പ്ലാറ്റ്ഫോം വിടുന്ന സമയത്ത് പ്ലാറ്റ്ഫോമിലേക്കു നോക്കിയാൽ വണ്ടിയാണ് ചലിക്കുന്നതെന്നു മനസിലാകും. എന്നാൽ, മറുവശത്തു കിടക്കുന്ന മറ്റൊരു വണ്ടിയിലേക്കാണു നോക്കുന്നതെങ്കിൽ അതു പിറകോട്ടാണോ ഇതു മുന്നോട്ടാണോ ചലിക്കുന്നതെന്നു സംശയവും തോന്നും. നിജസ്ഥിതി അറിയാൻ പ്ലാറ്റ്ഫോമിലേക്കു

നോക്കേണ്ടിവരും. ഭൂമിയിലെ സഞ്ചാരി എന്ന നിലയിൽ അത്തരത്തിലൊരു തിരിച്ചറിവിനായി ഉപയോഗിക്കാവുന്ന ഒരു ആധാരം നമുക്കില്ല. അതുകൊണ്ട് ഭൂമിയോടൊപ്പം നാം സഞ്ചരിക്കുകയാണ് എന്ന് ഒരിക്കലും തോന്നുകയില്ല. ട്രെയിനിന്റെ കൂരയിൽ ഫാനിനടുത്ത് വലകെട്ടിയിരിക്കുന്ന ഒരു ചിലന്തിയുടെയോ അവിടെ ഇഴയുന്ന ഒരു ഉറുമ്പിന്റെയോ കാര്യമെടുക്കാം. അതിന് ട്രെയിൻ ചലിക്കുന്ന കാര്യം അറിയുകയേ ഇല്ല. അതുപോലെ ഉരുണ്ട ഭൂമിയുടെ ഉപരിതലത്തിലുണ്ടാകുന്ന വളവും നമുക്കു മനസിലാക്കാവുന്നതല്ല. അതുകൊണ്ടാണ് അതു പരന്നിരിക്കുന്നു എന്നു നമുക്കു തോന്നുന്നത്. വലിയൊരു പന്തിന്റെ പുറത്തിഴയുന്ന ഉറുമ്പിനും പന്തിന്റെ ചലനവും രൂപവും മനസിലാകുകയില്ല.

ഭൂമി അതിന്റെ അച്ചുതണ്ടിൽ ഒരു പ്രാവശ്യം കറങ്ങുന്നതിനെടുക്കുന്ന സമയം 23 മണിക്കൂറും 56 മിനിറ്റുമാണ്. ഇതിനെ ഒരു നക്ഷത്ര ദിനം എന്നാണ് പറയുക. ഈ സമയംകൊണ്ട് ഭൂമി അതിന്റെ സൂര്യനു ചുറ്റുമുള്ള പ്രദക്ഷിണപഥത്തിൽ 1 ഡിഗ്രി സഞ്ചരിച്ചിരിക്കും. പക്ഷേ, സൂര്യനെ കാണാൻ നാല് മിനിറ്റുകൂടി കഴിയണം. സൂര്യൻ ഉദിച്ച് വീണ്ടും ഉദിക്കുവാൻ തികച്ചും 24 മണിക്കൂർ ആവശ്യമാണ്. ഇന്നലെ സൂര്യനോടൊപ്പം ഉദിച്ച നക്ഷത്രം ഇന്ന് നാല് മിനിറ്റു മുൻപ് ഉദിക്കും. ഇന്നലെ സൂര്യനോടൊപ്പം ഉദിച്ച നക്ഷത്രത്തോടൊപ്പം സൂര്യൻ വീണ്ടുമുദിക്കുന്നത് 365 $\frac{1}{4}$ ദിവസംകൊണ്ട് 360 ഡിഗ്രിയും കടന്ന് അടുത്തവർഷം അതേ ദിവസമായിരിക്കും. ചുരുക്കത്തിൽ സൂര്യൻ നക്ഷത്രങ്ങൾക്കിടയിലൂടെ പിറകോട്ട് സഞ്ചരിക്കുന്നതായും ഒരു വർഷംകൊണ്ട് ഒരുവട്ടം പൂർത്തിയാക്കുന്നതായും നമുക്കു തോന്നുന്നു.

കിഴക്കുദിക്കുദിക്കുന്ന ഒരു നക്ഷത്രം മണിക്കൂറിൽ 15 ഡിഗ്രി വീതം പടിഞ്ഞാറേക്കു നീങ്ങുന്നതായി നമുക്കു തോന്നുന്നു (ഭൂമി 15 ഡിഗ്രി തിരിയുന്നതുകൊണ്ടാണിത്). സന്ധ്യക്കുദിക്കുന്ന നക്ഷത്രം ആറുമണിക്കൂർകൊണ്ട് 90 ഡിഗ്രി സഞ്ചരിച്ച് അർധരാത്രി ഉച്ചിയിലെത്തും. സന്ധ്യാസമയത്ത് ഉച്ചിയിലുണ്ടായിരുന്ന നക്ഷത്രം ആ സമയത്ത് അസ്തമിക്കും. ക്ലോക്കുകൾ കണ്ടുപിടിക്കുന്നതിനു മുൻപ് മനുഷ്യൻ രാത്രിയിൽ സമയം കണക്കാക്കിയിരുന്നത് നക്ഷത്രങ്ങളുടെ സ്ഥാനം നോക്കിയാണ്; പകലാകട്ടെ, സൂര്യന്റെ സ്ഥാനമോ നിഴലിന്റെ നീളമോ നോക്കിയും.

നമ്മുടെ കാൽക്കീഴിൽ ഭൂമിയില്ല എന്നോ നാം ഭൂമിയിലല്ല എന്നോ സങ്കൽപ്പിക്കുക. ആകാശം ഒരു വലിയ ഗോളമാണെന്നും നാം അതിന്റെ കേന്ദ്രത്തിലാണെന്നും തോന്നും. നാം കാണുന്ന ആകാശവും കാഴ്ച കൊണ്ടുണ്ടാകുന്ന ഒരു തോന്നലാണ്. അവിടെ നീലനിറമോ ആകാശമോ ഒന്നും തന്നെ ഇല്ല. നക്ഷത്രങ്ങൾ നമുക്കൂഹിക്കാവുന്നതിനുമപ്പുറം പല പല അകലങ്ങളിലാണ് സ്ഥിതിചെയ്യുന്നത്. ആകാശഗോളത്തിന്റെ ഒത്ത നടുവിലാണ് ഭൂമി എന്നു സങ്കൽപ്പിക്കുക. ഈ സാങ്കൽപ്പിക

ആകാശഗോളത്തെ ഖഗോളം എന്നാണു പറയുക (ഖഗോളം യഥാർ ഥത്തിൽ ഉള്ളതാണെന്നാണ് പണ്ടു ധരിച്ചിരുന്നത്. അത് ഇല്ലാത്തതാ ണെന്നുള്ള തിരിച്ചറിവ് ചിന്താസരണിയിലുണ്ടായ മറ്റൊരു വിപ്ലവ മാണ്). തൽക്കാലം ഖഗോളം ഉണ്ട് എന്നു സങ്കൽപ്പിക്കുന്നത് നമ്മുടെ പഠനത്തെ എളുപ്പമാക്കാൻ സഹായിക്കും. നക്ഷത്രഗണങ്ങളെ കണ്ടു മനസിലാക്കുന്നതിനും അതിന്റെ സ്ഥാനം നിർണയിക്കുന്നതിനും ഇത് സൗകര്യപ്രദമാണ്; ഭൂമിയിൽ സ്ഥലങ്ങളുടെ സ്ഥാനം മനസിലാക്കാൻ 'ഗ്ലോബ്' ഉപകാരപ്രദമാകുന്നതുപോലെതന്നെ.

ഭൂമിയുടെ ഉത്തര-ദക്ഷിണ ധ്രുവങ്ങളെ യോജിപ്പിച്ച് അത് ആകാ ശത്തിനു മുകളിലേക്കു നീട്ടിയാൽ അത് ഖഗോളത്തിൽ മുട്ടുന്ന രണ്ടു ബിന്ദുക്കളാണ് ഖഗോള ധ്രുവങ്ങൾ. ഉത്തര ഖഗോള ധ്രുവത്തിൽ നിൽ ക്കുന്ന നക്ഷത്രമാണ് ധ്രുവനക്ഷത്രം (pole star). അതുപോലെ ഭൂമധ്യ രേഖയുടെ തലം മുകളിലേക്കു ദീർഘിപ്പിച്ചാൽ ഖഗോള മധ്യരേഖ കിട്ടും. ഇതിനു സമാന്തര രേഖകൾ തെക്കോട്ടും വടക്കോട്ടും സങ്കൽ പ്പിച്ചാൽ അക്ഷാംശരേഖകൾക്കു സമാന്തരമായി ആകാശത്തു രേഖ കളുണ്ടാക്കാം. ഈ സാങ്കൽപ്പിക രേഖകളെ ഡെക്ലിനേഷൻ (declina- tion) എന്നാണു പറയുക. അക്ഷാംശരേഖകൾപോലെതന്നെ ഡെക്ലി നേഷനും കോണളവിൽ കണക്കാക്കാം. ഖഗോള മധ്യരേഖയ്ക്കു വട ക്കോട്ട് അത് +90ഡിഗ്രി വരെയും തെക്കോട്ട് –90ഡിഗ്രി വരെയും സൂചിപ്പിക്കപ്പെടുന്നു. ഖഗോള മധ്യരേഖയെ ആധാരമാക്കിയാൽ വടക്കേ ധ്രുവത്തിൽ നിൽക്കുന്നയാൾ +90 ഡിഗ്രി ചരിഞ്ഞും തെക്കേ ധ്രുവത്തിൽ നിൽക്കുന്നയാൾ ¯90 ഡിഗ്രി ചരിഞ്ഞുമായിരിക്കും ആകാശം കാണുക.

സൂര്യൻ സഞ്ചരിക്കുന്നു എന്നു നമുക്കു തോന്നുന്ന തലവും മധ്യ രേഖയുമായി 23.5 ഡിഗ്രി ചരിവുണ്ട്. ഇതുമൂലം സൂര്യൻ ഒരു വർഷം ഖഗോള മധ്യരേഖയിൽനിന്ന് 23.5 ഡിഗ്രി വടക്കോട്ടും അത്രതന്നെ തെ ക്കോട്ടും സഞ്ചരിക്കുന്നതായി നമുക്കു തോന്നും. ദിവസേന വരുന്ന മാറ്റം ഖഗോളത്തിൽ രേഖപ്പെടുത്തിയാൽ ഖഗോള മധ്യരേഖയ്ക്കു പുറമേ മ റ്റൊരു രേഖ ലഭിക്കും. ഈ രേഖയാണ് ക്രാന്തികവൃത്തം (elliptic). ഖഗോള മധ്യരേഖയും ക്രാന്തികവൃത്തവും തമ്മിൽ 23.5ഡിഗ്രി ചരിവു ണ്ട്. ഈ വൃത്തങ്ങൾ തമ്മിൽ രണ്ടു സ്ഥലത്ത് കൂട്ടിമുട്ടും. ഈ സ്ഥാന ങ്ങളെയാണ് വിഷുവങ്ങൾ (equinox) എന്നു പറയുന്നത്. ഗ്രഹങ്ങളും ഉപഗ്രഹങ്ങളുമെല്ലാം ക്രാന്തികവൃത്തത്തിനടുത്തുകൂടെ കടന്നു പോകു ന്നതായിട്ടാണ് നമുക്കു തോന്നുക.

ക്രാന്തികവൃത്തത്തിനിരുവശവും 10 ഡിഗ്രി കണക്കാക്കി ആകാശ ത്ത് ഒരു ബെൽറ്റ് സങ്കൽപ്പിക്കാമെങ്കിൽ അതാണ് രാശിചക്രം (zodiac belt). ഇതിനെ പന്ത്രണ്ടായി ഭാഗിച്ചാണ് പന്ത്രണ്ടു രാശികളുണ്ടാക്കിയി രിക്കുന്നത്. മേടം (Aries) മുതൽ മീനം (Pisces) വരെയുള്ള പന്ത്രണ്ടു പേരുകളാണ് ഈ രാശികൾക്കു നൽകിയിരിക്കുന്നത്. ഓരോ രാശി

യിലുമുൾപ്പെടുന്ന നക്ഷത്രക്കൂട്ടങ്ങളിൽ പ്രധാനപ്പെട്ടവയുടെ സ്ഥാനം സാങ്കൽപ്പികമായി കൂട്ടിയോജിപ്പിച്ച് ഒരു ആകൃതിയും പൗരാണികർ സങ്കൽപ്പിച്ചെടുത്തു. ആകാശത്തിന്റെ സ്ഥലനിർണയത്തിന് വളരെ ബുദ്ധിപൂർവം രൂപീകരിച്ചെടുത്ത ഒരു മാർഗമാണത്. മേടം (മേഷം) — ഒരു ചെമ്മരിയാടിന്റെ രൂപം, ഇടവം (ഋഷഭം) — കാളയുടെ രൂപം, മിഥുനം — ഇണകളുടെ രൂപം എന്നിങ്ങനെയാണ് അതിന്റെ പോക്ക്. പാശ്ചാത്യരും പൗരസ്ത്യരും ഒരുപോലെ അംഗീകരിച്ചിരുന്ന ഒരു ഉപായമെന്നല്ലാതെ ആകാശത്ത് ആടോ കാളയോ തേളോ ഞണ്ടോ ഒന്നുംതന്നെയില്ല.

ഇന്നലെ സൂര്യനോടൊപ്പം ഉദിച്ച ഒരു നക്ഷത്രം ഇന്നു സൂര്യൻ ഉദിക്കുന്നതിനു നാലു മിനിറ്റുകൾക്കു മുൻപ് ഉദിക്കും, നാളെ എട്ടു മിനിറ്റുകൾക്ക് മുൻപ് ഉദിക്കും. അങ്ങനെ നക്ഷത്രരാശിയിലൂടെ സൂര്യൻ പിറകോട്ടു സഞ്ചരിക്കുമ്പോൾ ഒരു രാശി കടന്നുപോകാൻ ഒരു മാസമെടുക്കും. സൂര്യൻ മേടം രാശിയിൽ നിൽക്കുമ്പോൾ മേടമാസമാണ്. ഇടവം രാശിയിൽ നിൽക്കുമ്പോൾ ഇടവമാസവും; മിഥുനത്തിൽനിന്ന് കർക്കിടകത്തിലേക്കു സംക്രമിക്കുന്ന ദിവസമാണ് കർക്കടക സംക്രാന്തി. അങ്ങനെ പന്ത്രണ്ടു സംക്രാന്തികളുണ്ട്. പന്ത്രണ്ടു മാസം—ഒരു വർഷം—കഴിയുമ്പോൾ സൂര്യൻ വീണ്ടും പഴയ രാശിയിലെത്തും. ഇതേ രാശികളിലൂടെ തന്നെയാണ് ചന്ദ്രനും സഞ്ചരിക്കുന്നത് അഥവാ സഞ്ചരിക്കുന്നു എന്നു നമുക്കു തോന്നുന്നത്. പക്ഷേ, ചന്ദ്രന് അതു കടന്നുപോകുവാൻ 27 $\frac{1}{3}$ ദിവസം മതി.

രാശികളിലൂടെ കടന്നുപോകുന്ന ചന്ദ്രന്റെ സ്ഥാനം നിർണയിക്കുന്നതിനായി രാശികളെ 27 ആയി മറ്റൊരു രീതിയിലും വിഭജിച്ചിട്ടുണ്ട്. അശ്വതി, ഭരണി, കാർത്തിക എന്നീ 27 നക്ഷത്രങ്ങളെ (ഇതിൽ ഭൂരിപക്ഷവും ഒറ്റ നക്ഷത്രമല്ല. പല നക്ഷത്രങ്ങൾ ചേർന്നതാണ്) ആധാരമാക്കിയാണത്. ചന്ദ്രൻ ഒരു രാശി കടന്നു പോകാൻ 2 $\frac{1}{4}$ ദിവസമാണെടുക്കുക (27/12). ഒരു രാശിയിൽ രണ്ടേകാൽ നക്ഷത്രം. ചന്ദ്രൻ അശ്വതി നക്ഷത്രത്തോടൊപ്പം ഉദിച്ചസ്തമിക്കുന്ന ദിവസമാണ് അശ്വതി നാൾ — അന്നു ജനിക്കുന്ന കുഞ്ഞിന്റെ നാൾ അശ്വതി. ഭരണി നക്ഷത്രത്തോടൊപ്പം ഉദിച്ചസ്തമിക്കുന്ന ദിവസം ഭരണിനാൾ. മേടം രാശിയിൽ അശ്വതി, ഭരണി, കാർത്തികയുടെ $\frac{1}{4}$ ഭാഗം, ഇടവം രാശിയിൽ കാർത്തികയുടെ $\frac{3}{4}$, രോഹിണി, മകയിരം $\frac{1}{2}$ എന്നിങ്ങനെ 2 $\frac{1}{4}$ വീതം 12 രാശികളിലായി ഈ നക്ഷത്രങ്ങൾ വീതിക്കപ്പെട്ടിരിക്കുന്നു.

ചന്ദ്രൻ 27.3 ദിവസം കൊണ്ടാണ് ഭൂമിയെ ഒരുവട്ടം വലം വയ്ക്കുന്നതെന്നു പറഞ്ഞുവല്ലോ. ഇരുപത്തിയേഴായി ഭാഗിച്ച ക്രാന്തിചക്രത്തിന്റെ ഒരു ഭാഗത്തുകൂടി, ഒരു പ്രാവശ്യം കടന്നുപോകാൻ ചന്ദ്രൻ ഒരു ദിവസമാണ് എടുക്കുന്നതെങ്കിൽ അത്രയും ഭാഗത്തുകൂടി സൂര്യനു കടന്നുപോകുവാൻ പതിമൂന്നു ദിവസവും കുറച്ചു സമയവും (365/27) ആവശ്യമാണ് -- ഉദ്ദേശം 13 $\frac{1}{2}$ ദിവസം. ആ സമയത്തെയാണ് ഞാറ്റുവേല എന്നു പറയുന്നത് — ഞായർ എന്നാൽ സൂര്യൻ. സൂര്യൻ തിരു

വാതിര നക്ഷത്രത്തോടൊപ്പം നിൽക്കുന്ന വേളയാണ് തിരുവാതിര ഞാറ്റുവേല.

രാശിചക്രത്തിലേതടക്കം നക്ഷത്രങ്ങളെല്ലാം ഭൂമിയിൽനിന്ന് ഒരേ അകലത്തിൽ സ്ഥിതിചെയ്യുന്നു എന്നാണ് നമുക്കു തോന്നുക. അത് നമ്മുടെ കാഴ്ചയുടെ മറ്റൊരു പരാധീനതയാണ്. അകലം കൂടും തോറും ദൂരം ഊഹിക്കാനുള്ള നമ്മുടെ കഴിവു കുറയുന്നു. രാത്രിയിൽ (പകലായാലും) വളരെ ദൂരത്തുനിന്ന് രണ്ടകലത്തിൽ രണ്ടു വാഹനങ്ങൾ വരുന്നതു കണ്ടാൽ അവ തമ്മിലുള്ള അകലം കണക്കാക്കാൻ കഴിയില്ല, രണ്ടും ഒരേ ദൂരത്തിലാണ് എന്നു തോന്നിയേക്കാം.

നാം ഒരു രാശിയിൽ ഒരു ആകൃതി സങ്കൽപ്പിച്ചു കാണുന്ന നക്ഷത്രങ്ങൾ തമ്മിൽത്തമ്മിലും അതു സ്ഥിതിചെയ്യുന്ന തലങ്ങൾ തമ്മിലും ആയിരക്കണക്കിനു പ്രകാശവർഷം അകലം കണ്ടേക്കാം. സൗരയൂഥത്തിനു വെളിയിൽ പ്രപഞ്ചത്തിന്റെ മറ്റേതെങ്കിലും കോണിൽ നിന്നു നോക്കിയാൽ ഈ രൂപങ്ങളെല്ലാം വ്യത്യസ്തവുമായിരിക്കും (ഭൂഗോളത്തെ വിഭജിച്ചു സ്ഥലനാമങ്ങൾ നൽകിയിരിക്കുന്നതുപോലെതന്നെ ഖഗോളത്തെയും വിഭജിച്ചിട്ടുണ്ട്. രാശിചക്രത്തിലുള്ള പന്ത്രണ്ടു രാശികൾക്കു വെളിയിലുള്ള നക്ഷത്രങ്ങളെയും ആകൃതികൾ സങ്കൽപ്പിച്ച് രാശികളാക്കി (constellations) തിരിച്ചിട്ടുണ്ട് — ആകെ എൺപത്തെട്ടു രാശികൾ).

ഭൂമിയുടെ അച്ചുതണ്ട് വടക്കേ ധ്രുവത്തിൽനിന്ന് വടക്കോട്ടു നീട്ടിയാൽ അത് ആകാശത്തു മുട്ടുന്ന ഖഗോള ധ്രുവത്തിലുള്ള നക്ഷത്രമാണ് ധ്രുവനക്ഷത്രം (pole star). അത് അതേ സ്ഥാനത്ത് സ്ഥിരമായി നിൽക്കുന്നതായിട്ടേ തോന്നൂ. വടക്കു ദിക്കറിയാൻ അതുകൊണ്ടാണ് ഈ നക്ഷത്രം സഹായകമായത്. സൂക്ഷിച്ചും ശ്രദ്ധിച്ചും നിരീക്ഷിച്ചാൽ മറ്റു നക്ഷത്രങ്ങളെല്ലാം കറങ്ങുന്നത് ധ്രുവനക്ഷത്രത്തെ കേന്ദ്രമാക്കികൊണ്ടാണെന്നും നമുക്കു തോന്നും. ഭൂമിയുടെ കറക്കം മധ്യരേഖയിൽ കൂടുതലനുഭവപ്പെടുകയും ധ്രുവങ്ങളോടടുക്കുംതോറും കുറയുകയും– ധ്രുവത്തിൽ ഒട്ടും അനുഭവപ്പെടാതിരിക്കുകയും ചെയ്യുന്നതുകൊണ്ടാണിതു സംഭവിക്കുന്നത്.

വടക്കുദിക്കറിയാൻ ധ്രുവനക്ഷത്രം എന്നതുപോലെ തെക്കു ദിക്കറിയാൻ ത്രിശങ്കു (Southern Cross) എന്ന നക്ഷത്രമാണ് പൗരാണികരെ ഏറെ സഹായിച്ചിരുന്നത്.

18

ചന്ദ്രനിൽനിന്നും ഒരു ആകാശക്കാഴ്ച

ഭൂമിയിൽനിന്നുള്ള ആകാശക്കാഴ്ചകളെക്കുറിച്ച് നമുക്കറിയാം. നീലാകാശം–അതിൽ സൂര്യചന്ദ്രന്മാരുടെയും നക്ഷത്രങ്ങളുടെയും ഉദയാസ്തമനം. ചന്ദ്രന്റെ വൃദ്ധി–വൃദ്ധിക്ഷയങ്ങൾ, രാശിചക്രങ്ങളിലൂടെയുള്ള ഗ്രഹങ്ങളുടെ സഞ്ചാരം, ഗ്രഹണങ്ങൾ...എന്നാൽ ഭൂമിയെ അഭിമുഖീകരിക്കുന്ന ചന്ദ്രന്റെ ഭാഗത്ത് ഒരു ഗഗനചാരി താമസിക്കുമ്പോൾ എന്തായിരിക്കും കാണുകയും അനുഭവിക്കുകയും ചെയ്യുന്നത്? രസകരമായ ഒരു ചിന്തയാണിത്. എറണാകുളത്ത് ശാസ്ത്രസാഹിത്യ പരിഷത്ത് അവതരിപ്പിച്ച 'ചാന്ദ്രമനുഷ്യൻ' പരിപാടിയിൽ പങ്കെടുത്തു സംസാരിക്കുമ്പോഴാണ് ഇങ്ങനെ ഒന്ന് എഴുതുവാനുള്ള ആശയമുണ്ടായത്.

കുണ്ടും കുന്നുമുള്ളതാണെങ്കിലും ചന്ദ്രോപരിതലം പരന്നിരിക്കുന്നതായിട്ടായിരിക്കും അവിടെ നിൽക്കുന്നയാൾക്കു തോന്നുക. അതൊരു ഗോളമായി തോന്നുകയില്ല. നടക്കുമ്പോൾ റിഗോലിത്ത് എന്ന പൊടിമണ്ണിൽ പാദരക്ഷയുടെ അടയാളം വ്യക്തമായി പതിഞ്ഞുകിടക്കും. ആബ്സന്റ് മൈൻഡഡ് പ്രൊഫസർ എന്ന സിനിമയിലെ ബാസ്കറ്റ്ബാൾ കളിക്കാരനെപ്പോലെ ചാടിച്ചാടി നടക്കാം; കാരണം ഗുരുത്വാകർഷണം വളരെ കുറവാണ്.

അകലെയകലെ ആകാശം നീലയല്ല, കറുപ്പാണ്. പതിനഞ്ച് ദിവസം നീണ്ട പകലുകളും അത്രതന്നെ നീണ്ട രാത്രികളും. രാത്രിയിൽ ഘോരമായ തണുപ്പും പകൽ ഉഗ്രമായ ചൂടുമായിരിക്കും ഫലം. പകൽ സമയത്തും നക്ഷത്രങ്ങളെ കാണാം. നക്ഷത്രങ്ങളും ഉദിച്ചസ്തമിക്കുവാൻ ഏകദേശം പതിനഞ്ചു ദിവസം വേണ്ടിവരും. ചന്ദ്രനിൽ ഒരു ദിവസം (അച്ചുതണ്ടിൽ ഒരു കറക്കം) പൂർത്തിയായി വരുമ്പോൾ അത് ഒരു മാസത്തിന്റെ അവസാനത്തോടടുക്കുകയാവും. അടുത്ത രാശിയിലേക്കുള്ള

മാസസംക്രമം കണക്കാക്കുന്നത് സൂര്യന്റെ സ്ഥാനപ്രകാരമാകയാൽ മാസക്കണക്ക് കൃത്യമായി പാലിക്കപ്പെടുകയില്ല. ചാന്ദ്രവർഷം സൗരവർഷത്തേക്കാൾ 11.25 ദിവസം കുറവാണല്ലോ. ചുരുക്കത്തിൽ ചന്ദ്രനിൽ ഒരു കലണ്ടറുണ്ടാക്കിയാൽ കലണ്ടറിൽ ദിവസവും മാസവും ഏതാണ്ടു തുല്യമായിരിക്കും.

കറുത്തവാവു ദിവസം ചന്ദ്രനിൽനിന്ന് ആകാശത്തേക്കു നോക്കിയാൽ പൂർണഭൂമിയെ കാണാം. നാം കാണുന്ന ചന്ദ്രന്റെ നാലിരട്ടി വലുപ്പത്തിൽ അത് അതിമനോഹരമായ ഒരു കാഴ്ചയാണ്. നീലപ്പളുങ്കുഗോ

ചന്ദ്രോപരിതലത്തിൽ നിന്നുള്ള ഭൂമിയുടെ കാഴ്ച

ളത്തിൽ കടലും കരയും തിരിച്ചറിയാം. ഇരുപത്തിനാലു മണിക്കൂർ നിരീക്ഷിച്ചാൽ എല്ലാ ഭൂഖണ്ഡങ്ങളും തിരിഞ്ഞുപോകുന്നതുകാണാം; ക്ലാസ്മുറിയിലെ ഗ്ലോബ് സാവധാനം തിരിച്ചാലെന്നപോലെ. കറുത്തവാവു മുതൽ ചന്ദ്രൻ ഓരോ ദിവസവും വൃദ്ധിപ്രാപിച്ച് പതിനഞ്ചാം ദിവസം വെളുത്തവാവും അവിടന്ന് വൃദ്ധിക്ഷയിച്ച് പതിനഞ്ച് ദിവസം കഴിയു

മ്പോൾ കറുത്തവാവുമാകുന്നതുപോലെ പൂർണഭൂമിയെ ചന്ദ്രനിൽ നിന്നു കണ്ടതിനുശേഷം ഓരോ ദിവസവും വൃദ്ധിക്ഷയം സംഭവിച്ച് ഭൂമിയിലെ വെളുത്തവാവു ദിവസം ചന്ദ്രനിൽ നിന്ന് നോക്കിയാൽ ഭൂമിയെ കാണാൻ കഴിയാത്ത കറുത്ത 'വാവാ'യിരിക്കും. ചുരുക്കത്തിൽ ഭൂമിയിൽനിന്ന് ചന്ദ്രനെ അടിസ്ഥാനമാക്കി തിഥികളുള്ളതുപോലെ ചന്ദ്രനിൽനിന്ന് ഭൂമിയെ അടിസ്ഥാനമാക്കിയും തിഥികളുണ്ട്. നമ്മുടെ കറുത്തപക്ഷത്തിലെ തിഥികൾ അവിടെ വെളുത്തപക്ഷവും വെളുത്തപക്ഷം കറുത്തപക്ഷവുമായി മാറുന്നു എന്നുമാത്രം.

ഇനി ഗ്രഹണസമയത്ത് ചന്ദ്രനിൽനിന്നുള്ള കാഴ്ച എന്താവുമെന്നു നോക്കാം. ചന്ദ്രഗ്രഹണസമയത്ത്—ഭൂമി സൂര്യന്റെയും ചന്ദ്രന്റെയും ഇടയിൽ നേർരേഖയിൽ വരികയും ഭൂമിയുടെ നിഴൽ ചന്ദ്രനിൽ വീഴുകയുമാണല്ലോ സംഭവിക്കുന്നത്. ഭൂമി സൂര്യനെ മറയ്ക്കുന്ന അത്തരം സന്ദർഭങ്ങളിൽ ചന്ദ്രനിൽനിന്നു നോക്കിയാൽ സൂര്യഗ്രഹണം കാണാം. ഭൂമിയിൽനിന്ന് നാം കാണുന്ന സൂര്യഗ്രഹണങ്ങളേക്കാൾ നീണ്ട ഒന്ന്. ഇരുണ്ട ഭൂമിയുടെ വൃത്തത്തിനുചുറ്റും ഒരു പ്രഭാവലയവും കാണാം. ഭൂമിയുടെ അന്തരീക്ഷത്തിലെ പൊടിപടലങ്ങളിൽ സൂര്യപ്രകാശം തട്ടി പ്രതിഫലിക്കുന്നതാണത്.

നമ്മുടെ ഭൂമിയിലെ സൂര്യഗ്രഹണസമയത്ത് ചന്ദ്രൻ ഭൂമിയുടെയും സൂര്യന്റെയും ഇടയിൽ നേർരേഖയിലായിരിക്കുമല്ലോ. നമുക്കു കറുത്തവാവു ദിവസമാണെങ്കിലും ചന്ദ്രനിൽനിന്ന് പൂർണഭൂമിയെ കാണുന്ന ദിവസമാണ് അത്. ഗ്രഹണസമയത്ത് ചന്ദ്രന്റെ നിഴൽ ഭൂമിയിലൂടെ കടന്നുപോകുന്നതു കാണാം. വൃത്താകൃതിയിൽ ഇരുണ്ട അമ്പ്രയും (ഛായ) അതിനുചുറ്റും പെനംമ്പ്രയും (ഉപഛായ) ഭൂമിയുടെ ഉപരിതലത്തിലൂടെ സഞ്ചരിച്ചുപോകുന്ന അവർണനീയമായ ഒരു കാഴ്ച. ഭാവിയിൽ ചന്ദ്രനിലേക്ക് ടൂറിസ്റ്റുകൾക്കു പോകാവുന്ന ഒരു സ്ഥിതിവരും. അതിന് ഏറ്റവും പറ്റിയ ഒരു 'പീക്' സമയമായിരിക്കും ഗ്രഹണകാലം (ചന്ദ്രനിൽ ഞാഞ്ഞൂലുകളില്ലാത്തതുകൊണ്ട് തലപൊക്കുകയില്ല).

ചന്ദ്രൻ സന്ദർശിക്കുന്ന ഒരു ഗർഭിണി ആ സമയത്ത് അവിടെ പ്രസവിക്കുകയാണെങ്കിൽ എങ്ങനെയായിരിക്കും ഗ്രഹനിലയെഴുതുക? ജ്യോതിഷി മൊട്ടയിട്ടുപോകും. അത്തരം സന്ദർഭങ്ങളിൽ മാതാപിതാക്കൾ സമയവുമായി നമ്മുടെ അടുത്തുതന്നെ വരേണ്ടിവരും. ഒരു ക്ലൂ പറയാം ച (ചന്ദ്രൻ)എന്ന അക്ഷരം അതിൽ ഉണ്ടായിരിക്കുകയില്ല. ഭൂ (ഭൂമി) എന്ന അക്ഷരം പകരം ഉണ്ടായിരിക്കുകയും ചെയ്യും. ശി (ശിഖി) എന്ന അക്ഷരവും സ (സർപ്പി) എന്ന അക്ഷരവും തമ്മിൽ ആറുരാശികളുടെ വ്യത്യാസം (പരസ്പരം അക്ഷരങ്ങൾ മാറിക്കിടക്കുന്ന അവസ്ഥ) ഉണ്ടായിരിക്കുകയും ചെയ്യും.

ചന്ദ്രന്റെ ഭൂമിക്കഭിമുഖമല്ലാത്ത മറുഭാഗത്തുനിന്നുള്ള ആകാശക്കാഴ്ച മറ്റൊന്നാണ്. അവിടെനിന്ന് ഭൂമിയെ ഒരിക്കലും കാണാൻ കഴിയുകയില്ല. ചന്ദ്രന്റെ പ്രതലസ്വഭാവവും അവിടെ വ്യത്യസ്തമാണ്. ചുരുക്കത്തിൽ അവിടെ മറ്റൊരു തറയും മറ്റൊരു ആകാശവുമാണ്.

19

ചൊവ്വാദോഷവും ജ്യോതിഷവും

ജ്യോതിഷികൾക്ക് മറ്റുഗ്രഹങ്ങൾ പോലെതന്നെ ചൊവ്വയും ഒരു ഇഷ്ടവിഷയമാണ്. അതൊരു പാപഗ്രഹമാണ്. പെൺകുട്ടികളുടെ വിവാഹാലോചനകൾ മുടക്കുന്ന വില്ലനാണ്. ബാബിലോണിയക്കാർക്ക് ചൊവ്വ യുദ്ധത്തിന്റെ ദേവതയും പ്ലേഗിന്റെ അധിപതിയുമായിരുന്നു (നമുക്ക് കൊടുങ്ങല്ലൂരമ്മ വസൂരിയുടേതെന്നപോലെ). ആകാശ കഥാപാത്രങ്ങളിൽ ഏറ്റവും വീരശൂരപരാക്രമി ചൊവ്വതന്നെ.

ഭൗതികപ്രതിഭാസങ്ങൾക്ക് ഗ്രഹരാശി ബന്ധങ്ങൾ കണ്ടെത്തുന്നത് ഭാരതത്തിലെ മാത്രമല്ല യൂറോപ്പിലേയും പ്രാചീന ജ്യോതിഷപണ്ഡിതരുടെ ഇഷ്ടവിനോദമായിരുന്നു. മാത്രമല്ല, അത് ഉപജീവനമാർഗമായി വളർത്തിയെടുക്കുകയും ചെയ്തു. ജ്യോതിഷികളുടെ ദൈനംദിന ജീവിതം നിലനിറുത്തുന്നതിൽ ഫലഭാഗ ജ്യോതിഷം വലിയൊരു പങ്കു വഹിച്ചിട്ടുണ്ട്. ചികിത്സിക്കുന്ന വൈദ്യനും പാടുന്ന ഭാഗവതർക്കും വരയ്ക്കുന്ന ചിത്രകാരനും കൊത്തുന്ന ശിൽപ്പിക്കും വരുമാനമുണ്ടാക്കാനുള്ള വകുപ്പുണ്ട്. എന്നാൽ, ആകാശം നിരീക്ഷിച്ച് നക്ഷത്രരാശികളും ഗ്രഹസഞ്ചാരവും ഗണിക്കുന്ന ജ്യോതിഷിക്ക് ജീവിതോപാധിയായി എന്തുണ്ട്? അവിടെ ഫലഭാഗ ജ്യോതിഷം ചരിത്രപരമായ ഒരു കടമ നിറവേറ്റിയിട്ടുണ്ട്. ലോകപ്രസിദ്ധനായ കെപ്ലർ മാന്യമായ ഒരു ജീവിതം നയിച്ചിരുന്നത് രാജാക്കന്മാർക്കും പ്രഭുക്കന്മാർക്കും ഗ്രഹനിലയനുസരിച്ച് ജാതകമെഴുതിക്കൊടുത്തുകൊണ്ടാണ്. കെപ്ലർക്കാകട്ടെ, ജ്യോതിഷത്തിൽ വിശ്വാസവുമില്ലായിരുന്നു.

ഫലഭാഗ ജ്യോതിഷം ഇന്ത്യയിൽ വ്യാപകമായത് അലക്സാണ്ടറുടെ വരവിനുശേഷമാണ്. ഭാരതത്തിൽ അതിനുമുൻപ് സൂര്യനും ചന്ദ്രനും മാത്രമേ ആരാധനാപാത്രങ്ങളായിരുന്നുള്ളൂ. മറ്റു ഗ്രഹങ്ങൾക്കും

ദൈവികത കൈവന്നതോടെ ജ്യോതിഷികൾ ദൈവജ്ഞരായിമാറി. ദൈവങ്ങളുടെ ഇംഗിതം ഗ്രഹനിലകളിലൂടെ ജ്യോതിഷികൾ വ്യാഖ്യാനിച്ചു പറയുക പതിവായി. ഗ്രഹനിലയും ദുരൂഹമാകുമ്പോൾ അതിന് പ്രതിവിധിയായിട്ടാണ് കവിടി നിരത്തൽ. ആകാശ നിരീക്ഷണം ക്രമേണ ഫലഭാഗവും പിന്നെ ശകുനങ്ങളും തുടർന്ന് ലക്ഷണങ്ങളും ശുഭാശുഭ മുഹൂർത്തങ്ങളുമായി അധഃപതിക്കുകയും ജ്യോത്സ്യന്മാർ തടിച്ചുകൊഴുത്ത് സമ്പന്നരാകുകയും ചെയ്തു.

ഗ്രഹങ്ങളിൽ നിന്നുവരുന്നത് വെറും പ്രകാശമല്ല, അത് അതതു രാശിയിലും ലഗ്നത്തിലും ജനിക്കുന്നവരുടെ നിയോഗങ്ങളാണെന്ന വിശ്വാസം ക്രമേണ സമൂഹത്തിൽ വേരുറച്ചു. ചൊവ്വയെ സംബന്ധിച്ചിടത്തോളം അത് ഉദിക്കുമ്പോൾ ജനിച്ചവർ ശുണ്ഠിക്കാരും വഴക്കാളികളും ക്രൂരന്മാരുമായിരിക്കുമെന്നായിരുന്നു യൂറോപ്യന്മാരുടെ വിശ്വാസം. ഗ്രഹങ്ങളുടെ കാരകത്വം സാമാന്യബുദ്ധിക്കു നിരക്കാത്തതും മൂഢവിശ്വാസങ്ങളിലധിഷ്ഠിതവുമായിരുന്നു. പക്ഷേ, മൂഢവിശ്വാസങ്ങളെ സ്ഥാപിച്ചെടുക്കുകയും അത് വലിയൊരു വിഭവോപായമാക്കി നിലനിറുത്തുകയും അതിനുവേണ്ടി ബൗദ്ധികമായ ഒരു വലിയ വ്യായാമം തൽപ്പരകക്ഷികൾ അതിൽ ചെലുത്തുകയും ചെയ്തു. ചതുരംഗക്കളിപോലെ അല്ലെങ്കിൽ വിവിധതരം ചീട്ടുകളികൾപോലെ നിഷ്ഫലമായ ഒരുതരം ബൗദ്ധിക വ്യായാമം; മറ്റൊരു ചൂതുകളി. പക്ഷേ, ചൂതുകളിയിൽ ലാഭവും നഷ്ടവും മാറിമാറിവരും. എന്നാൽ, ഇവിടെ വിശ്വാസിക്ക് സ്ഥിരമായി നഷ്ടം തന്നെയാണ് ഫലം; ജ്യോതിഷിക്ക് സ്ഥിരമായി ലാഭവും. ജ്യോതിശാസ്ത്രം പുരോഹിതരുടെ കുത്തകയായിമാറി. ക്രമേണ, അവർ ആകാശത്തേക്കു നോക്കാതെയുമായി. ഗ്രഹനില വരച്ച പലകയിലേക്ക് കീഴോട്ടാണവരുടെ നോട്ടം. സമൂഹത്തിന്റെ ചെലവിൽ സുഖമായി ജീവിക്കുവാൻ നല്ലൊരു മാർഗം. ഗ്രഹണം അറിയാൻ പട്ടിക നോക്കിയാൽ മതി. പട്ടിക അറിയാത്തവരോട് ഗ്രഹണം പ്രവചിച്ച് ദൈവജ്ഞതയ്ക്കു തെളിവു നൽകുവാൻ അവർക്കു കഴിഞ്ഞു. മറ്റു പുരോഹിതവിഭാഗങ്ങൾക്ക് അനുബന്ധ വരുമാനമുണ്ടാകുവാനും ജ്യോതിഷം കാരണമായി. ദോഷഫലങ്ങൾക്കു പ്രതിവിധികളുണ്ടാക്കി. ബലികൾ, പൂജകൾ, പുണ്യതീർഥാടനങ്ങൾ, പുരോഹിതനു ദക്ഷിണ എന്നിങ്ങനെയുള്ള കൂട്ടുകച്ചവടം വികസിച്ചുവന്നു. ഇന്നും അതങ്ങനെ തുടരുന്നു. ഇന്നിപ്പോൾ വാസ്തുജ്യോതിഷം മറ്റൊരു തട്ടിപ്പായി വളർന്നു വികസിച്ചിട്ടുണ്ട്. അവിടെയും വാസ്തുക്കണിയാൻ, പരിഹാരക്കർമ്മാളൻ, ഇടിപൊളി മേസ്ത്രി എന്നിവർ അവരവരുടെ ആയുധങ്ങളുമായി ഇടിച്ചുപൊളിച്ചു പണിയുവാൻ തയാറായി നിൽക്കുന്നു.

എന്നെയൊന്നു പറ്റിക്കാമോ? എന്നെയൊന്നു വഞ്ചിക്കാമോ? എന്ന ചോദ്യങ്ങളുമായി ഭാവി ഇരകൾ ഒറ്റമൂലി വൈദ്യന്മാരുടെയും നോട്ടിരട്ടിപ്പുകാരുടെയും നിക്ഷേപത്തട്ടിപ്പുകാരുടെയും വിസ കച്ചവടക്കാരുടെയും മണിച്ചങ്ങലക്കാരുടെയും ആടുമാടുമാഞ്ചിയക്കാരുടെയും സോളാർ തട്ടി

പ്പുകാരുടെയും മറ്റും വീട്ടുപടിക്കൽ വരിവരിയായി കാത്തുനിൽക്കുന്ന നമ്മുടെ നാട്ടിൽ കണിയാന്മാരുടെ വീട്ടുപടിക്കൽ മാത്രം ക്യൂ നിൽക്കാതിരിക്കേണ്ടതിന്റെ കാര്യമെന്താണുള്ളത്. സിവിൾ സപ്ലൈസിലെ ക്യൂ നാം നിത്യവും കാണുന്നതാണല്ലോ. അന്ധവിശ്വാസങ്ങളിൽ നിന്നും അതുപോലെ ഒരുതരം ലഹരി ലഭിക്കും.

ചൊവ്വാദോഷം എന്തെന്ന് ഒന്നു പരിശോധിക്കാം: കുഞ്ഞു ജനിക്കുന്ന സമയത്ത് കിഴക്ക് ഉദിച്ചുയരുന്ന രാശിയാണ് ഉദയരാശി അഥവാ ലഗ്നരാശി അല്ലെങ്കിൽ ഒന്നാംഭാവം. തുടർന്നുവരുന്ന രാശികളിൽ ആ സമയത്ത് ഏഴാം ഭാവത്തിലോ എട്ടാം ഭാവത്തിലോ ചൊവ്വ എന്ന ഗ്രഹം നിൽക്കുന്നതാണ് ഭീകരമായ ചൊവ്വാദോഷം. ഏഴാം ഭാവത്തിൽ ചൊവ്വ അസ്തമിച്ചുകൊണ്ടിരിക്കുകയോ എട്ടാം ഭാവത്തിൽ ചൊവ്വ അസ്തമിച്ചു കഴിഞ്ഞിരിക്കുകയോ ചെയ്യുന്ന അവസ്ഥയിൽ ജനിക്കുന്ന പെണ്ണിനാണ് പ്രശ്നം. അവളെ കല്യാണം കഴിക്കുന്നവന്റെ കാര്യം പോക്കാണെന്നതാണ് ഫലം. റിസ്കെടുത്ത് കല്യാണം കഴിക്കുവാൻ ആരെങ്കിലും വന്നാലായി. ഇതുനേരിടുന്നതിനുള്ള ഇന്നത്തെ ഒരു പ്രായോഗിക പരിഹാരം ബുദ്ധിപൂർവം ഗ്രഹനില തിരുത്തുകയാണ്. ജനനസമയം രണ്ടോ രണ്ടരയോ മണിക്കൂർ മുൻപോട്ടോ പിറകോട്ടോ ആവശ്യാനുസരണം ഭേദഗതി ചെയ്യുക എന്നതാണ്. ജനനത്തീയതിയിൽ ഒരു മാറ്റവും വേണ്ടിവരികയില്ല. ജനന സർട്ടിഫിക്കറ്റിൽ ഒരു തിരുത്തലും വേണ്ടിവരികയുമില്ല. ജോത്സ്യനെ 'വേണ്ടവിധം' കണ്ടാൽ നടത്താവുന്ന കാര്യമേയുള്ളൂ. അക്കാരണംകൊണ്ട് പെൺകുട്ടിയുടെ ഭാവിക്ക് ഒരുകോട്ടവും സംഭവിക്കാതിരിക്കട്ടെ. ചൊവ്വയുടെ സ്ഥാനവും കുഞ്ഞിന്റെ ജനനവുമായി ഒരു ബന്ധവുമില്ല. കാരണം, ചൊവ്വയടക്കം ഒരു ഗ്രഹവും ഭൂമിയെയല്ല വലം വയ്ക്കുന്നത്. ഒരു കുഞ്ഞു ജനിക്കുന്നതറിഞ്ഞ് 'എന്നാൽ ഏഴിൽപ്പോയി നിന്നുകളയാം' എന്ന് ചൊവ്വ വിചാരിക്കുകയോ ചെയ്യുകയോ ഇല്ല. മറിച്ച്, ചൊവ്വ ഏഴിലെത്തുന്നതിനുമുൻപ് പ്രസവിച്ചുകളയാമെന്ന് സ്ത്രീക്കോ പ്രസവിപ്പിച്ചുകളയാമെന്ന് ഡോക്ടർക്കോ വിചാരിക്കാനും പ്രവർത്തിക്കാനും ഇന്ന് സ്വാതന്ത്ര്യവുമുണ്ട്. ചൊവ്വയ്ക്ക് കുഞ്ഞിനോട് ഒരു വിരോധവുമില്ല. അമ്മയ്ക്ക് കുഞ്ഞിനോട് സ്നേഹമാണുതാനും. ചില കുഞ്ഞുങ്ങൾ ജനിക്കുമ്പോൾ ചൊവ്വയെക്കൊണ്ട് ശിക്ഷിപ്പിക്കുവാനും മറ്റു ചില കുഞ്ഞുങ്ങൾ ജനിക്കുമ്പോൾ ശുക്രനെക്കൊണ്ട് അനുഗ്രഹിപ്പിക്കുവാനും ദൈവത്തിന് അത്ര പക്ഷപാതമോ? മുജ്ജന്മ കർമഫലം എന്ന് ചില ജ്യോത്സ്യന്മാർ വിശദീകരിക്കാറുണ്ട്. മുജ്ജന്മത്തിൽ ചെയ്തതെന്തെന്ന് അറിയാതെ ശിക്ഷിച്ചിട്ടെന്തു കാര്യം. വിവരാവകാശ നിയമം ദൈവത്തിനും ബാധകമാക്കണം.

"നക്ഷത്രജാതകംപോലുള്ള അസംബന്ധവിദ്യകളിലൂടെ ജീവിത മാർഗം കണ്ടെത്തുന്നവരെ നാം വർജിക്കണം."

– ശ്രീബുദ്ധൻ

വക്രഗതി

പ്രാചീന ജ്യോതിഷികളെ അത്ഭുതപ്പെടുത്തിയ ഒരു പ്രതിഭാസമാണ് വക്രഗതി – പശ്ചാദ്ഗമനം (retrograde motion). സാധാരണഗതിയിൽ ഗ്രഹങ്ങൾ നക്ഷത്രങ്ങളെ അപേക്ഷിച്ച് പടിഞ്ഞാറുനിന്ന് കിഴക്കോട്ടു ചലിക്കും. കാരണം, ഏതു നക്ഷത്രത്തിന്റെയും ഒരു നക്ഷത്രദിവസം 23 മണിക്കൂറും 56 മിനിറ്റുമാണ്. ഗ്രഹങ്ങൾക്കാകട്ടെ, അതിലേറെ സമയം ആവശ്യമാണ്. അതുകൊണ്ട് ഇന്ന് ഏതു നക്ഷത്രത്തിനു സമീപമാണോ ഒരു ഗ്രഹം നിൽക്കുന്നത്, നാളെ അൽപ്പം പിറകിൽ കിഴക്കോട്ടു മാറിയായിരിക്കും അതിന്റെ നില. ഇതാണ് ക്രമഗമനം. ദിവസേന കിഴക്കുദിച്ചു പടിഞ്ഞാറ് അസ്തമിക്കുന്നതിനു പുറമേയാണ് നക്ഷത്രങ്ങളെ അപേക്ഷിച്ചുള്ള ഈ ഗമനം. സൂര്യനും ചന്ദ്രനും ഈയൊരു സ്വഭാവമുള്ളതിനാലാണ് പ്രാചീന ജ്യോതിഷികൾ ഇതുരണ്ടും ഗ്രഹങ്ങളാണെന്നു പണ്ടു തെറ്റിദ്ധരിച്ചത്. അല്ലാതെ അവർക്കു വിവരമില്ലായിരുന്നതുകൊണ്ടല്ല. പക്ഷേ, ഇന്നതു വിശ്വസിക്കുന്നത് വിവരക്കേടാണ്. എന്നാൽ, ചൊവ്വ ഇങ്ങനെ സഞ്ചരിച്ചുകൊണ്ടിരിക്കെ ക്രമേണ വേഗം കുറയ്ക്കുകയും നിൽക്കുകയും പുറകോട്ടു പോകുകയും ചെയ്യുന്ന ഒരു സ്ഥിതിവരും. ഇതിനെയാണ് വക്രഗതി എന്നു വിളിച്ചിരുന്നത്. ഗ്രഹണം, ധൂമകേതു, ഉൽക്കാപാതം എന്നിവയെപ്പോലെ കാലം തെറ്റിവരുന്ന ഇതും ദുശ്ശകുനവും അപായങ്ങൾക്കു മുന്നറിയിപ്പുമായി ജ്യോതിഷികൾ വ്യാഖ്യാനിച്ചിരുന്നു. കുറച്ചുനാളുകൾക്കുശേഷം വക്രഗതി തിരിച്ച് ക്രമഗതിയിലേക്കു വരുമ്പോൾ ജ്യോതിഷികൾ ആശ്വാസംകൊണ്ടിരുന്നു. സൂര്യനും ചന്ദ്രനും വക്രഗതിയില്ല. മറ്റു ഗ്രഹങ്ങൾക്കെല്ലാം വക്രഗതിയുണ്ട്. എന്നാൽ സാങ്കൽപ്പിക ഗ്രഹങ്ങളായ രാഹുവിനും കേതുവിനും വക്രഗതിയേ ഉള്ളൂ; ക്രമഗതിയില്ല (അങ്ങനെ രണ്ടു ഗ്രഹങ്ങൾ ജ്യോതിശാസ്ത്രത്തിലില്ല, ജ്യോതിഷത്തിലേ ഉള്ളൂ എന്നതും പ്രത്യേകതയാണ്).

പ്രാചീന വാനനിരീക്ഷകരെ ഏറെ കുഴച്ചിരുന്ന ഒരു പ്രശ്നമാണ് വക്രഗതിയുടേത്. പ്രപഞ്ചകേന്ദ്രം ഭൂമിയാണെന്നും ഗ്രഹങ്ങളുടെ സഞ്ചാരപഥം വൃത്തമാണെന്നും ധരിച്ചുവച്ചുകൊണ്ട് വക്രഗതിയുടെ വിശദീകരണം സാധ്യമല്ല. വാസ്തവത്തിൽ കോപ്പർ നിക്കസ് പ്രപഞ്ചം സൗരകേന്ദ്രിതമാണെന്ന നിഗമനത്തിലെത്താനുള്ള കാരണങ്ങളിലൊന്ന് വക്രഗതിയും, മറ്റൊന്ന് ബുധനെയും ശുക്രനെയും രാത്രികാലങ്ങളിൽ കാണാനാവുന്നില്ല എന്ന വസ്തുതയുമാണ്.

ഗ്രഹങ്ങൾ സൂര്യനെ വലംവയ്ക്കുന്ന വേഗതയിലുള്ള വ്യത്യാസവും വ്യാസത്തിന്റെ വ്യത്യാസവും ദൃഷ്ടികോണിലുണ്ടാകുന്ന വ്യത്യാസവുമാണ് വക്രഗതിയുടെ അടിസ്ഥാനകാരണം. അല്ലാതെ അവയുടെ ഇച്ഛാശക്തികൊണ്ടല്ല. ജ്യോത്സ്യന്മാർ പറയുംപോലെ വക്രഗതിയിലായിരിക്കുമ്പോൾ ഗ്രഹങ്ങളുടെ ബലം കൂടുകയില്ല — കുറയുകയുമില്ല. അതെല്ലാം ന്യൂട്ടണും കെപ്ലറും വരച്ച വരയിൽ നിന്ന് കടുകിട മാറാതെ സഞ്ചരിച്ചുകൊണ്ടിരിക്കുന്നു.

20

ഇന്ത്യയുടെ ബഹിരാകാശപദ്ധതികൾ

സോവിയറ്റ് യൂണിയൻ 'സ്പുട്നിക്-1' എന്ന ഉപഗ്രഹം വിക്ഷേപിച്ചുകൊണ്ടാണ് മനുഷ്യന്റെ ബഹിരാകാശത്തേക്കുള്ള കുതിപ്പ് ഉദ്ഘാടനം ചെയ്തത്. ജവാഹർലാൽ നെഹ്റുവിന്റെ നേതൃത്വത്തിൽ പുരോഗമനോന്മുഖമായ ഒരു നയം സ്വീകരിച്ചു നടപ്പിലാക്കിവന്ന ഭാരതസർക്കാരിന് വെറും കാഴ്ചക്കാരനായി മാറിനിൽക്കാവുന്നതായിരുന്നില്ല ഈ രംഗം. 1961 ൽ ആണവവകുപ്പിനുകീഴിൽ ഹോമിഭാഭയുടെ നേതൃത്വത്തിൽ ബഹി

സ്പുട്നിക്-1

രാകാശത്തിന്റെ സമാധാനപരമായ ഉപയോഗങ്ങൾക്കു തുടക്കം കുറിക്കുന്നതിനു തീരുമാനിച്ചു. 1962 ൽ ഇന്ത്യൻ നാഷണൽ കമ്മിറ്റി ഓൺ സ്പേസ് റിസർച്ച് (INCOSPAR) എന്ന ഒരു സ്ഥാപനം ഡോ. വിക്രം സാരാഭായിയുടെ നേതൃത്വത്തിൽ രൂപീകൃതമായി. 1963 ൽ തിരുവനന്തപുരത്തിനടുത്ത് തുമ്പയിൽ ഒരു റോക്കറ്റ് ലോഞ്ചിങ് സ്റ്റേഷൻ സ്ഥാപിക്കപ്പെട്ടു—TERLS. അന്താരാഷ്ട്ര സഹകരണത്തോടെയുള്ള എല്ലാ ബഹിരാകാശപദ്ധതികൾക്കും സഹകരണം വാഗ്ദാനം ചെയ്തുകൊണ്ടുള്ള പ്രസ്തുത സ്ഥാപനത്തിൽനിന്നും ആദ്യവിക്ഷേപണം 1963 നവംബർ 21 ന് വൈകിട്ട് 6.25 ന് നടന്നു. അമേരിക്കയുടെ 'നൈക്ക് അപ്പാച്ചെ' എന്ന റോക്കറ്റായിരുന്നു അത്. സോഡിയം ലോഹത്തിന്റെ ബാഷ്പമേഘം അന്തിവെയിൽ തട്ടിത്തിളങ്ങുന്ന കാഴ്ചയായിരുന്നു തുടർന്ന് ആകാശത്തുണ്ടായത്. 1965 ൽ സ്പേസ് സയൻസ് ആന്റ് ടെക്നോളജി സെന്റർ എന്ന ഗവേഷണ സ്ഥാപനം രൂപീകൃതമായി വേളിയിൽ പ്രവർത്തനമാരംഭിച്ചു. 1969 ൽ ISRO രൂപീകൃതമായി. അന്തരീക്ഷപഠനത്തിനാവശ്യമായ റോക്കറ്റുകളാണ് തുടക്കത്തിൽ വികസിപ്പിച്ചെടുക്കുകയുണ്ടായത്. അത് രോഹിണി എന്ന ശ്രേണിയിൽ വികസിച്ചുവരികയും പിന്നീട് വന്ന ഉപഗ്രഹ വിക്ഷേപിണികളുടെ മുൻഗാമികളായി നിലകൊള്ളുകയും ചെയ്തു.

1972 ൽ ആണവവകുപ്പിൽനിന്നു സ്വതന്ത്രമായി ബഹിരാകാശവകുപ്പ് സ്ഥാപിതമായി. ഇതിനകംതന്നെ ഉപഗ്രഹവിക്ഷേപണത്തിനുള്ള റോക്കറ്റുകളുടെ രൂപരേഖ ചിത്രപീഠങ്ങളിൽ ഉരുത്തിരിയുകയും പരിഷ്കരിക്കപ്പെടുകയും ചെയ്യുന്ന പ്രക്രിയ തുടങ്ങിക്കഴിഞ്ഞിരുന്നു. അത്തരം വലിയ റോക്കറ്റുകൾ വിക്ഷേപിക്കുവാൻ യോഗ്യമായ കിഴക്കൻതീരത്ത് ശ്രീഹരിക്കോട്ടയിൽ വിക്ഷേപണത്തറയ്ക്കാവശ്യമായ വിശാലമായ ഭൂമി കണ്ടെത്തുകയും ചെയ്തു. അൻപതുവർഷത്തെ വളർച്ചയിലേക്കുള്ള കുതിപലകകളായി തുമ്പയും ശ്രീഹരിക്കോട്ടയും നിലകൊള്ളുന്നു.

ഏവിയോണിക്സ്, എയറോനോട്ടിക്സ്, പദാർഥ വിജ്ഞാനീയം, രസതന്ത്രം, ഘടനാവിന്യാസം, ഇലക്ട്രോണിക്സ്, കമ്പ്യൂട്ടർ സയൻസ്, സ്പേസ് സയൻസ് തുടങ്ങിയ എല്ലാ ശാസ്ത്രശാഖകളുടെയും ഒരു സമഞ്ജസ സമ്മേളനത്തിലൂടെയാണ് ബഹിരാകാശ ഗവേഷണം സാക്ഷാൽക്കരിക്കപ്പെടുന്നത്. ഇന്ത്യൻ ബഹിരാകാശപദ്ധതിയിലേക്ക് ക്ഷണപ്രഭയിൽ ഒരു കണ്ണോട്ടം നടത്തുകയാണിവിടെ.

ഇന്ത്യൻ നാഷണൽ സാറ്റലൈറ്റ് (INSAT)

വിദൂര സംവേദനം, ടെലിവിഷൻ, കാലാവസ്ഥാപ്രവചനം, അപായമുന്നറിയിപ്പുകൾ, രക്ഷാപ്രവർത്തനം എന്നിവയ്ക്കായി പരസ്പരബന്ധത്തോടെ പ്രവർത്തിക്കുന്ന ഉപഗ്രഹശൃംഖലയാണിതിലൂടെ പ്രാവർത്തികമാകുന്നത്. അപായമുന്നറിയിപ്പുകൾ നൽകുന്നതിനും സുരക്ഷാപ്രവർത്തനങ്ങൾക്ക് മാർഗദർശനം നടത്തുന്നതു കൂടാതെ ഓരോരോ പ്രദേ

ശത്തെ വിഭവ ഭൂപടം തയാറാക്കുന്നതിനും അതിന്റെ ഫലപ്രദമായ വിതരണം സാധ്യമാക്കുന്നതിനും ഇത് പങ്കുവഹിക്കുന്നു. ഗുണനിലവാരമുള്ള വിദ്യാഭ്യാസവും ചികിത്സയും ഏതു മൂലയിലുള്ളവർക്കും ലഭ്യമാക്കുന്ന ടെലി എഡ്യൂക്കേഷൻ, ടെലി മെഡിസിൻ എന്നീ പദ്ധതികളും വിജയകരമായി പ്രവർത്തിച്ചുവരുന്നു.

ഇന്ത്യൻ റിമോട്ട്സെൻസിങ് സാറ്റലൈറ്റ് (IRS)

വിഭവങ്ങളുടെ ഭൂപടം വിദൂര ദർശനത്തിലൂടെ സാക്ഷാൽക്കരിച്ചെടുക്കുകയാണ് ഈ ഉപഗ്രഹ സംവിധാനത്തിലൂടെ സാധ്യമാക്കുന്നത്. ഭാരതത്തിനാണ് ഇതിന്റെ ഏറ്റവും വലിയ ഉപഗ്രഹ സമുച്ചയമുള്ളത്.

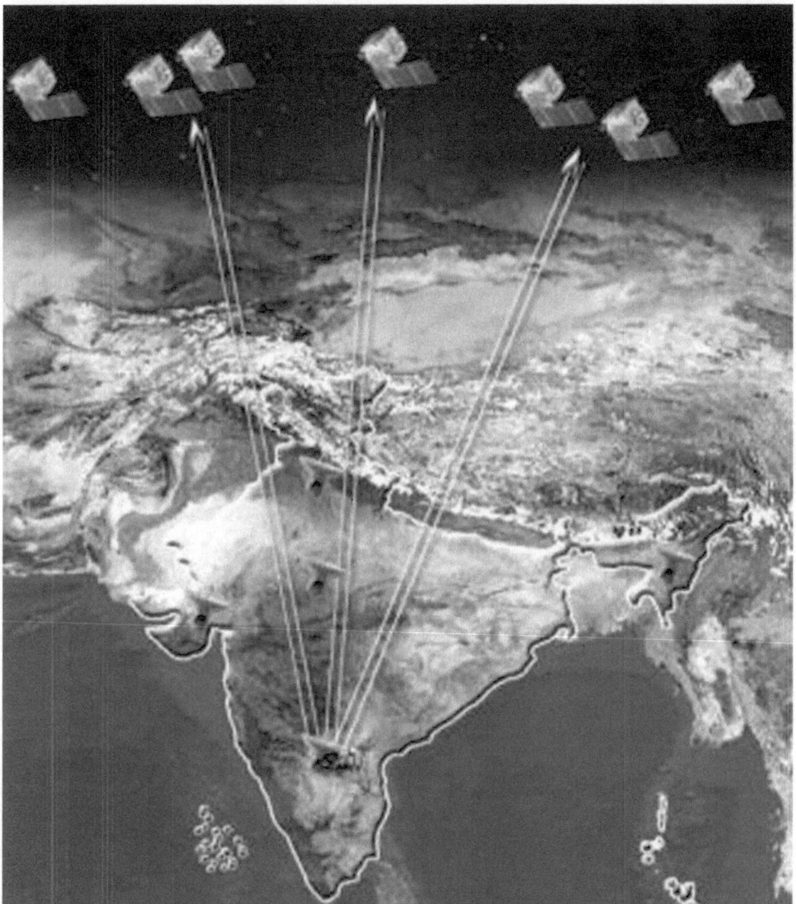

ഇന്ത്യൻ റിമോട്ട്സെൻസിങ് സാറ്റലൈറ്റ് (IRS)

ഇതിലൂടെ ലഭിക്കുന്ന വിവരങ്ങൾ കൃഷി, ജലവിഭവം, ഗ്രാമവികസനം, ധാതുനിക്ഷേപം, പരിസ്ഥിതി, വനവിഭവ സംരക്ഷണം, വരൾച്ച, മരുവൽക്കരണം, സമുദ്രവിഭവം, അത്യാഹിതങ്ങൾക്കു മുന്നറിയിപ്പ് തുടങ്ങിയ രംഗങ്ങളിൽ ആസൂത്രണം ചെയ്യുവാൻ വിലപ്പെട്ട സംഭാവനകളാണ് നൽകുന്നത്.

ബഹിരാകാശ ഗവേഷണം

ജ്യോതിശാസ്ത്രരംഗത്ത് X-റേ r റേ തുടങ്ങിയ ആധുനിക സാങ്കേതിക സാധ്യതകൾ പരീക്ഷിക്കുന്ന 'അസ്ട്രോസാറ്റ്' ഇന്ത്യയുടേതായിട്ടുണ്ട്. ചന്ദ്രയാൻ വിക്ഷേപണത്തിലൂടെ ഇന്ത്യ സാങ്കേതികവളർച്ചയിൽ വികസിത രാജ്യങ്ങളോടൊപ്പം എത്തിനിൽക്കുന്നു എന്ന് തലയെടുപ്പോടെ തെളിയിച്ചു. ചാന്ദ്രയാൻ എന്ന ഉപഗ്രഹവും അതിൽനിന്ന് ചന്ദ്രനിലേക്കു തൊടുത്ത 'മൂൺ ഇംപാക്റ്റ് പ്രോബ്' ഉം സാങ്കേതികശേഷിയുടെ ഉത്തമോദാഹരണമാണ്. ഒരു വിക്ഷേപണത്തിലൂടെ പതിനൊന്നു ഉപഗ്രഹങ്ങൾ തൊടുത്തുവിടുക എന്ന അതിസങ്കീർണമായ സാങ്കേതികസൂത്രവും ഇന്ത്യ വിജയകരമായി നിർവഹിച്ചു.

വിക്ഷേപണ വാഹനങ്ങൾ

PSLV, GSLV എന്നീ രണ്ടു ഉപഗ്രഹവിക്ഷേപണ വാഹനങ്ങളാണ് നമ്മുടെ പ്രധാനപ്പെട്ട 'പ്രയത്നക്കുതിരകൾ'. ഇന്നു രംഗത്തുള്ള PSLV അനവധി തരം ദൗത്യങ്ങൾ ഏറ്റെടുത്തു വിജയിപ്പിച്ചിട്ടുണ്ട്. മൂന്നരടൺ വരെ ഭാരമുള്ള ഉപഗ്രഹങ്ങളെ താഴ്ന്ന ഭ്രമണപഥത്തിലും (300 km) ഒന്നരടൺ ഭാരം പോളാർ ഭ്രമണപഥത്തിലും (620 km) ഒരുടൺ ഭാരം ഭൂസ്ഥിര ഭ്രമണപഥത്തിലു (36 000 km)മെത്തിക്കുവാൻ ഇതിനുകഴിയും. നമ്മുടെ പണിപ്പുരയിൽ രൂപംകൊള്ളുന്ന GSLVയ്ക്ക് നാലുടൺ ഭാരം ഭൂസ്ഥിര ഭ്രമണപഥത്തിൽ (36000 km) എത്തിക്കുവാനാവും. ക്രയോജനിക് സാങ്കേതികവിദ്യ സ്വന്തമായി വിജയിപ്പിച്ചെടുക്കുന്നതിന്റെ അവസാനഘട്ടത്തിലാണ് ഇന്നു നാമെത്തിനിൽക്കുന്നത്.

(GSLV യുടെ വിജയകരമായ വിക്ഷേപണത്തിനു മുൻപ് എഴുതിയത്)

21

ശൂന്യാകാശപഥങ്ങളിൽ ഇന്ത്യ ഈ അടുത്ത കാലത്ത്...

ഇന്ത്യയുടെ ബഹിരാകാശ ഗവേഷണ പരിപാടി അൻപതാം വർഷം ആഘോഷിക്കുമ്പോൾ അതിലെ ഒരിനം ഇൻസാറ്റ് 3 ഡിയുടെ വിജയകരമായ വിക്ഷേപണമാണ്. സാങ്കേതികവിദ്യകളുടെ നവീനസാധ്യതകൾ കാലാവസ്ഥാ നിരീക്ഷണ-പ്രവചനങ്ങൾക്ക് പ്രയോഗിക്കുക, പ്രകൃതി ക്ഷോഭങ്ങളെക്കുറിച്ച് മുൻകൂട്ടി വിവരം ലഭ്യമാക്കുക എന്നിവയാണ് പുതിയ ഉപഗ്രഹത്തിന്റെ സവിശേഷ ദൗത്യങ്ങൾ. യൂറോപ്യൻ സ്പേസ് ഏജൻസിയുടെ (ഈസ) ഏരിയൻ-5VA214 എന്ന വാഹനമാണ് ഇതിനായി ഉപയോഗിച്ചത്. ഇക്കഴിഞ്ഞ ജൂലായ് 26 നായിരുന്നു വിക്ഷേപണം. ഇൻസാറ്റിനോടൊപ്പംതന്നെ യൂറോപ്പിന്റെ ഏറ്റവും വലിയ, തനതായ, 'ആൽഫസാറ്റ്' എന്ന വാർത്താവിനിമയ ഉപഗ്രഹവും ഇതേ വാഹനത്തിൽത്തന്നെ വിക്ഷേപിക്കപ്പെട്ടു. രണ്ട് ഉപഗ്രഹങ്ങളും ആരോഗ്യത്തോടെ പ്രവർത്തിച്ചുവരുന്നു.

ഈസ, ഫ്രാൻസ് കേന്ദ്രമായാണ് പ്രവർത്തിക്കുന്നത്. എന്നാൽ ഫ്രാൻസിന് കിഴക്കൻ സമുദ്രതീരമില്ലാത്തതിനാൽ തെക്കേ അമേരിക്കയുടെ തീരത്തുള്ള ഫ്രഞ്ച് ഗയാന എന്ന അവരുടെ കോളനിയിലെ 'കൊറു' എന്ന പ്രദേശത്താണ് ഈസയുടെ വിക്ഷേപണകേന്ദ്രം സ്ഥാപിച്ചിരിക്കുന്നത്. ഭൂമിയുടെ കറക്കം പടിഞ്ഞാറുനിന്ന് കിഴക്കോട്ടാകയാൽ ഇന്ധനോപയോഗം കാര്യക്ഷമമാകണമെങ്കിൽ കിഴക്കൻതീരം തന്നെയാണ് അഭികാമ്യം. റോക്കറ്റിന്റെ ഉപയോഗം കഴിഞ്ഞ അവശിഷ്ടലോഹക്കഷണങ്ങൾ കടലിൽത്തന്നെ വീഴാനും ഇത് സഹായിക്കും. നമ്മുടെ തനത് വാഹനങ്ങളുടെ വിക്ഷേപണവും കിഴക്കൻതീരത്തുള്ള ശ്രീഹരിക്കോട്ടയിൽ നിന്നാണെന്ന് ഓർക്കുക.

ഏരിയൽ-5 റോക്കറ്റിന്റെ 56-ാമത് വിക്ഷേപണമായിരുന്നു ഇത്. കാലാവസ്ഥാ നിരീക്ഷണങ്ങൾക്കായുള്ള ഇന്ത്യയുടെ രണ്ടാമത്തെ ഉപ

ഗ്രഹവുമാണ്. ഭൂമിക്ക് 36000 കി മീറ്റർ ഉയരെയുള്ള ഭൂസ്ഥിര ഭ്രമണപഥമായിരിക്കും ഇതിന്റേത്. കാലാവസ്ഥയെയും കടലിനെയും സംബന്ധിച്ച വിവരങ്ങൾ ശേഖരിക്കുന്നതും കൈമാറ്റം ചെയ്യുന്നതും ഡാറ്റാ റിലേ ട്രാൻസ്പോണ്ടർ (DRT) ആണ്. അത് 'അന്വേഷണ-സംരക്ഷണ' സംവിധാനമുള്ള ഇൻസാറ്റ് 3 ഡിയുടെ ഭാഗമായിരിക്കും. വിവരശേഖരണത്തിനായി 1800 റോളം വിവരശേഖരണ വേദികൾ (Data Collection Platforms-DCP) ഉപഗ്രഹത്തിന്റെ ദൃഷ്ടിപ്രദേശത്ത് സ്ഥാപിച്ചിട്ടുണ്ട്. ഉപഗ്രഹത്തിൽ പ്രധാനപ്പെട്ട നാലുപകരണങ്ങളുണ്ട്.

1. ആറ് ശാഖകളുള്ള ഛായാഗ്രഹണ സംവിധാനം (Multi Spectral Image)
2. പത്തൊമ്പത് ശാഖകൾ ഉള്ള അന്തരീക്ഷ പരിശോധനാ സംവിധാനം (19 Channel Sounder).
3. വിവര കൈമാറ്റ ട്രാൻസ്പോണ്ടർ (Data Relay Transponder).
4. അന്വേഷണ-സംരക്ഷണ ട്രാൻസ്പോണ്ടർ (Search and Rescue Transponder).

ഛായാനിർമാണത്തിനുള്ള സംവിധാനം കാലാവസ്ഥയുടെ വ്യതിയാനങ്ങൾക്കനുസരിച്ചുള്ള ചിത്രങ്ങൾ അപ്പപ്പോൾ നിർമിക്കും. പരിശോധനാ സംവിധാനങ്ങളിലുള്ളതും കിടയറ്ററീതിയിൽ പ്രവർത്തിക്കുന്ന പുതിയ സജ്ജീകരണങ്ങളാണ്. ഇപ്പോൾ കാലാവസ്ഥാ നിരീക്ഷണത്തിനായി നിലവിലുള്ള കൽപ്പന-1, ഇൻസാറ്റ് 3 എ എന്നീ ഉപകരണങ്ങളേക്കാൾ പതിന്മടങ്ങ് ശേഷിയാണ് പുതിയതിനുള്ളത്. അന്തരീക്ഷത്തിന്റെ വിവിധതലങ്ങളിലുള്ള ഊഷ്മാവ്, ഈർപ്പം, മർദം, വാതകഘടന, ഓസോണിന്റെ അളവ് എന്നിവ പരിശോധിക്കുന്നതിനാണ് അന്തരീക്ഷ പരിശോധനാ സംവിധാനം (19 Channel Sounder). പ്രകൃതിക്ഷോഭങ്ങളെ കുറിച്ചുള്ള അറിവ് ശേഖരണത്തിനും മുന്നറിവ് നൽകുന്നതിനുമുള്ളതാണ് അന്വേഷണ-സംരക്ഷണ ട്രാൻസ്പോണ്ടർ (Search and Rescue Transponder). ഇന്ത്യൻ കോസ്റ്റ് ഗാർഡ്, എയർപോർട്ട് അതോറിറ്റി, ജനറൽ ഷിപ്പിങ്, ഡിഫൻസ് സർവീസ്, ഫിഷിങ് ഹാർബർ എന്നിവയ്ക്കായിരിക്കും ഇതിന്റെ സേവനം ലഭിക്കുക. ഉപഗ്രഹത്തിന്റെ ദൃഷ്ടിയിൽ ഇന്ത്യ, ഇന്ത്യൻ മഹാസമുദ്രം, ബംഗ്ലാദേശ്, ഭൂട്ടാൻ, മാലദ്വീപ്, നേപ്പാൾ, ശ്രീലങ്ക എന്നിവ ഉൾപ്പെടുന്നു. രണ്ടുടൺ ഭാരമുള്ള ഈ ഉപഗ്രഹത്തിന്റെ പ്രതീക്ഷിത പ്രവർത്തനകാലം ഏഴു വർഷമാണ്. ഉപഗ്രഹത്തിന്റെ ഇതുവരെയുള്ള പ്രവർത്തനം തികച്ചും തൃപ്തികരമാണെന്നാണ് ISRO അറിയിക്കുന്നത്.

ഉപഗ്രഹത്തിന്റെ സോളാർ പാനലിൽ 1164 വാട്ട് വിദ്യുച്ഛക്തി ഉൽപ്പാദിപ്പിക്കുന്ന നിക്കൽ കാഡ്മിയം ബാറ്ററികളാണുള്ളത്. വാഹനത്തിന്റെ പ്രധാന (ദ്രവ) ഇന്ധനമായി ഉപയോഗിക്കുന്നതാകട്ടെ, മോണോ മീഥേൽ ഹൈഡ്രസീൻ (MMH), നൈട്രജൻ ഓക്സൈഡുകളുടെ മിശ്രിതം എന്നിവയും. കൂടാതെ, ദ്രവഹൈഡ്രജനും ദ്രവ ഓക്സിജനും അടങ്ങുന്ന ക്രയോഎഞ്ചിനും അവസാനഘട്ടത്തിൽ ഉപയോഗിക്കുന്നു.

സ്വന്തമായി ക്രയോഎഞ്ചിൻ ഇല്ല എന്നതാണ് മറ്റ് രാജ്യങ്ങളെ ആശ്രയിക്കാൻ ഇന്ത്യയെ നിർബന്ധിതമാക്കുന്നത്. സ്വന്തം ശേഷി തെളിയിക്കണമെങ്കിൽ ക്രയോ സാങ്കേതികവിദ്യ പ്രയോഗിച്ചുള്ള വാഹനം വിജയകരമായി നിർമിച്ചെടുക്കണം. വിജയിപ്പിച്ചെടുക്കാനുള്ള ശ്രമങ്ങളിലാണ് കഴിഞ്ഞ കുറേ വർഷങ്ങളിലായി ISRO. ഇന്ത്യ വളരെ പ്രതീക്ഷയോടെ കാത്തിരുന്ന ഒന്നായിരുന്നു അതിന്റെ വിക്ഷേപണം. മറ്റു രാജ്യങ്ങളെ ആശ്രയിക്കാതെതന്നെ വലിയ സംവേദന ഉപഗ്രഹങ്ങൾ ഭൂസ്ഥിര ഭ്രമണപഥത്തിലെത്തിക്കുവാൻ ഇന്ത്യയെ പ്രാപ്തമാക്കുന്ന ഒന്നാണത്. മാത്രമല്ല, ഭാവിയിൽ മനുഷ്യനെത്തന്നെ ബഹിരാകാശത്തേക്ക് വഹിക്കുവാനും ചൊവ്വാ പര്യവേക്ഷണങ്ങൾക്കും മറ്റും PSLV യേക്കാൾ പ്രാപ്തിയുള്ളത് എന്ന നിലയിൽ മുന്തിയ പരിഗണനയാണ് GSLV യ്ക്കുള്ളത്. ഇന്ന് ഇന്ത്യയുടെ ബഹിരാകാശ സാങ്കേതിക പ്രഭാവം PSLV യുടേതിൽ ഇടിച്ചു നിൽക്കുകയാണ്. ക്രയോജനിക് സാങ്കേതികവിദ്യ വിജയിച്ചാൽ മാത്രമേ അത് ഭേദിക്കുവാനാകൂ. എന്നാൽ, അതിനുള്ള ശ്രമം മൂന്നാം വട്ടവും അലസിപ്പോയി.

ഒരു വിജയത്തിന് ഒരു പരാജയം

ഇക്കഴിഞ്ഞ ആഗസ്ത് 19 നായിരുന്നു, അതിൽ അവസാനത്തേത് സംഭിച്ചത്. GSLV - D5 ന്റെ വിക്ഷേപണം അന്ന് പിൻവലിക്കേണ്ടിവന്നു. മൂന്നുപ്രാവശ്യം പരാജയപ്പെട്ടുവെങ്കിലും അതിൽ ഒരു പ്രാവശ്യം മാത്രമേ ക്രയോജനിക് ഘട്ടം പരീക്ഷിക്കപ്പെടുകയും പരാജയപ്പെടുകയും ചെയ്തിട്ടുള്ളൂ. ഇപ്പോഴത്തേതടക്കം രണ്ട് പ്രാവശ്യവും, ക്രയോജനിക് മൂന്നാം

GSLV - D5 വിജയകരമായി വിക്ഷേപിച്ചപ്പോൾ

ഘട്ടം പരീക്ഷിക്കുന്നതിന് മുമ്പുതന്നെ രണ്ടാം ഘട്ടത്തിൽ പരാജയപ്പെടുകയായിരുന്നു. ആഗസ്ത് 19 ന്റേതാകട്ടെ, വിക്ഷേപിക്കുന്നതിന് മുമ്പുതന്നെ കുഴപ്പം കണ്ടുപിടിക്കാനായതിനാൽ മൊത്തം തകർന്നില്ല. അതുകൊണ്ട് ചില ഭാഗങ്ങളൊക്കെ ഭാവിപരീക്ഷണങ്ങളിൽ ഉപയുക്തമാക്കാം.

രണ്ടാം ഘട്ടത്തിലെ ദ്രവ ഇന്ധനം ചോർന്നുപോകുന്നതായി കണ്ടതാണ് വിക്ഷേപണം 'മാറ്റി' വയ്ക്കുവാൻ കാരണമായത്. GSLV യുടെ മൂന്ന് ഘട്ടങ്ങളിൽ ഒന്നിൽ ഖര ഇന്ധനവും രണ്ടിൽ ദ്രവ ഇന്ധനവും മൂന്നിൽ ക്രയോ ഇന്ധനവുമാണ്. വളരെയധികം പരിഷ്കരണങ്ങൾ കൊണ്ടുവരികയും മുൻകരുതലുകൾ എടുക്കുകയും ചെയ്തിരുന്നെങ്കിലും ഈ പരാജയം ഇന്ത്യൻ ജനതയിൽ പൊതുവേയും ശാസ്ത്രസമൂഹത്തിൽ പ്രത്യേകിച്ചും മ്ലാനത പടർത്തി.

ഇന്ധനം ഒഴിവാക്കുക, റോക്കറ്റിനെയും സാറ്റ്ലൈറ്റിനെയും ഇളക്കി വേർപെടുത്തുക എന്നതെല്ലാംതന്നെ അതിനെ ഇണക്കി യോജിപ്പിക്കുന്നതിനേക്കാൾ ശ്രമകരവും അപകടകരവുമാണ്. അതിനുള്ള ഉദ്യമം ISRO യ്ക്ക് പുതിയതും വലിയതുമായ അനുഭവ പാഠങ്ങൾ നൽകും. ശാസ്ത്രം പരാജയത്തിലൂടെയാണ് വിജയത്തിലേക്ക് മുന്നേറുന്നത്. അതാണ് ചരിത്രം. ആ ചരിത്രത്തിന്റെ പാഠങ്ങളിൽ നിന്നുതന്നെയാണ് നാം നമ്മുടെ പിന്നോക്കാവസ്ഥ തിരിച്ചറിയേണ്ടതും പരിഹാരം കാണേണ്ടതും.

22

ക്രയോജനിക് വിദ്യാ വിജയം

രണ്ടായിരത്തി പതിനാല് ജനുവരി 5 ഇസ്രോ (ISRO) യുടെ ചരിത്രത്തിലെ ഒരു ഉജ്വല മുഹൂർത്തമാണ്. പ്രതീക്ഷാനിർഭരമായ കാത്തിരിപ്പുകൾക്കൊടുവിൽ, സ്ഥിരോത്സാഹത്തോടെ നടത്തിയ പരിശ്രമങ്ങളുടെ പരിസമാപ്തി എന്ന നിലയിൽ ജി എസ് എൽ വി –ഡി 5 ശ്രീഹരിക്കോട്ടയിൽ നിന്ന് വിജയകര മായി വിക്ഷേപിക്കപ്പെട്ട ദിവസം. രാഷ്ട്രത്തിന് ഉചിതമായ ഒരു പുതുവത്സരസമ്മാനം. ഈ നേട്ടം പുനരാവിഷ്ക്കരിക്കാൻ കഴിയുമെന്ന് തുടർവിക്ഷേപണങ്ങളിലൂടെ തെളിയിക്കേണ്ടതുണ്ട്. അതിനായി ഇനിയുമിനിയും ശ്രമങ്ങൾ നടത്തേണ്ട തുണ്ട്. വാർത്താവിനിമയ വ്യവസായ രംഗത്ത് മത്സരിച്ചു വിജയിക്കുവാൻ അപ്പോഴേ അത് പ്രാപ്തമാകൂ.

ബഹിരാകാശ പര്യവേക്ഷണരംഗത്ത് അരനൂറ്റാണ്ടിലേറെക്കാ ലത്തെ അനുഭവങ്ങളുണ്ടെങ്കിലും, ഒട്ടേറെ നാഴികക്കല്ലുകൾ ഇതിനകം പാകിക്കഴിഞ്ഞിട്ടുണ്ടെങ്കിലും, ഏറെ അംഗീകാരവും അഭിമാനവും ഏറ്റു വാങ്ങിയിട്ടുണ്ടെങ്കിലും ക്രയോജനിക് സാങ്കേതികവിദ്യ സ്വായത്തമാക്കി യില്ല എന്ന വലിയൊരു പോരായ്മ രാജ്യത്തെ സംബന്ധിച്ചിടത്തോളം ബാക്കിനിൽപ്പുണ്ടായിരുന്നു. ഇന്ധനത്തെ സംബന്ധിച്ച അവസാന സാങ്കേതികവൈശിഷ്ട്യം അതിലാണുള്ളത് എന്നതും അതില്ലാതെ അടുത്ത കടമ്പ കടക്കുക അസാധ്യമാണ് എന്നതുമാണ് അതിന് കാരണം. വാർത്താ വിനിമയ ഉപഗ്രഹങ്ങൾ വിക്ഷേപിക്കുന്നതിന് ഭാരതം ഇതുവരെ ആശ്രയിച്ചിരുന്നത് ഒന്നുകിൽ യൂറോപ്യൻ സ്പേസ് ഏജൻസിയെ (ESA) അല്ലെങ്കിൽ റഷ്യയെ ആയിരുന്നു എന്നതിന്റെ കാര ണവും, വലിയ ഉപഗ്രഹങ്ങൾ വിക്ഷേപിക്കാൻ ത്രാണിയുള്ള ക്രയോജനിക് സാങ്കേതിക വിദ്യ ഇല്ല എന്നതല്ലാതെ മറ്റൊന്നുമായിരു

ന്നില്ല. ഫലപ്രദമായ ഗോളാന്തരദൗത്യമോ, മനുഷ്യന്റെ ബഹിരാകാശ സഞ്ചാരമോ, സർവ്വസന്നാഹ സഹിതമായ വാർത്താവിനിമയ ഉപഗ്രഹ സംവിധാനമോ സാധ്യമാകണമെങ്കിൽ ക്രയോജനിക് സാങ്കേതികവിദ്യ അനിവാര്യമായിരുന്നു.

ജി എസ് എൽ വി –D5

അമ്പത് മീററർ ഉയരമുള്ള ജി എസ് എൽ വി വാഹനത്തിന് മൂന്ന് ഘട്ടങ്ങളാണുള്ളത്. ആദ്യത്തേത് ഖരവും, രണ്ടാമത്തേത് ദ്രവവും, മൂന്നാമത്തേത് ക്രയോയുമാണ്. ഇതുകൂടാതെ ദ്രവ ഇന്ധനം ഉപയോഗിച്ചുള്ള നാല് എഞ്ചിനുകൾ ഒന്നാം ഘട്ടത്തെ പൊതിഞ്ഞിട്ടുണ്ട്. സ്ട്രാപ് ഓൺ എന്നും O (zero) സ്റ്റേജ് എന്നും ഇതിനെ വിളിക്കും. ദ്രവ ഇന്ധനമായാലും ക്രയോ ഇന്ധനമായോലും അത് ലികിഡ് പ്രൊപ്പൽഷൻ സിസ്റ്റം സെന്ററിന്റെ (LPSC) ചുമതലയിലിരുന്നു. ഈ സെന്ററിനാണ് ദൗത്യത്തിന്റെ ഏററവും നിർണായകമായ പങ്ക് വഹിക്കാനുണ്ടായിരുന്നത്. മററ് വകുപ്പുകളെല്ലാം അവരവരുടെ പ്രാപ്തി ഇതിനകം തെളിയിച്ചിട്ടുള്ളതാണ്.

രണ്ടാം ലോകമഹായുദ്ധം മുതൽ തന്നെ ദ്രവഇന്ധനം നിറച്ചുള്ള റോക്കററുകൾ നിലവിലുണ്ട്. ജർമനി ആയിരുന്നു അതിന്റെ മുൻനിരക്കാർ. സോവിയറ്റ് യൂണിയനും അമേരിക്കയും ഒപ്പംതന്നെ ഉയർന്നുവന്നു. പെട്രോളിയം, ഡൈമീഥേൻ ഹൈഡ്രസിൽ തുടങ്ങിയ ഇന്ധനങ്ങളും നൈട്രിക് ആസിഡ്, ഹൈഡ്രജൻ ടെട്രോക്സൈഡ് തുടങ്ങിയ ഓക്സീകാരികളുമാണ് ഇതിന് ഉപയോഗിക്കുന്നത്. ഹിററ്ലറു ടെ V2 റോക്കററിൽ ആൽക്കഹോളും ഇന്ധനമായി ഉപയോഗിച്ചിരുന്നു. ഇതെല്ലാം തന്നെ അന്തരീക്ഷ ഊഷ്മാവിൽ ദ്രവരൂപത്തിലാണ് സ്ഥിതിചെയ്യുന്നത്. ഇന്ധനവും ഓക്സീകാരിയും ജ്വലന അറയിൽ കലരുമ്പോൾ തന്നെ ജ്വലിക്കുകയും തുടർന്നുണ്ടാകുന്ന ചൂടുള്ള വാതകങ്ങൾ നാസാഗ്രത്തിലൂടെ ചീററി പുറത്തേക്കൊഴുകുമ്പോൾ റോക്കററ് മേലോട്ട് കുതിക്കുകയും ചെയ്യുന്നു എന്നതാണ് തത്വം.

1990 നവംബറിലാണ് കേന്ദ്രഗവൺമെൻറ് ജി എസ് എൽ വി പ്രൊജക്ടിന് അനുമതി നൽകിയത്. രണ്ട് ടൺ ഭാരമുള്ള ഒരു ഉപഗ്രഹത്തെ 36000 കി. മീററർ ഉയരത്തിലെത്തിക്കാൻ അതല്ലാതെ മാർഗ്ഗമില്ല എന്ന തിരിച്ചറിവി ലായിരുന്നു അത്. എന്നാൽ ക്രയോജ നിക് വിദ്യസ്വായത്തമാക്കാതെ അത് സാധ്യമാകുമായിരുന്നില്ല. റോക്കററി ന്റെ പല മാതൃകകൾ വരപലകകളിലെ കടലാസുകളിൽ വരച്ചുചീന്തപ്പെട്ടു. ഒടുവിൽ ഏററവും ഉചിതമായ രണ്ടെണ്ണം തിരഞ്ഞെടുത്ത് സമർപ്പിക്കുകയായിരുന്നു.ഒന്നാം ഘട്ടം ഖരവും രണ്ടാം ഘട്ടം ദ്രവവും മൂന്നാം ഘട്ടം ക്രയോയുമായിട്ടാണ് അത് വിഭാവന ചെയ്തത്. വിക്ഷേപണ തീയതിക്കകം ക്രയോ എഞ്ചിൻ വികസിപ്പിക്കുക എന്നത് അസാധ്യമാകയാൽ അത് വാങ്ങുക എന്നതായിരുന്നു തീരുമാനം.

അന്നത്തെ ലോകസാഹചര്യത്തിൽ സോവിയറ്റ് യൂണിയനിൽ നിന്ന് മാത്രമാണ്, ആദായകരമായ ഒരു എഞ്ചിൻ ഏററവും എളുപ്പത്തിലും സൗഹൃദ മനോഭാവേനയും ലഭിക്കാനുള്ള സാധ്യതയുണ്ടായിരുന്നത് അതിനുവേണ്ടി 235 കോടി ഇന്ത്യൻ രൂപയ്ക്ക് ഗ്ലാവ് കോസ്മോസ് എന്ന സോവിയറ്റ് സ്പേസ് സ്ഥാപനവുമായി കരാറിൽ ഏർപ്പെട്ടു. എഞ്ചിനോടൊപ്പം സാങ്കേതിക വിജ്ഞാനവും കൈമാറുക എന്ന ധാരണയും ഒപ്പമുണ്ടായിരുന്നു. അനുബന്ധ ഘടകങ്ങളെല്ലാം ഇന്ത്യ സ്വയം ചെയ്യും. എന്നാൽ സോവിയറ്റ് യൂണിയൻ ശിഥിലമാകുകയും ചരിത്രത്തിൻെറ തിരശീലയ്ക്ക് പിന്നിലേയ്ക്ക് മറയുകയും ചെയ്തു. പുതുതായി രൂപംകൊണ്ട റഷ്യയുടെ മേൽ അമേരിക്ക ചെലുത്തിയ സമ്മർദത്തിന്റെ ഫലമായി ഗ്ലാവ് കോസ്മോസുമായുള്ള കരാർ റദ്ദാക്കപ്പെട്ടു; എഞ്ചിനുമില്ല, വിജ്ഞാനവുമില്ല.

റഷ്യയുടെ അന്നത്തെ പരിതാപകരമായ സാമ്പത്തികസ്ഥിതിയുടെ സമ്മർദത്തിൽ അമേരിക്കൻ ഡോളറിൽ വില നൽകാമെന്ന വ്യവസ്ഥയിൽ കരാർ പുതുക്കി. വിജ്ഞാന കൈമാററം കരാറിൽ നിന്ന് ഒഴിവാക്കുകയും ചെയ്തു. റഷ്യ നൽകിയ എഞ്ചിൻ ഉപയോഗിച്ച് 2001 ആഗസ്ത് 18–ന് ജി എസ് എൽ വി–ഡി–1 ൻെറ വിക്ഷേപണം നടന്നു. ഇസ്രോ നിർമിച്ച ഭാഗങ്ങളെല്ലാം തൃപ്തികരമായി പ്രവർത്തിച്ചപ്പോൾ റഷ്യ യുടേതിന് വീഴ്ചയുണ്ടായി. 36000 കി. മീററിനു പകരം 32000 കിലോമീറ്ററേ അത് ഉയർന്നുള്ളൂ. സാററലൈററിൻെറ പ്രവർത്തനത്തിന് വേണ്ടി കരുതിയിരുന്ന ഇന്ധനം എടുത്ത് ശേഷിച്ച 4000 കിലോമീററർ ഉയർത്താൻ ഉപയോഗിക്കേണ്ടിവന്നു. അതിൻെറ ഫലമായി സാററലൈററിൻെറ ആയുസ്സ് ഗണ്യമായി കുറഞ്ഞു. ആറ് വർഷത്തിന് പകരം ഒരു വർഷം.

തുടർന്നുള്ള ഇന്ത്യൻ വാഹന പരീക്ഷണ സംരംഭങ്ങളുടെ തുടർച്ചയായ മൂന്ന് പരാജയങ്ങൾക്ക് ശേഷമുള്ള ഈ വിജയം മധുരതരമാണ്. ഭാവിപ്രവർത്തനങ്ങൾക്ക് ഇത് പ്രചോദനമാകും. പുതുതലമുറ വാഹനമായ ജി എസ്എൽ വി മാർക്ക് IIIയുടെ വിജയകരമായ വിക്ഷേപണത്തിന് ഇത് തുണയേകും.

ക്രയോജനിക് സാങ്കേതികത

റോക്കററുകളിൽ ഉപയോഗിക്കുന്ന ഇന്ധനങ്ങളെ ഭൗതിക സ്വഭാവം അനുസരിച്ച് മൂന്നായി തരം തിരിച്ചിട്ടുണ്ട് – ഖരം, ദ്രവം, ക്രയോജനിക് എന്നിങ്ങനെ. ഹൈഡ്രജൻ, ഓക്സിജൻ, എന്നീ വാതകങ്ങളെ തണുപ്പിച്ച് ദ്രവമാക്കി ഉപയോഗിക്കുന്ന സാങ്കേതികത ആണ് ക്രയോജനിക്. പൂജ്യത്തിലും താഴ്ന്ന താപനിലയിലുള്ള ശാസ്ത്രശാഖയെ പൊതുവെ ക്രയോജനിക് എന്നാണ് പറയുക. നിർമാണത്തിലും പ്രവർത്തനത്തിലും സങ്കേതിക സങ്കീർണകൾ ഏറെയുള്ള ക്രയോജനിക് ഇന്ധനമാണ് ഏറ്റവും പ്രയോഗക്ഷമവും കാര്യപ്രാപ്തിയുമുള്ളത്. ഭാരമേറിയ ഉപഗ്രഹങ്ങളെ

സ്ഥിര ഭൂഭ്രമണ പഥത്തിലേക്കുയർത്താൻ ഇത് അത്യാവശ്യമാണ്. ഇന്ധനമായ ഹൈഡ്രജൻ (–)253 ഡിഗ്രിയിലും, ഓക്സീകാരിയായ ഓക്സിജൻ (–)183 ഡിഗ്രി സെൽഷ്യസിലുമാണ്. ഇതുരണ്ടും രണ്ടറക ളിലായാണ് റോക്കററിൽ സൂക്ഷിക്കുക. ജ്വലന അറയിൽ കലരുമ്പോൾ മററ് ദ്രവ എഞ്ചിനുകളുടേതുപോലെ ഇത് സ്വാഭാവികമായി ജ്വലിക്കുന്നില്ല. ജ്വലിപ്പിക്കുന്നതിന് മറെറാരു ജ്വാല ആവശ്യമുണ്ട്; കുക്കിംഗ് ഗ്യാസ് കത്തിക്കുന്നതിന് ലൈററർ എന്ന പോലെ. എന്നാൽ മരവിപ്പിക്കുന്ന തണുപ്പിനെ അതിജീവിക്കത്തക്ക താപം അത് നൽകുകയും വേണം. ആവശ്യം വരികയാണെങ്കിൽ കെടുത്താനും വീണ്ടും കൊളുത്താനു മുള്ള സംവിധാന വുമുണ്ടായിരിക്കണം. ഈ ക്രയ കർമ്മങ്ങളിൽ ഉൾ പ്പെടുന്ന എല്ലാ യന്ത്രഭാഗങ്ങളുടെയും നിർമാണം, ക്രയോജനിക് സൗ ഹൃദപരമായ അന്തരീക്ഷത്തിൽ പ്രവർത്തനസജ്ജമായി നിൽക്കുവാൻ കെൽപ്പുള്ള പദാർഥങ്ങൾ കൊണ്ടായിരിക്കണമെന്നതും ഇതിൻെറ മറെറാരു സങ്കീർണ്ണതയാണ്.

ഭാവിയിൽ പെട്രോളിയം ഇന്ധനത്തിന് മുട്ടുവരുന്ന കാലത്ത് മോട്ടോർ വാഹനങ്ങളിലും ക്രയോ ഇന്ധനം ഉപയോഗിക്കേണ്ടിവരും. (വിദ്യുച്ഛക്തി കൈയിൽ കൊണ്ടുനടക്കാവുന്ന ഒന്നല്ലല്ലോ) നിലവിലുള്ള മോട്ടോർ എഞ്ചി നുകൾ പരിഷ്കരിച്ച് അത് സാധ്യമാ ക്കാമെന്നാണ് ഒരു വിഭാഗം മോട്ടോർ വിദഗ്ധരുടെ അഭിപ്രായം. എന്നാൽ അത് വിചാരിക്കുന്നത്ര അയത്നലളിതമല്ല എന്നാണ് അനുഭവങ്ങൾ നമ്മെ പഠിപ്പിക്കുന്നത്.

23

ഇന്ത്യൻ റോക്കറ്റുകൾക്കും ഒരു ചരിത്രമുണ്ട്

ആയിരത്തി തൊള്ളായിരത്തി അറുപത്തിമൂന്ന് നവംബർ 13 ന്റെ സന്ധ്യ. അസാധാരണമായ ശബ്ദവും മുഴക്കവുമായി ഒരു തീജ്വാല തുമ്പയിൽനിന്നും കുതിച്ചുയർന്നു. മരങ്ങളിൽ ചേക്കേറിയ പക്ഷികൾ കലപിലയോടെ പലായനം ചെയ്തു. അപരിചിതമായ മുഴക്കംകേട്ട് ചകിതമനസോടെ മുക്കുവഗ്രാമങ്ങൾ അത് തലപൊക്കി നോക്കിനിന്നു. ഇന്ത്യൻ മണ്ണിൽനിന്ന് ഒരു റോക്കറ്റ് ആദ്യമായി കുതിച്ചുയർന്ന സന്ദർഭം. അപ്പോഴും തുടർന്നുകൊണ്ടിരുന്ന നിയമസഭ നിർത്തിവെച്ച് സാമാജികർ സെക്രട്ടറിയേറ്റിന്റെ മുറ്റത്തുനിന്ന് പടിഞ്ഞാറൻ മാനത്തേക്ക് തലയുയർത്തി. ഓറഞ്ചുകലർന്ന ഒരു മഞ്ഞ മേഘം ആകാശത്ത് പടർന്ന് വികസിച്ചു. തെക്കൻ കേരളത്തിൽ എവിടെനിന്നും കാണാമായിരുന്ന ഒരു മേഘപടലം. ഇന്ത്യൻ ബഹിരാകാശ ഗവേഷണത്തിന്റെ വിളംബര വിക്ഷേപണമായി നൈക്ക്-അപ്പേഷേ റോക്കറ്റ് ഇരുന്നൂറ് കിലോമീറ്റർ ഉയരത്തിൽ ബാഷ്പരൂപത്തിൽ സോഡിയം ലോഹം പരത്തുകയായിരുന്നു. സോഡിയം ബാഷ്പ മേഘത്തിന്മേൽ അന്തിവെയിലടിച്ചുണ്ടായ പ്രതിഫലനമാണ് കാണികൾക്ക് ദൃശ്യമായത്. ഭൂമിയുടെ കാന്തിക മണ്ഡലത്തെക്കുറിച്ചു പഠിക്കുകയാണ് ലക്ഷ്യം. കന്യാകുമാരി, പാളയംകോട്ട, കൊഡൈക്കനാൽ, കോട്ടയം തുടങ്ങിയ സ്ഥലങ്ങളിൽ സ്ഥാപിച്ചിരിക്കുന്ന ക്യാമറകൾ ഒരേസമയം പ്രവർത്തിപ്പിച്ച് ലഭിക്കുന്ന ചിത്രങ്ങൾ വിശകലനം ചെയ്താണ് ഇത് സാധ്യമാക്കുന്നത്. ഒരേസമയം എന്നു പറയുമ്പോൾ, ഇന്നത്തെപ്പോലെ വിദൂരസംവേദനോപകരണങ്ങളോ വിദൂരനിയന്ത്രണ സംവിധാനങ്ങളോ ഇല്ലാത്ത ഒരു കാലഘട്ടമായിരുന്നു അതെന്ന് ഓർക്കുക. കൺട്രോൾ സെന്ററിൽ നിന്ന് ടെലിഫോണിലൂടെ 'റെഡി, 1, 2, 3' എന്ന് പറയുന്നത് കേട്ട് ക്യാമറാമാന്മാർ ഒരേസമയംതന്നെ ക്യാമറ

പ്രവർത്തിപ്പിക്കണം. മഴക്കാറുണ്ടെങ്കിൽ പണിപാളും. സോഡിയം മേഘലത്തെ അതു മറയ്ക്കും.

അതൊരു സാർവദേശീയ സന്ദർഭമായിരുന്നു. അമേരിക്കയുടെ റോക്കറ്റ്, സോവിയറ്റ് യൂണിയന്റെ കമ്പ്യൂട്ടർ, ഫ്രാൻസിന്റെ പരീക്ഷണോപകരണങ്ങളും. യൂറോപ്യന്മാരുടെ നിർമിതികൾ (ബ്രിട്ടന്റേതൊഴിച്ച്) അമേരിക്കക്കാരുടേതുമായി യോജിപ്പിക്കുന്നത് ദുഷ്കരമാണ്. എന്തുകൊണ്ടെന്നാൽ രണ്ടും രണ്ടു വ്യവസ്ഥകളാണ്; മെട്രിക് സിസ്റ്റം, ബ്രിട്ടീഷ് സിസ്റ്റം ഇതുരണ്ടും തമ്മിൽ യോജിപ്പിക്കുന്ന ശ്രമകരവും അത്ഭുതകരവുമായ ദൗത്യമാണ് അന്ന് ഇന്ത്യൻ സാങ്കേതിക വിദഗ്ധർ ഏറ്റെടുത്തത്. ഇന്നും അത് തുടരുന്നു.

ഇതു ചരിത്രം. മുന്നിലിരിക്കുന്നത് ഇസ്രോ (ISRO) യുടെ ചരിത്രം വിവരിക്കുന്ന *A brief history of rocketry in ISRO* എന്ന ഗ്രന്ഥം. ഇന്ത്യയുടെ ബഹിരാകാശ സംരംഭങ്ങളുടെ ചരിത്രത്തിലേക്ക് നമ്മെ ഒട്ടുംതന്നെ മുഷിപ്പില്ലാതെ കൂട്ടിക്കൊണ്ടുപോകുന്ന ഒന്ന്. ചരിത്രരചന നിർവഹിച്ചിരിക്കുന്നതാകട്ടെ, ഇന്ത്യൻ റോക്കറ്റ് സാങ്കേതികവിദ്യയുടെ സൃഷ്ടിയിൽ ഭാഗഭാഗിത്വം വഹിച്ചിട്ടുള്ള ശാസ്ത്രജ്ഞജോഡി ശ്രീ. പി വി മനോരഞ്ജൻ റാവു, ശ്രീ. പി രാധാകൃഷ്ണൻ എന്നിവർ. ഇവിടെ ചരിത്രം

A brief history of rocketry in ISRO എന്ന ഗ്രന്ഥം
എ പി ജെ അബ്ദുൾ കലാം പ്രകാശിപ്പിച്ചപ്പോൾ

പക്ഷപാതിത്വത്തിലേക്ക് വഴുതിവീഴുവാൻ എളുപ്പം. എന്നാൽ, ശാസ്ത്രത്തെയും സാങ്കേതികവിദ്യയെയും കേവലം ശാസ്ത്രജ്ഞർ അല്ലെങ്കിൽ ടെക്നോക്രാറ്റുകളെന്ന നിലയിലല്ലാതെ, ദാർശനികമായും നോക്കിക്കാണുവാൻ കെൽപ്പുള്ള ഇതിന്റെ രചയിതാക്കൾ അവരുടെ കർത്തവ്യം തികഞ്ഞ ഉചിതജ്ഞതയോടെ നിർവഹിച്ചിരിക്കുന്നു.

ഇത് ഇസ്രോയുടെ ജൂബിലി വർഷമാണ്. സ്ഥാപിതമായിട്ട് 50 വർഷം (2013). ഇന്ത്യയുടെ സാങ്കേതികവിദ്യാരംഗത്ത് അത് അഭിമാനകരമായ ചിലനേട്ടങ്ങൾ കൈവരിച്ചിട്ടുണ്ട്. ജനജീവിതങ്ങളുടെ ഗുണപരമായ മാറ്റങ്ങളിൽ അത്, അവരറിയാതെതന്നെ നിർണായകമായ പങ്കുവഹിച്ചു. മൊബൈൽ ഫോണുകളിൽ സംസാരിക്കുമ്പോഴും, ഇന്റർനെറ്റിൽ ചാറ്റുമ്പോഴും തിരയുമ്പോഴും, സ്വീകരണമുറിയിൽ ടി വി കാണുമ്പോഴും അതെല്ലാം സാധ്യമാക്കിയ ഇസ്രോയുടെ പങ്ക് ആരും ഓർമിക്കുന്നുണ്ടാവില്ല. ഇതൊന്നുമല്ല, ഇടയ്ക്കിടെ ഉയർന്ന ചില ആരോപണങ്ങളാണ്, ഈ സ്ഥാപനം ഇത്രയ്ക്കു പ്രധാനപ്പെട്ടതോ എന്ന ചിന്ത പലരിലും പാകിയത്. ഏതായാലും, ഇവിടെ പരാമർശ വിഷയമായ ഈ പുസ്തകം ഇസ്രോയ്ക്ക് അതിന്റെ അൻപതാം വാർഷിക വേളയിൽ ലഭിക്കാവുന്ന അവസരോചിതമായ ഒരു സ്മരണികയായി എന്ന് പറയാൻ മടിക്കേണ്ടതില്ല.

ഇസ്രോയുടെ മഹച്ചരിതങ്ങൾക്ക് നേതൃത്വം നൽകിയ ആദ്യകാല പഥികരെ സ്മരിക്കുമ്പോൾ, അവിടെ ശാസ്ത്രജ്ഞന്മാരുടെ ഒരുജ്വല നിരതന്നെ കാണാനാകും. ശുദ്ധഭരണാധികാരികളായിരുന്ന വെള്ളോടി, ശേഷൻ തുടങ്ങിയവരേയും ഇവിടെ ഓർമിക്കേണ്ടതുണ്ട്. പിന്നീട് നേതൃത്വശ്രേണിയിലേക്കുയർന്ന വസന്ത് ഗവാരിക്കർ, എ പി ജെ അബ്ദുൾ കലാം, ജി മാധവൻനായർ തുടങ്ങിയവർ പാകപ്പെട്ടത് ഈ മൂശയിലാണ്.

1957 ഒക്ടോബർ 4 ന് അന്നത്തെ സോവിയറ്റ് യൂണിയൻ സ്ഫുട്നിക്-1 എന്ന ഉപഗ്രഹം ബഹിരാകാശത്തേക്കു വിക്ഷേപിച്ചത് ലോകത്തെ അക്ഷരാർഥത്തിൽ പ്രകമ്പനംകൊള്ളിച്ചു. അതിന്റെ ആഘാതതരംഗത്തിൽ അമേരിക്കപോലും വിറകൊണ്ടു. ഇന്ത്യയിലും അത് സ്വാഭാവികമായും പ്രതിധ്വനിച്ചു. ജവാഹർലാലിനെപ്പോലുള്ള ഒരു ഉൽപ്പതിഷ്ണുവിന് നിസ്സംഗമായി നോക്കിനിൽക്കാവുന്ന ഒന്നായിരുന്നില്ല അത്. അന്താരാഷ്ട്രതലത്തിൽ രൂപീകരിക്കപ്പെട്ട കോസ്പാർ (Council for Space Research - cospar) എന്ന സംഘടനയുമായി സഹകരിച്ചുകൊണ്ടാണ് ഇന്ത്യ ബഹിരാകാശവുമായി ആദ്യം ബന്ധപ്പെടുന്നത്. ശീതസമരം കൊടുമ്പിരിക്കൊണ്ടിരുന്ന അക്കാലത്ത് ബഹിരാകാശം ഒരു മത്സരവേദിയായത് സ്വാഭാവികം മാത്രം. ഇന്ത്യയുടെ പ്രഖ്യാപിതമായ ചേരിചേരാനയത്തിനനുസൃതമായി, മത്സരങ്ങളിൽനിന്ന് ഒഴിഞ്ഞുനിന്ന് ശാസ്ത്രപ്രവർത്തനങ്ങളിൽ മുഴുകുക എന്നതായിരുന്നു നെഹ്റുവിന്റെ നയം.

അന്തർദേശീയ ഭൗമഭൗതിക വർഷമായി (International Geographical Year - IGY) 1957-58 ആചരിക്കപ്പെട്ടത് സാന്ദർഭികമായി ഇന്ത്യൻ നയങ്ങൾക്ക് അനുഗുണമായി ഭവിച്ചു. പതിനൊന്ന് വർഷത്തിലൊരിക്കൽ ആവർത്തിക്കപ്പെടുന്ന സൗരപ്രഭാവത്തിന്റെ ഉത്തുംഗാവസ്ഥയുടെ കാലമായിരുന്നു അത്. ധ്രുവദീപ്തി, വായുദീപ്തി, ഭൗമകാന്തികപ്രഭാവം, ഗുരുത്വാകർഷണം, അക്ഷാംശ-രേഖാംശങ്ങളുടെ കൃത്യമായ നിർണയം,

അന്തരീക്ഷ ശാസ്ത്രം, സമുദ്ര ശാസ്ത്രം തുടങ്ങിയവയായിരുന്നു പഠനത്തിനായി അന്നു നിർദേശിക്കപ്പെട്ട വിഷയങ്ങൾ. ഇതിനോടനുബന്ധിച്ചുതന്നെയായിരുന്നു ദക്ഷിണധ്രുവത്തെ സംബന്ധിച്ചും അന്റാർട്ടിക്കിനെ സംബന്ധിച്ചുമുള്ള പഠനം. ധ്രുവങ്ങളിലെ മഞ്ഞുമലകളുടെ വ്യാപ്തമളക്കുന്ന പദ്ധതി ആരംഭിക്കുന്നതും ഇതിനോടനുബന്ധിച്ചാണ്. എന്നാൽ അന്തരീക്ഷപാളികളുടെ വിവിധതലങ്ങളുടെ സ്വഭാവനിർണയം റോക്കറ്റുപയോഗിച്ച് നിർവഹിക്കാമെന്ന ആശയം, ബൗദ്ധികാന്വേഷണത്തിന്റെ വലിയൊരു വാതായനം തുറക്കലായിരുന്നു. രണ്ടാം ലോകമഹായുദ്ധത്തിന്റെ രണ്ട് ഉൽപ്പന്നങ്ങൾ ആണവോർജത്തിന്റേതും റോക്കറ്റ് സാങ്കേതികവിദ്യയുടേതുമായിരുന്നു. ഇതുരണ്ടും ഇലക്ട്രോണിക് സാങ്കേതികവിദ്യയുമായി ചേർന്ന് പ്രവർത്തിച്ചതിന്റെ പരിണതഫലമാണ് ഇന്നത്തെ ആധുനികജീവിതാവസ്ഥ. ഗതാഗതത്തിലും വാർത്താവിനിമയത്തിലും വിവരസാങ്കേതികവിദ്യയിലും ഊർജസംരക്ഷണത്തിലുമെല്ലാം തന്നെ ഇന്ന് അത് പ്രതിഫലിക്കുന്നു.

സമാധാനപരമായ ആവശ്യങ്ങൾക്കായി ബഹിരാകാശ ഗവേഷണം തുടങ്ങുവാനുള്ള ചുമതല ജവാഹർലാൽ നെഹ്റു അണുശക്തിവകുപ്പിന്റെ അന്നത്തെ സെക്രട്ടറിയായ ഹോമി ജെ ഭാഭയെ ഏൽപ്പിക്കുന്നത് 1961 ലാണ്. 1962 ൽ ഡോ. വിക്രം എ സാരാഭായി ചെയർമാനായി ഇന്ത്യൻ നാഷണൽ കമ്മിറ്റി ഓൺ സ്പേസ് റിസർച്ച് (INCOSPAR) എന്ന സ്ഥാപനം നിലവിൽ വന്നു. ഇന്ത്യൻ ബഹിരാകാശ ഗവേഷണത്തിന്റെ തുടർന്നുള്ള ഉദ്വേഗജനകമായ ചരിത്രമാണ് ഈ പുസ്തകത്തിന്റെ ഉള്ളടക്കം. ഉയർന്ന സാങ്കേതികവിദ്യാ വികസനത്തിന്റെ ചുവടുവയ്പ്പുകൾ ഒന്നൊന്നായി വിവരിക്കുമ്പോഴും നർമബോധത്തിന്റെ ഒരു അദൃശ്യധാര അതിന് പശ്ചാത്തലമായി നിലകൊള്ളുന്നതും നമുക്ക് ആസ്വദിക്കാനാവും.

ഭൂമിയുടെ കാന്തിക മധ്യരേഖ കൃത്യമായി കടന്നുപോകുന്ന ഒരു പ്രദേശമായി കൊല്ലം ജില്ലയിലെ വെള്ളാനത്തുരുത്ത് എന്ന ദ്വീപ് അടയാളപ്പെടുത്തപ്പെട്ടിട്ടുണ്ട്. അന്തരീക്ഷപഠനങ്ങൾക്ക് അത് അനുയോജ്യമാണെന്ന് കാണുകയും ചെയ്തു. ഭാഭയ്ക്കും സാരാഭായ്ക്കും ആ സ്ഥലം സ്വീകാര്യവുമായിരുന്നു. ബഹിരാകാശഗവേഷണത്തെ അന്തർദേശീയമായിത്തന്നെ വെള്ളാന (White elephent) എന്ന് പരിഹസിച്ചിരുന്ന കാലമായിരുന്നു അത്. ആ സാഹചര്യത്തിൽ തൽക്കാലം ആ സ്ഥലം പരിഗണിക്കേണ്ടതില്ല എന്ന് ഡോ. പി ആർ പിഷാരടി മുന്നോട്ടുവച്ച അഭിപ്രായം പൊതുവിൽ സ്വീകരിക്കപ്പെട്ടു. അതിനുശേഷമാണ് കാന്തികമധ്യരേഖ അടുത്തുകൂടി കടന്നു പോകുന്ന 'തുമ്പ' എന്ന പ്രദേശം സ്വീകരിക്കപ്പെടുന്നത്. അണുശക്തി ഗവേഷണസ്ഥാപനം നിലകൊള്ളുന്ന 'ട്രോമ്പേ'യുമായി പേരിൽ സാമ്യമുണ്ടായി എന്നത് മറ്റൊരു കാരണം. തലസ്ഥാനവുമായുള്ള അടുപ്പം ഗതാഗതത്തിനും വാർത്താവിനിമയത്തിനും സൗകര്യപ്രദവുമായിരിക്കുമെന്നതും പരിഗണിക്കപ്പെട്ടു.

1963 ജനുവരിയിൽ ബഹിരാകാശഗവേഷണത്തെ സംബന്ധിച്ച്

ഇന്ത്യൻ പാർലമെന്റിൽ ഉന്നയിക്കപ്പെട്ട ചോദ്യങ്ങൾക്ക് അന്ന് വിദേശ കാര്യ സഹമന്ത്രിയായിരുന്ന ഡോ. ലക്ഷ്മി എൻ മേനോനാണ് മറുപടി നൽകിയത്. അതിന്റെ ചുരുക്കമിതാണ്: "ആറ്റിപ്രയ്ക്കു തെക്ക്, തിരുവനന്തപുരത്തിന് വടക്ക്, തുമ്പ എന്ന സ്ഥലത്ത് ഇന്ത്യയുടെ ആദ്യ റോക്കറ്റ് വിക്ഷേപണകേന്ദ്രം തുടങ്ങുവാൻ തീരുമാനിച്ചിട്ടുണ്ട്. ഭൗമകാന്തിക മധ്യരേഖാ പ്രദേശത്ത് സ്ഥിതി ചെയ്യുന്നു എന്നതിനാൽ കാന്തിക പ്രഭാവത്തെക്കുറിച്ചും അയണോഗോളത്തെക്കുറിച്ചുമുള്ള പഠനത്തിന് സഹായകമാകും, എന്നതാണ് ഈ സ്ഥലം തെരഞ്ഞെടുക്കാൻ കാരണം. 'സൗണ്ടിങ്' റോക്കറ്റ് സ്റ്റേഷന്റെ സ്ഥാപനത്തിലൂടെയും റോക്കറ്റ് വിക്ഷേപണത്തിലൂടെയും 30 മുതൽ 300 വരെ കിലോമീറ്റർ ഉയരത്തിലുള്ള അന്തരീക്ഷപാളികളുടെ പ്രത്യേകതകളും സ്വഭാവങ്ങളും പഠിക്കുവാനാകും (സൗണ്ടിങ് റോക്കറ്റ്: അന്തരീക്ഷ പഠനത്തിനായി ഉപയോഗിക്കുന്നതും താഴ്ന്ന ഉയരങ്ങളിൽ ഒതുങ്ങുന്നതുമായ റോക്കറ്റുകൾ). ഈ അന്തരീക്ഷപാളി ബലൂണുകൾക്ക് എത്തിപ്പെടാവുന്നതിനും ഉയരെയാണ്." ശ്രീമതി മേനോൻ ഇപ്രകാരം വിവരിച്ച സ്ഥാപനം തുമ്പ ഇക്വിറ്റോറിയൽ റോക്കറ്റ് ലോഞ്ചിങ് സ്റ്റേഷൻ (TERLS) എന്ന പേരിൽ നിലവിൽ വന്നു.

11 പേരുണ്ടായിരുന്ന INCOSPAR ന്റെ ആദ്യസമിതിയിൽ മലയാളികൾ മൂന്ന് പേരുണ്ടായിരുന്നു. വെയ്നു (വേണു) ബാപ്പു, എം ജി കെ മേനോൻ, പി ആർ പിഷാരടി എന്നിവർ. ആദ്യ കമ്മിറ്റിയിൽ എല്ലാവരും ശാസ്ത്രജ്ഞരായിരുന്നു. ആയുധലക്ഷ്യമില്ലാത്ത ഒരു ഗവേഷണപദ്ധതിയാണ് നടക്കുന്നത് എന്ന ധാരണ അന്താരാഷ്ട്രതലത്തിൽ ഉണ്ടാക്കിയെടുക്കേണ്ട ബാധ്യതയും ഉണ്ടായിരുന്നുവല്ലോ.

സ്ഥാനനിർണയത്തിനുശേഷം സ്ഥലം അളന്ന് തിട്ടപ്പെടുത്തി ഏറ്റെടുക്കുന്നതുമായി ബന്ധപ്പെട്ട് നാടകീയത നിറഞ്ഞ സംഭവപരമ്പരകൾ അരങ്ങേറി. സെയ്ന്റ് ഫ്രാൻസിസ് നേരിട്ടു സ്ഥാപിച്ചതാണ് എന്ന് പരക്കെ വിശ്വസിക്കപ്പെട്ടിരുന്ന ഒരു പള്ളി, സ്ഥലത്തിന്റെ ഒത്ത നടുവിൽ നിന്നിരുന്നു. മഗ്ദലനമറിയത്തിന്റെ പേരിലായിരുന്ന ആ പള്ളി 1644 ൽ പരിഷ്കരിക്കുകയും പിന്നീട് അതിന് ബർത്തലോമിയോ പുണ്യാളന്റെ പേര് നൽകപ്പെടുകയും ചെയ്തു. ജെസ്യൂട്ട് പാതിരിമാരുടെ കീഴിലായിരുന്നു അന്ന് അത്. 1773 ൽ പോർത്തുഗീസുകാർ ജെസ്യൂട്ടുകളെ ഒതുക്കിയപ്പോൾ പള്ളി ഗോവയിലെ സെമിനാരിയുടെ കീഴിലും, 1858 ൽ പോപ്പ് പീയൂസ് ഒൻപതാമന്റെ കാലത്ത് കൊച്ചി ഭദ്രാസനത്തിന് കീഴിൽ എറമൺതുറ (കന്യാകുമാരി) രൂപതയുടെ കീഴിലുമായി. ഇരുപതാം നൂറ്റാണ്ടിന്റെ തുടക്കത്തിൽ ബിഷപ്പ് അബിലസ് പള്ളി പുതുക്കിപ്പണിതു. കുരിശിന്റെ ആകൃതിയിൽ തീർത്ത ഈ പള്ളിയുടെ രൂപകൽപ്പന അന്ന് അനന്യമായിരുന്നു. പള്ളിയുടെ മുകളിൽ സ്ഥാപിച്ച ക്രിസ്തുവിന്റെ രൂപം, ശിൽപ്പി അവിടത്തന്നെ പലക സ്ഥാപിച്ച് അതിൽ ചവിട്ടി നിന്നുകൊണ്ട് നിർമിച്ചതാണത്രേ! ഇത്രയും ചരിത്രമുള്ള പള്ളിയാണ് സ്പേസ് വകു

പ്പിന് ഏറ്റെടുക്കാനുണ്ടായിരുന്നത്. രൂപതകളും, അതിരൂപതകളുമായി സംസ്ഥാന ഗവൺമെന്റും കേന്ദ്രബഹിരാകാശവകുപ്പും നിരന്തരമായി ആശയവിനിമയം ചെയ്തതിന്റെ ഫലമായിട്ടാണ് ധാരണയുണ്ടായതും പള്ളിയുൾപ്പെടെയുള്ള ഗ്രാമം ഏറ്റെടുക്കാനായതും. മേരിമഗ്ദലനപ്പള്ളിയുടെ ആരാധനാമണ്ഡപം ഇന്ത്യൻ ബഹിരാകാശ ഗവേഷണ സംരംഭത്തിന്റെ അൾത്താരയായി മാറി. സ്ഥലവാസികൾക്ക് പള്ളിത്തുറ പ്രദേശത്ത് കോളനിയും പുതിയൊരു പള്ളിയും നിർമിച്ചുനൽകുകയും ചെയ്തു.

സൗണ്ടിങ് റോക്കറ്റിൽ നിന്നുമുള്ള അന്നത്തെ തുടക്കം പിന്നീട് എസ് എൽ വി, എ എസ് എൽ വി, പി എസ് എൽ വി, ജി എസ് എൽ വി തുടങ്ങിയ വലിയ വിക്ഷേപണവാഹിനികളുടെ നിർമാണത്തിലേക്ക് വളർന്നു. ചന്ദ്രനിലേക്ക് ഉപഗ്രഹം വിക്ഷേപിക്കുവാൻ വരെ പിൽക്കാലത്ത് അതിനായി. എന്നാൽ, ജി എസ് എൽ വി വിജയിപ്പിക്കാനാകാത്തത് ഒരു പോരായ്മയായിരുന്നു. അതിനുള്ള കാരണവും ഗ്രന്ഥത്തിൽ വിശദീകരിക്കുന്നു. ഇപ്പോൾ ക്രയോജനിക് സാങ്കേതിക വിദ്യയും വികസിപ്പിച്ചു കഴിഞ്ഞിട്ടുണ്ട്.

1975 ഏപ്രിൽ മാസത്തിലാണ് ആദ്യമായി ഇന്ത്യയുടെ സ്വന്തം ഉപഗ്രഹം ആര്യഭട്ട ഭൂമിയുടെ പ്രദക്ഷിണപഥത്തിലെത്തുന്നത്. ആപ്പിൾ, ഐ ആർ എസ്, ഇൻസാറ്റ് എന്നിങ്ങനെ പദവിയിലും ഉയരങ്ങളിലും ഉദ്ദേശ്യത്തിലും വ്യത്യസ്തതകളോടെ അത് വിവിധതലങ്ങളിലേക്കു കുതിക്കുമ്പോൾ ചരിത്രത്തിന്റെ മറ്റൊരു ചുരുൾ നിവരുന്നു.

1969 ൽ തന്നെ ആന്ധ്രാപ്രദേശിലെ നെല്ലൂർ ജില്ലയിൽ സുലൂർപേട്ടിനടുത്ത് കിഴക്കൻ സമുദ്രതീരത്ത് അൻപതിൽപ്പരം കിലോമീറ്റർ നീളത്തിൽ അമ്പതിനായിരം ഏക്കർ വിസ്തൃതിയിൽ സാരാഭായി കണ്ടുവെച്ച സ്ഥലം ഉപഗ്രഹവിക്ഷേപണത്തിനായി പിന്നീട് ഏറ്റെടുക്കപ്പെട്ടു. രണ്ടു കാരണങ്ങൾ കൊണ്ടാണ് അത് വേണ്ടിവന്നത്. ഒന്ന് കേരളത്തിൽ അത്രയേറെ സ്ഥലം ഒഴിപ്പിച്ചെടുക്കാനാവില്ല. രണ്ട് കിഴക്കൻ തീരമാണ് സാറ്റ്ലൈറ്റ് ലോഞ്ചിങ്ങിന് അനുയോജ്യം. പടിഞ്ഞാറുനിന്ന് കിഴക്കോട്ടുള്ള ഭൂമിയുടെ ഭ്രമണം റോക്കറ്റിന്റെയും സാറ്റ്ലൈറ്റിന്റെയും ഗതിയെ സഹായിക്കും. വിസ്തൃതമായ ഭൂവിഭാഗമായതിനാൽ പരിസരവാസികൾക്ക് അപകടമുണ്ടാകാനുള്ള സാധ്യത ഇവിടെ കുറവായിരിക്കും താനും. ഈ സൗകര്യം പ്രയോജനപ്പെടുത്തിക്കൊണ്ട്, ഇന്ധനനിർമാണത്തിനും വൻതോതിലുള്ള നിശ്ചലപരീക്ഷണങ്ങൾക്കുമുള്ള (Static Test) സംവിധാനങ്ങളും ഇവിടെ ഒരുക്കിയിട്ടുണ്ട്.

ഉപഗ്രഹങ്ങൾക്ക് സംവേദനരംഗത്ത് എത്ര വലിയ സാധ്യതയാണുള്ളതെന്ന് ലോകം മനസിലാക്കിയത് 1964 ലെ ടോക്യോ ഒളിമ്പിക്സിന് ശേഷമാണ്. ജപ്പാനിൽ നടക്കുന്ന മത്സരങ്ങൾ അമേരിക്കയിലിരുന്ന് തത്സമയം കാണാനാവുന്നു എന്നത് അന്ന് ജനത്തെ അത്ഭുതപ്പെടുത്തി. 'സിൽക്കോം–3' എന്ന ഉപഗ്രഹം ഉപയോഗിച്ചായിരുന്നു അത് സാധ്യമാ

ക്കിയത്. ഇതിനെക്കുറിച്ച് അറിയാനും പഠിക്കാനുമായി ഒരു സംവിധാനം ഇന്ത്യയിൽ സാരാഭായി ഉണ്ടാക്കി. അതിനെ തുടർന്ന് ജപ്പാൻകാരനായ ഹിഡിയോ ഇറ്റോക്കാവ എന്ന സാങ്കേതിക വിദഗ്ധൻ അടുത്ത മൂന്ന് വർഷക്കാലം (1965–67) അദ്ദേഹത്തിന്റെ ഉപദേശകനായി പ്രവർത്തിച്ചു. ഇതിനിടെ അബ്ദുൾകലാം അടക്കം ഒരുപിടി സാങ്കേതിക വിദഗ്ധർ നാസയിൽ പരിശീലനത്തിന് നിയുക്തരാകുകയും ചെയ്തു.

ഫ്രാൻസുമായി സഹകരിച്ചുകൊണ്ട് സെന്റാർ റോക്കറ്റുകൾ നിർമിക്കുന്നതിനായി തയാറാക്കിയ പദ്ധതിയുടെ ഭാഗമായി, റോക്കറ്റ് പ്രൊപ്പലന്റ് പ്ലാന്റ് (RPP – ഇന്ധന നിർമിതിക്ക്), റോക്കറ്റ് ഫാബ്രിക്കേഷൻ ഫെസിലിറ്റി (RFF – റോക്കറ്റുകളുടെ രൂപനിർമിതിക്ക്) എന്നിവ കൂടി തുമ്പയിൽ ഉണ്ടായി. വിക്ഷേപണത്തിന് സ്വയംപര്യാപ്തത നേടുന്നതിനുള്ള ആദ്യ ചവിട്ടുപടികൾ; ചുവടുവയ്പ്പുകൾ. 1969 ആഗസ്ത് 15 ന്, സ്വാതന്ത്ര്യലബ്ധിയുടെ 22–ാം വാർഷികത്തിൽ, ഇന്ത്യൻ ബഹിരാകാശ ഗവേഷണരംഗം ഇസ്രോ (ISRO) എന്ന സ്ഥാപനമായി പരിണമിച്ചു.

24

ആദ്യപഥികരുടെ ജീവിതാനുഭവങ്ങൾ

തുമ്പയിലെ മുക്കുവ ഗ്രാമവാസികളെ കുടിയൊഴിപ്പിക്കുകയും അവർക്ക് സമീപസ്ഥലമായ പള്ളിത്തുറയിൽ പുതിയ വസതികളുണ്ടാക്കി നൽകുകയും ചെയ്തതോടെ തുമ്പയുടെ കടപ്പുറം ഒരു വിജനതീരമായി മാറി. അവിടേയ്ക്കാണ് ഇന്ത്യയുടെ പലഭാഗത്തുനിന്നും ശാസ്ത്ര സാങ്കേതികവിദഗ്ധരെ ഡോ. വിക്രം സാരാഭായി ആനയിച്ചു കൊണ്ടുവന്നത്. അവരിൽ പലരും പിൽക്കാലത്ത് ഇന്ത്യയിൽ പലരംഗത്തും പ്രഗത്ഭരായി മാറി. യു ആർ റാവു, വൈ ജെ റാവു, ഗവാരിക്കർ, എം ആർ കുറുപ്പ്, ഈശ്വരദാസ്, അരുവാമുദൻ, എസ് സി ഗുപ്ത, രാമകൃഷ്ണറാവു, മുഖർജി, മുത്തുനായകം, അബ്ദുൾ കലാം തുടങ്ങി നിരവധിപേർ.

ഡോ. വിക്രം സാരാഭായി

അന്ന് അവിടത്തെ ശാസ്ത്ര ഗവേഷണരംഗത്ത്, അന്തരീക്ഷപഠനത്തിൽ ഉൾപ്പെട്ടിരുന്ന ഒരാളായിരുന്നു പിന്നീട് ബാങ്കിങ് മേഖലയിൽ ഉന്നതസ്ഥാനങ്ങൾ വഹിക്കു

കയും മലയാളത്തിലെ പ്രശസ്ത സാഹിത്യകാരനായി മാറുകയും ചെയ്ത 'സേതു' എന്ന സേതുമാധവൻ. തുമ്പയിലെ അന്നത്തെ ജീവിതാനുഭവങ്ങളെക്കുറിച്ച് അദ്ദേഹം എഴുതുകയുണ്ടായിട്ടുണ്ട്.

തിരുവനന്തപുരത്തിന് നഗരം എന്ന സ്ഥാനം ഉണ്ടായിരുന്നു എങ്കിലും ഇന്ത്യയിലെ മറ്റുനഗരങ്ങളിൽ പരിചയിച്ചുവന്നവർക്ക് അതൊരു വലിയ ഗ്രാമംപോലെയുള്ള അനുഭവമേ നൽകിയുള്ളൂ. അവർ പരിചയിച്ച ഭക്ഷണം ലഭിക്കുവാൻ വിഷമമായിരുന്നു. മിക്കവാറും അവിവാഹിതരായിരുന്നതിനാൽ ഹോട്ടലുകളെ ആശ്രയിക്കുകയേ നിർവാഹമുണ്ടായിരുന്നുള്ളൂ. തുമ്പയും നഗരത്തിൽ നിന്നകലെയായതിനാൽ അവിടെ എത്തിപ്പെടുവാനും വിരലിലെണ്ണാവുന്ന ജീപ്പുകളായിരുന്നു ആശ്രയം. തുമ്പയിലേക്ക് ഉലകംചുറ്റും വാലിബനെപ്പോലെ കിഴക്കേക്കോട്ട - കേശവദാസപുരം - ശ്രീകാര്യം - കുളത്തൂർ - തുമ്പ എന്ന് സഞ്ചരിക്കുന്ന ഒരു കെ എസ് ആർ ടി സി ബസും ഉണ്ടായിരുന്നു. ജോലി സ്ഥലത്തെത്തിയാലും അവിടെ വിശാലമായ മേഖലയിൽ അകത്തുള്ള ഓരോരോ ഓഫീസുകളിലേക്ക് ഓരോരോ ആവശ്യങ്ങൾക്കു പോകുവാനും ജീപ്പിന്റെ ആവശ്യമുണ്ടായിരുന്നു. ഓഫീസ്, വർക്ക്ഷോപ്പ്, വിവിധ ലബോറട്ടറികൾ, ക്യാന്റീൻ എന്നിങ്ങനെ പലവിധ സൗകര്യങ്ങൾ പലയിടത്തായിട്ടാണ് ഉള്ളത്. ഇന്നും അത് അങ്ങനെ തന്നെയാണ്; പക്ഷേ, ഗതാഗത സൗകര്യത്തിൽ വലിയ പരിഷ്കരണങ്ങളുണ്ടെന്നു മാത്രം. 'വേളി' എന്ന ഹരിതമനോഹരമായ കുന്ന് ഗവേഷണമേഖലയ്ക്കായി പിന്നീട് ഏറ്റെടുത്തു ചേർക്കുകയുണ്ടായി. കുന്നിൻമുകളിൽനിന്ന് കായലും, കായലുമായി ചേരുന്ന കടലും, തെങ്ങിൻ തലപ്പുകൾ ഭൂമിക്കു മുകളിൽ വിരിച്ച പച്ചക്കമ്പളവും കുളിർമയേറിയ കാഴ്ചയാണ്. സാരാഭായി ഏറ്റവും ആസ്വദിച്ചിരുന്ന ഒരു പ്രകൃതിദൃശ്യമായിരുന്നു അത്. ഒരു കാലംവരെ ഓഫീസ് പരിസരം അതിന്റെ വന്യത നിലനിറുത്തിയിരുന്നു. പിന്നീട് കാനായി കുഞ്ഞിരാമന്റെ സഹായത്തോടെ മാധവൻനായരുടെ കാലത്ത് മുൻഭാഗം കാലോചിതമായി പരിഷ്കരിച്ചു. കാനായിതന്നെ രൂപംനൽകിയ സാരാഭായിയുടെ ശിൽപ്പം വേളിയിലെ പ്രധാന ഭരണകേന്ദ്രത്തിന്റെ മുൻപിൽ സ്ഥാപിക്കുകയും ചെയ്തു.

ആദ്യകാലത്തുണ്ടായിരുന്ന ക്യാന്റീൻ, സഹകരണ വ്യവസ്ഥയിൽ ഉണ്ടായിരുന്ന ഒന്നാണ്. വടക്കുനിന്നും വന്നവർക്ക് ചപ്പാത്തി നിർബന്ധമായിരുന്നു. അന്ന് കേരളത്തിൽ ചപ്പാത്തി പ്രചാരത്തിലായിട്ടില്ല. നല്ല ഗോതമ്പിന്റെ അഭാവവും ഗോതമ്പു പൊടിക്കാനുള്ള മില്ലുകളുടെ അഭാവവും ചപ്പാത്തി ഉണ്ടാക്കാൻ പരിചയമില്ലാത്ത പാചകക്കാരുടെ ഉദ്യമങ്ങളും കൂടിച്ചേർന്ന് ചില ഭൂഖണ്ഡങ്ങളുടെ ആകൃതിയിൽ തുകൽ പോലുള്ള ചപ്പാത്തിയാണ് അവിടെ വിളമ്പിയിരുന്നത്. രണ്ടു ചപ്പാത്തിയും ചോറും കറികളും കൂടിച്ചേർന്ന ഊണിന് അന്ന് അറുപത്തിഅഞ്ചു നയാ പൈസ.

അന്നത്തെ ലോഡ്ജുകളായിരുന്ന ഇന്ദ്രഭവൻ, ചന്ദ്രഗിരി, കാർത്തിക,

ബിന്ദു, നാരായണനിലയം തുടങ്ങിയവ റോക്കറ്റ് ജീവനക്കാരെക്കൊണ്ട് ക്രമേണ നിറഞ്ഞു. സെക്രട്ടേറിയറ്റിനു മുന്നിൽ ഇന്ന് അരുൾജ്യോതി എന്ന ഹോട്ടലുള്ള സ്ഥലത്ത് അന്ന് 'ഹോട്ടൽ പുഷ്പ' എന്ന ഒന്നായിരുന്നു. അവിടെ അന്ന് അറുപത്തിയഞ്ചു പൈസക്കു ലഭിക്കുമായിരുന്ന മസാലദോശ കലാംസാറിന്റെ ഇഷ്ടവിഭവമായിരുന്നു.

ഡോ. അബ്ദുൾകലാം പുതിയ ചുമതലകൾ ഏറ്റെടുത്ത് ഇസ്രോയിൽനിന്ന് DRDO യിലേക്കു പോകുംവരെ ഗാന്ധാരി അമ്മൻ കോവിലിനടുത്തുണ്ടായിരുന്ന ഇന്ദ്രഭവൻ എന്ന ലോഡ്ജിലാണ് താമസിച്ചിരുന്നത്. 'ബാത്ത് അറ്റാച്ച്ഡ്' മുറിയൊന്നുമായിരുന്നില്ല അദ്ദേഹത്തിന്റേത്. ഒരു സാധാരണമുറി, കട്ടിൽ, കസേര, മേശ. മേശയിൽ ഒതുങ്ങാത്തവിധം പുസ്തകങ്ങളുണ്ടായിരുന്നതിനാൽ പുസ്തകങ്ങൾ അടുക്കിയിരുന്നത് കട്ടിലിലാണ്. കിടപ്പ് പായ് വിരിച്ച് താഴെ തറയിലും. പതിവുഭക്ഷണം പലപ്പോഴും ഗാന്ധാരി അമ്മൻ കോവിലിനു മുൻവശമുള്ള ഗുരുവായൂരപ്പൻ ഹോട്ടലിൽനിന്ന്. ജീവിതത്തിന്റെ ഉന്നതമേഖലകൾ താണ്ടി ഉയർന്നശേഷവും ഗൃഹാതുര ഓർമകൾ ഇന്നും നിലനിറുത്തുന്ന ഒരാളാണ് അബ്ദുൾകലാം. ഒരു കൗമാരകാല പ്രണയിനിയെക്കുറിച്ചുള്ള ഓർമകൾപോലെ ബഹിരാകാശ ഗവേഷണജീവിതം അദ്ദേഹത്തിനുള്ളിൽ ഇന്നുമുണ്ട്. അദ്ദേഹത്തിന്റെ ശിക്ഷണത്തിൽ വളർന്ന സി ആർ സത്യ, ജയചന്ദ്രബാബു, സുധാകർ തുടങ്ങിയവർ വിവിധ സ്ഥാപനങ്ങളിൽ അവരുടെ പ്രാഗത്ഭ്യം പിന്നീടു തെളിയിച്ചിട്ടുണ്ട്. ശ്രീ. മാധവൻനായർ അവിടെത്തന്നെ ഉയർന്നുപൊങ്ങി. കേരള ദൃശ്യകലാരംഗത്ത് തന്റെ പാദമുദ്രകൾ ഇതിനകം പതിപ്പിച്ച സൂര്യകൃഷ്ണമൂർത്തിയും കലാംസാറിന്റെ കീഴിൽ പ്രവർത്തിച്ചിരുന്ന ഒരു എഞ്ചിനീയറാണെന്ന് പലരും ഓർക്കുന്നില്ല. കേരളീയന്റെ ചലച്ചിത്രാസ്വാദന ശേഷി, ഉയർന്ന തലങ്ങളിലേക്കാനയിച്ച ഫിലിം സൊസൈറ്റി പ്രസ്ഥാനത്തിന്റെ നായകനും ചലച്ചിത്ര വിമർശനത്തിന് പുതിയ മാനങ്ങൾ നൽകിക്കൊണ്ട് പ്രസിദ്ധീകരിച്ച് ദേശീയ അവാർഡും അംഗീകാരവും നേടിയ *സിനിമയും പ്രത്യയശാസ്ത്രവും* എന്ന ഗ്രന്ഥത്തിന്റെ രചയിതാവും ഇന്ന് ചിന്ത പബ്ലിഷേഴ്സിന്റെ ജനറൽ മാനേജരുമായ ശ്രീ വി കെ ജോസഫ് ദീർഘകാലം സ്പേസ് സെന്ററിലെ സാങ്കേതിക വിദഗ്ധനായി സേവനമനുഷ്ഠിച്ചിരുന്നു.

കാലംമാറി, കഥമാറി. തുമ്പയിലേക്കുള്ള ഗതാഗത സൗകര്യം ഇന്ന് തികച്ചും ആധുനികമായി. സ്വന്തമായി ഒരു വിപുലമായ ഗതാഗത വകുപ്പുതന്നെ അതിനുണ്ട്. വേളിയിൽ ലവൽ ക്രോസിനുപകരം ഫ്ളൈ ഓവർ വന്നതോടെ ഗതാഗതം കൂടുതൽ സുഗമവുമായി. ബസുകൾ വേളിമലയുടെ മുകളിൽ വരെ ജീവനക്കാരെ എത്തിക്കുന്ന സംവിധാനമായി.

ആദ്യകാലത്ത് വലിയ ഒരു അപകടമൊഴിവായ സംഭവമുണ്ട്. വൈകുന്നേരം ഒരു ബസ് കുന്നിൻ മുകളിൽ നിറുത്തി ഡ്രൈവർ ചായ കുടിക്കാനോ മറ്റോ പോയ ഒരു സന്ദർഭം. യാത്ര ചെയ്യേണ്ട ജീവനക്കാർ ബസിൽകയറി സൗകര്യപ്രദമായ ഇരിപ്പിടം കരസ്ഥമാക്കിയിരിക്കു

കയാണ്. അവസാനം വരുന്നവർ നിന്നേപറ്റൂ. ഗിയറും ബ്രേക്കും സ്ലിപ്പായി ഒരു ബസ് ന്യൂട്രലിൽ താഴേക്ക് ഉരുളാൻ തുടങ്ങി; ഡ്രൈവറില്ലാതെ. പരിഭ്രാന്തിയുടെ ശബ്ദങ്ങൾ ഉയർന്നു. മുൻസീറ്റിലിരുന്ന ഒരു സ്ത്രീ ചാടിക്കയറി ഡ്രൈവറുടെ സീറ്റിലിരുന്ന് ബ്രേക്ക് ചവിട്ടി ബസുനിറുത്തി. ആശ്വാസ നിശ്വാസങ്ങളുയർന്നു. അന്ന് കമ്പ്യൂട്ടർ വിഭാഗത്തിൽ പ്രോഗ്രാമറായിരുന്ന ആ ധീരവനിത സിനിമാലജന്റുകളായ ഹരി പോത്തൻ, പ്രതാപ് പോത്തൻ എന്നിവരുടെ സഹോദരിയായിരുന്നു. പിന്നീടവർ എപ്പോഴോ ജോലി ഉപേക്ഷിച്ച് അമേരിക്കയിലേക്ക് പോവുകയാണുണ്ടായത്.

കാന്റീനും വളരെ പരിഷ്കരിക്കപ്പെട്ടു. കാപ്പിനുണഞ്ഞുകൊണ്ടും ഭക്ഷണം രുചിച്ചുകൊണ്ടും പ്രകൃതിഭംഗി ആസ്വദിക്കാവുന്ന ഒരു മൂല സാരാഭായി കണ്ടുവച്ചിരുന്നു. അവിടെ പുതിയ ക്യാന്റീൻ സ്ഥാപിച്ചു. അന്ന് അസുലഭവും നിഷിദ്ധവുമായിരുന്നതും ഇന്ന് പ്രചുരപ്രചാരം നേടി ജനപ്രിയമായി മാറിയതുമായ 'ബീഫ്', സ്പേസ് ക്യാന്റീനിൽ അന്നേ ലഭ്യമായിരുന്നു. കേരളത്തിൽ 'ബീഫ്' പ്രചാരമുള്ള ഒന്നായിമാറിയതിന്റെ 'വിക്ഷേപണം' സ്പേസ് സെന്ററിൽ നിന്നായിരുന്നു എന്നുപറഞ്ഞാൽ അത് അതിശയോക്തിയല്ല.

തിരുവനന്തപുരത്ത് അന്ന് 'ചപ്പാത്തിയും ബീഫും' ലഭിച്ചിരുന്ന, അതുമാത്രം ലഭിച്ചിരുന്ന ഒരു അപ്സ്റ്റെയർ റെസ്റ്റോറന്റും ഉണ്ടായിരുന്നു; ഏജീസ് ഓഫീസിന്റെ എതിർവശത്ത്, 'സ്റ്റെപ്പ്' എന്ന് അന്നുണ്ടായിരുന്ന പി ടി ഭാസ്കരപ്പണിക്കരുടെ പ്രസിദ്ധീകരണ സ്ഥാപനത്തിനടുത്ത്. ഇന്ന് അവിടെ ആ കെട്ടിടങ്ങളൊന്നുംതന്നെ അവശേഷിച്ചിട്ടില്ല. വൈകുന്നേരങ്ങളിൽ സൊറ പറഞ്ഞിരുന്നുകൊണ്ട് ബീഫടിച്ചിരുന്ന ആ കാലവും ആ രുചിയും ഇന്ന് ചുരുക്കം അവശേഷിക്കുന്ന മുതിർന്ന ചിലരുടെ മനസിലേ കാണൂ.

സ്പേസ് സെന്ററിൽ അന്നുണ്ടായിരുന്ന ക്യാന്റീനിന്റെ സ്ഥാനത്ത് ഇന്ന് കമ്പ്യൂട്ടർ വിഭാഗമാണ് പ്രവർത്തിക്കുന്നത്. ക്യാന്റീനുകൾ പലതുണ്ട്. പലതരം ഭക്ഷണങ്ങൾ കിട്ടും. പല പോഷക നിലവാരമുള്ളതു ലഭിക്കും. ഓരോരുത്തരുടെ ആരോഗ്യത്തിനും ആവശ്യത്തിനും സാമ്പത്തികത്തിനും ഇണങ്ങുന്ന രീതിയിലതു തെരഞ്ഞെടുക്കാം. ആഗോള ചിന്തകൾക്കും സ്ത്രീ–പുരുഷ സമത്വത്തിനും ബഹുസ്വര സമൂഹത്തിനും ഇണങ്ങുന്ന രീതിയിലുള്ള ഒരു സംസ്കാരം രൂപപ്പെടുത്തുന്നതിനുള്ള ഒരന്തരീക്ഷം സ്ഥാപനത്തിനകത്ത് രൂപപ്പെട്ടുവന്നു. ബ്രഹ്മപ്രകാശ് എന്ന ഋഷിതുല്യനായ ഒരു സാങ്കേതിക ഭരണാധികാരിയെ സ്പേസ് സമൂഹം ഒരിക്കലും മറക്കരുത്.

'പാന്റ്' എന്ന ഇരുകാലി വേഷം കേരളത്തിൽ അപരിചിതമായ ഒരു കാലമായിരുന്നു എഴുപതുകൾ വരെ. ബോംബെയിൽനിന്നും മദ്രാസിൽ നിന്നുംവരുന്നവർ ട്രെയിനിൽ നിന്നിറങ്ങുമ്പോഴും കയറുമ്പോഴും റയിൽവേസ്റ്റേഷനുകളിൽ കണ്ടിരുന്ന ഒരുവേഷം. ആ വേഷം തിരുവന

ന്തപുരത്തു സർവസാധാരണമാക്കി മാറ്റിയത് സ്പേസ് ജീവനക്കാരാണെന്നു പറഞ്ഞാൽ അത് ഒട്ടും അതിശയോക്തിയല്ല. ഫാഷൻകേന്ദ്രമെന്നു പറയുന്ന കൊച്ചിയിൽപ്പോലും 'ഇരുകാലി'കളുണ്ടായത് അതിനുശേഷമാണ്. എഫ് എ സി ടിയിലും എച്ച് എം ടി യിലും മറ്റും ഡ്യൂട്ടിക്കു പോകുന്നർമാത്രമാണ് കൊച്ചിയിൽ അത് ഉപയോഗിച്ചിരുന്നത്. ഡ്യൂട്ടി കഴിഞ്ഞാൽ മുണ്ടിലേക്കു കയറും. കാലമിത്ര കഴിഞ്ഞിട്ടും കേരളത്തിലെ രാഷ്ട്രീയക്കാർ പാന്റിലേക്കു പരിവർത്തനം ചെയ്തിട്ടില്ലെന്ന് ഓർക്കുക.

ഫെൻസിങ്ങും മതിലുകളുമായി 'TERLS' എന്ന റേഞ്ച് വേർതിരിക്കപ്പെടുകയായിരുന്നു. കിഴക്കേ അതിരിൽ പാർവതീപുത്തനാർ ഒരു ജലഗതാഗതമായി അന്നും നിലനിന്നിരുന്നു. റേഞ്ചിന്റെ ഒരറ്റത്ത് സ്റ്റേഷൻ കടവും മറ്റേ അറ്റത്ത് പൗണ്ടുകടവും. സ്ഥലമെടുപ്പുകഴിഞ്ഞപ്പോൾ ഇതിനകത്ത് കുറേ പശുക്കളും കാളകളും പെട്ടുപോയി. അത് അതിനകത്ത് പെറ്റുപെരുകി. മാത്രമല്ല, വന്യമായി മാറുകയും ചെയ്തു. മെരുക്കിയെടുത്ത വളർത്തുമൃഗങ്ങൾ മെരുങ്ങാത്ത കാട്ടുമൃഗങ്ങളായി മാറുന്ന ഒരു തലതിരിഞ്ഞ പ്രതിഭാസം. ഡോ. ബ്രഹ്മപ്രകാശിന്റെ കാലംവരെ മൃഗങ്ങൾ അങ്ങനെ കഴിഞ്ഞു. രാത്രി ഡ്യൂട്ടിക്കാർക്ക് അതു ഭീഷണിയായി മാറിയ ഒരു ഘട്ടത്തിൽ അവയെ വലവച്ചുപിടിച്ചു കൊണ്ടുപോകുവാൻ ഒരു ഉത്തരേന്ത്യൻ കമ്പനിക്കു ക്വട്ടേഷൻ കൊടുത്തു. ആദിമമനുഷ്യൻ മൃഗങ്ങളെ എങ്ങനെയാണ് കെണിയിലാക്കിയിരുന്നതെന്ന് നേരിൽ കാണുവാനുണ്ടായ ഒരു അസുലഭ സന്ദർഭമായിരുന്നു അത്. പല പ്രായത്തിലുള്ള കന്നുകാലികളെ അവർ ഒന്നൊഴിയാതെ പിടിച്ചുകൊണ്ടുപോയി. വളർത്തുകയുണ്ടായോ കൊല്ലുകയുണ്ടായോ എന്നതു ചിന്ത്യം.

ബഹിരാകാശ ഗവേഷണത്തിന്റെ വളർച്ചയുടെ ബാല്യദശയിലുണ്ടായ അരിഷ്ടതകളിലൂടെ കടന്ന് അത് ഇന്നത്തെ നിലയിലായിത്തീരാനിടയായതിനിടയിലുണ്ടായ ചില ദൃശ്യങ്ങളുടെ വിവരങ്ങളാണ് ഇവിടെ നൽകിയത്. ആദ്യകാല പഥികരുടെ ഓർമകളിലുള്ളതു പലതും അവരുടെ കാലത്തോടെ ഇല്ലാതാകും. ഡോ. എ പി ജെ അബ്ദുൾകലാം, ഡോ. പി വി മനോരഞ്ജൻ റാവു, ശ്രീ. പി രാധാകൃഷ്ണൻ, ഡോ. ഗവാരിക്കർ, ശ്രീ. പി എൻ സുരേഷ് എന്നിവരെഴുതിയ ചില ഓർമകളിലൂടെയും ചരിത്രങ്ങളിലൂടെയും ചിലത് അവശേഷിക്കും. *അഗ്നി ചിറകുകൾ*, *ഇന്ത്യൻ റോക്കറ്ററിയുടെ ചരിത്രം* എന്നീ ഗ്രന്ഥങ്ങൾ കാര്യങ്ങൾ സത്യസന്ധമായും തന്മയത്വത്തോടെയും വിവരിച്ചിരിക്കുന്നു എന്നതു ഭാഗ്യമാണ്.

www.ingramcontent.com/pod-product-compliance
Lightning Source LLC
LaVergne TN
LVHW100549051026
849519LV00003B/893